AF550890

അറിവിന്റെ സാമൂഹ്യപാഠം

arivinte samoohyapadam
study
•
prof. c ravindranath
•
first edition
october 2019
•
typesetting & published
chintha publishers, thiruvananthapuram
•
cover
vinod mangoes

Rights reserved

Distribution

DESHABHIMANI BOOK HOUSE

H O Thiruvananthapuram 695035
phone: 0471-2303026, 6063026
Email: chinthapublishers@gmail.com
Website: www.chinthapublishers.com

Branch

Head Office Kunnukuzhi • Statue Thiruvananthapuram • KSRTC Bus Station Alappuzha • KSRTC Bus Station Ernakulam • Machingal Lane Thrissur • IG Road Kozhikode • Mavoor Road Kozhikode • NGO Union Building Kannur • Central Bus Terminal Complex Thavakkara Kannur

CO - 2875 / 5147
ISBN - 978-93-89410-37-2

അറിവിന്റെ സാമൂഹ്യപാഠം

പ്രൊഫ. സി രവീന്ദ്രനാഥ്

ചിന്ത പബ്ലിഷേഴ്സ്
തിരുവനന്തപുരം-695 035

പ്രൊഫ. സി രവീന്ദ്രനാഥ്

തൃശൂർ ജില്ലയിൽ നെല്ലായിക്കടുത്ത് പന്തല്ലൂരിൽ സ്കൂൾ അദ്ധ്യാപകനായ കുന്നത്തേരി തെക്കേമഠത്തിൽ പീതാംബരൻ കർത്തയുടെയും ചേരാനെല്ലൂർ ലക്ഷ്മിക്കുട്ടി കുഞ്ഞമ്മയുടെയും മകനായി 1955 ൽ ജനനം. ജെ യു പി എസ് പന്തല്ലൂർ, ജി എൻ ബി എച്ച് എസ് കൊടകര, സെന്റ് ആന്റണീസ് ഹൈസ്കൂൾ പുതുക്കാട്, സെന്റ് തോമസ് കോളേജ് തൃശൂർ എന്നിവിടങ്ങളിൽ വിദ്യാഭ്യാസം.

തൃശൂർ സെന്റ്തോമസ് കോളേജിൽ കെമിസ്ട്രി വിഭാഗം അദ്ധ്യാപകനായിരുന്നു.

ജനകീയാസൂത്രണപ്രസ്ഥാനത്തിന്റെയും സാക്ഷരത പ്രസ്ഥാനത്തിന്റെയും പ്രവർത്തനങ്ങളിൽ നേതൃത്വപരമായ പങ്കുവഹിച്ചു. സി പി ഐ (എം) പുതുക്കാട് ഏരിയാ കമ്മിറ്റി അംഗം.

ഇപ്പോൾ സംസ്ഥാന വിദ്യാഭ്യാസമന്ത്രിയാണ്.

കൃതികൾ: *ആണവകരാർ വസ്തുതകളും വിശദാംശങ്ങളും, ആണവകരാർ അധിനിവേശത്തിന്റെ ഉടമ്പടിപത്രം, ആസിയാൻ കരാറിന്റെ യാഥാർത്ഥ്യങ്ങൾ, നവലിബറൽ അഥവാ ദുരിതങ്ങളുടെ നയം, നിയമസഭാ പ്രസംഗങ്ങൾ.*

ഭാര്യ : വിജയം (തൃശൂർ കേരളവർമ്മ കോളേജിൽ കൊമേഴ്സ് വിഭാഗം അദ്ധ്യാപിക)

മക്കൾ : ലക്ഷ്മിദേവി, ജയകൃഷ്ണൻ

വിലാസം : ലക്ഷ്മിഭവൻ, കാനാട്ടുകര, തൃശൂർ

ഫോൺ : 9446048800

ഉള്ളടക്കം

ഭാഗം - മൂന്ന്

അഭിമുഖം

പ്രസാധകക്കുറിപ്പ്

ജനകീയ സർക്കാരുകളുടെ കാലത്താണ് പൊതുവിദ്യാഭ്യാസ മേഖല വളർന്നു വികസിച്ചത്. കേരളത്തിൽ ഉയർന്നുവന്ന മദ്ധ്യവർഗ്ഗം വിദ്യാഭ്യാസ മേഖലയിൽ പിടിമുറുക്കിയതോടുകൂടി പൊതുവിദ്യാലയങ്ങൾ ദുർബ്ബലപ്പെട്ടു. ഇടതുപക്ഷസർക്കാരുകൾ അധികാരത്തിൽ വന്നപ്പോഴെല്ലാം അത്തരം പ്രവണതകളെ ചെറുക്കുന്നതിനുള്ള നടപടികൾ സ്വീകരിച്ചിരുന്നു. പക്ഷേ, അവ അർത്ഥവത്തായ രീതിയിൽ വിജയിച്ചിരുന്നില്ല. ഇത്തരമൊരു സാഹചര്യത്തിലാണ് ഇപ്പോഴത്തെ ഇടതുപക്ഷ സർക്കാർ നവകേരളം കർമ്മപദ്ധതി ആവിഷ്കരിച്ചത്.

പൊതുവിദ്യാഭ്യാസ സംരക്ഷണ യജ്ഞത്തിന്റെ ഭാഗമായി വിദ്യാഭ്യാസ വകുപ്പ് മന്ത്രി സി രവീന്ദ്രനാഥ് നടത്തിയ പ്രഭാഷണങ്ങളുടെയും ലേഖനങ്ങളുടെയും സമാഹാരമാണ് *അറിവിന്റെ സാമൂഹ്യപാഠം*. മികവാർന്ന വിദ്യാഭ്യാസത്തെക്കുറിച്ചുള്ള ധാരണകൾ വികസിച്ചു വരുന്നതിനുള്ള ഉത്തമ ഉപാധികളിലൊന്നാണീ ഗ്രന്ഥം.

ഏറെ അഭിമാനത്തോടെ ഈ ഗ്രന്ഥം വായനാ സമൂഹത്തിനായി സമർപ്പിക്കുന്നു.

ചിന്ത പബ്ലിഷേഴ്സ്

ആമുഖം

വിദ്യാഭ്യാസം സമൂഹ നവീകരണത്തിന്റെ ഉപാധിയാണ്. നവീകരണത്തെക്കുറിച്ച് സമൂഹത്തിന്റെ കാഴ്ചപ്പാടും നിലപാടുകളും പ്രായോഗികമാകുന്നത് വിദ്യാഭ്യാസപ്രക്രിയയിലൂടെയാണ്. കേരളീയ ജനത വിദ്യാഭ്യാസത്തെ ജീവിതത്തിന്റെ ഭാഗമായാണ് എന്നും കണ്ടിട്ടുള്ളത്. ചൂഷണത്തിനെതിരായ വിമോചനപോരാട്ടങ്ങളുടെ ഭാഗമായാണ് കേരളത്തിൽ പൊതു ഇടങ്ങൾ വികസിച്ചത്. അങ്ങനെ വികസിച്ച പൊതു ഇടങ്ങളിൽ ഏറ്റവും പ്രാമുഖ്യം നല്കി സമൂഹം വികസിപ്പിച്ചെടുത്തത് പൊതു വിദ്യാലയങ്ങളെയാണ്. ഈ പൊതുവിദ്യാലയങ്ങളിൽ സർക്കാർ വിദ്യാലയങ്ങളും മാനേജർമാരുടെ നേതൃത്വത്തിൽ നടക്കുന്ന മാനേജ്മെന്റ് വിദ്യാലയങ്ങളും പെടും. വിദ്യാഭ്യാസം എന്ന സാമൂഹിക ആവശ്യങ്ങളോട് പ്രതികരിച്ചുകൊണ്ട്, രാജാക്കന്മാരുടെ കാലം മുതൽക്കുള്ള സംവിധാനങ്ങൾ പ്രതികരിച്ചതുകൊണ്ട് മാനേജ്മെന്റ് വിദ്യാലയങ്ങൾ സർക്കാർ എയ്ഡോഡുകൂടി പ്രവർത്തിക്കുന്ന എയ്ഡഡ് വിദ്യാലയങ്ങളായി മാറി. ഇങ്ങനെ ലഭിച്ച സർക്കാർ സഹായം അദ്ധ്യാപകരുടെ ശമ്പളത്തിനും മറ്റും വേണ്ടിയായിരുന്നു. എന്നാൽ മിക്ക മാനേജർമാരും ഇത് നല്കാതെ വന്നപ്പോൾ ഉയർന്നുവന്ന പ്രതിഷേധവും മറ്റും കേരള ചരിത്രത്തിന്റെ ഭാഗമാണ്.

ഭൂമിയുടെ മേലുള്ള അവകാശത്തിന് വേണ്ടി കാലങ്ങളോളം പോരാട്ടം നടത്തിയവരുടെ പക്ഷത്തുനിന്നുകൊണ്ട് ഭൂപരിഷ്കരണവും, വിദ്യാഭ്യാസ രംഗത്ത് സമൂഹനിയന്ത്രണം അനിവാര്യമാണെന്ന ആവശ്യത്തോട് പ്രതികരിച്ചുകൊണ്ടുവന്ന വിദ്യാഭ്യാസബില്ലുമാണ് 1957 ലെ ഇ എം എസ് മന്ത്രിസഭയുടെ ഏറ്റവും പ്രധാനപ്പെട്ട ഇടപെടൽ. നാട്ടിൽനടന്ന വൈവിദ്ധ്യമാർന്ന പോരാട്ടങ്ങളുടെ പക്ഷത്ത് നിന്നവർക്ക് ജനങ്ങൾ ഭരണച്ചുമതല നല്കിയപ്പോൾ, ജനങ്ങൾക്ക് നല്കിയ വാക്കിന്റെ പാലനമായിരുന്നു

ഭൂപരിഷ്കരണ നിയമത്തിലൂടെയും വിദ്യാഭ്യാസ ബില്ലിലൂടെയും പ്രസ്തുത സർക്കാർ ചെയ്തത്. ഈ നിയമങ്ങളുടെയെല്ലാം ഗുണഫലമനുഭവിക്കുന്നവരാണ് ഇന്നത്തെ കേരളീയസമൂഹം. കേരളീയ സാമൂഹിക ഘടനയിലും വിദ്യാഭ്യാസരംഗത്തും ഈ നിയമങ്ങളുണ്ടാക്കിയ മാറ്റങ്ങൾ വിശദീകരണങ്ങൾക്കുമപ്പുറമാണ്.

സ്കൂൾ പ്രായത്തിലുള്ള എല്ലാ കുട്ടികൾക്കും അപ്പർ പ്രൈമറി, ഹൈസ്കൂൾ സൗകര്യം 1957 ലെ നയങ്ങളുടെ തുടർച്ചയായി ലഭ്യമായി. ഇന്നത് ഹയർസെക്കന്ററി വരെയായി. പൊതുവിദ്യാഭ്യാസം വളർന്നു വികസിച്ചത് ജനകീയ നിലപാടുള്ള സർക്കാരുകളുടെ കാലത്തായിരുന്നു. എന്നാൽ നവലിബറൽ നയങ്ങളോട് താദാത്മ്യം പാലിച്ച സർക്കാരുകളുള്ളപ്പോൾ സ്വകാര്യ അൺഎയ്ഡഡ് വിദ്യാലയങ്ങളെ പ്രോത്സാഹിപ്പിച്ചു. മറ്റെല്ലാ മേഖലയേയുംപോലെ വിദ്യാഭ്യാസരംഗത്തും കച്ചവടശക്തികൾ പിടിച്ചുമുറുക്കി. ഭൂപരിഷ്കരണത്തിന്റെയും മറ്റും ഫലമായി വളർന്നുവന്ന മദ്ധ്യവർഗ്ഗം പൊതു ഇടങ്ങളോട് താല്പര്യക്കുറവ് കാട്ടാൻ തുടങ്ങി. ഇതിന്റെ പ്രതിഫലനം വിദ്യാഭ്യാസരംഗത്തുമുണ്ടായി. അതിന്റെ പ്രത്യാഘാതം ഏറെ ഉണ്ടായത് പൊതുവിദ്യാഭ്യാസരംഗത്താണ്. മതനിരപേക്ഷത കേരളീയ സമൂഹത്തിന്റെ സവിശേഷ മൂല്യബോധമായി വളർത്തിയ പൊതുവിദ്യാലയങ്ങൾ കാലക്രമേണ ദുർബ്ബലപ്പെടുന്നതാണ് കണ്ടത്. ഇടതുപക്ഷ സർക്കാരുകൾ അധികാരത്തിൽ വന്ന ഘട്ടങ്ങളിലെല്ലാം ഈ പ്രവണതയെ ചെറുക്കാനുള്ള നയങ്ങളും പരിപാടികളും കൊണ്ടുവന്നിരുന്നുവെങ്കിലും വേണ്ടതോതിലുള്ള പ്രതികരണങ്ങളുണ്ടാക്കുന്നതിൽ വിജയിക്കാൻ കഴിയാതെ വന്നു. നവലിബറൽ ചിന്തകൾ അത്രമാത്രം ആഴത്തിൽ വേരോടിക്കാൻ കച്ചവടശക്തികൾക്ക് കഴിഞ്ഞിരുന്നു.

ഗുരുതരമായ ഈ പശ്ചാത്തലത്തിലാണ് ഇപ്പോഴത്തെ ഇടതുപക്ഷ ജനാധിപത്യമുന്നണി സർക്കാർ നവകേരളം കർമ്മപദ്ധതിയുടെ ഭാഗമായി പൊതുവിദ്യാഭ്യാസ സംരക്ഷണ യജ്ഞം ആരംഭിച്ചത്. ഇതിന്റെ ആശയപ്രചരണത്തിനായി സമ്മേളനങ്ങളിലും, വിദ്യാഭ്യാസ സെമിനാറുകളിലുമായി നടത്തിയിട്ടുള്ള പ്രസംഗങ്ങളും, ക്ലാസുകളും, വിവിധ പ്രസിദ്ധീകരണങ്ങളിലായി എഴുതിയിട്ടുള്ള ലേഖനങ്ങളിൽ തിരഞ്ഞെടുത്തവയും ഉൾപ്പെടുത്തിക്കൊണ്ട് തയ്യാറാക്കിയ ഗ്രന്ഥമാണ് *അറിവിന്റെ സാമൂഹ്യപാഠം*. പൊതു ഇടങ്ങളെ, അതിൽ പ്രധാനമായ പൊതുവിദ്യാഭ്യാസത്തേയും പൊതുവിദ്യാലയങ്ങളേയും സാമൂഹിക പിന്തുണയോടെ നിലനിർത്താനും വളർത്താനും കുട്ടികൾക്ക് മെച്ചപ്പെട്ട വിദ്യാഭ്യാസം നല്കുന്ന ഇടങ്ങളാക്കി മാറ്റാനും ആവശ്യമായ ആശയ പ്രപഞ്ചം വികസിപ്പിക്കുക എന്നത് പ്രധാനമാണ്. അത്തരം ഒരു ആശയ പ്രപഞ്ചത്തിനായുള്ള ചർച്ചകളിലേക്കും സംവാദങ്ങളിലേക്കും വിദ്യാഭ്യാസ പ്രവർത്തകരെ നയിക്കുവാൻ ഈ ഗ്രന്ഥം സഹായകരമാകുമെന്ന് പ്രതീക്ഷിക്കുന്നു.

പ്രൊഫ. സി രവീന്ദ്രനാഥ്

ഭാഗം - ഒന്ന്

ലേഖനം

പൊതുവിദ്യാഭ്യാസ സംരക്ഷണ യജ്ഞം എന്ത്; എന്തിന്; എങ്ങനെ

കേരളത്തിന്റെ തനതായ വിദ്യാഭ്യാസ രീതിയാണ് മതനിരപേക്ഷ ജനാധിപത്യ വിദ്യാഭ്യാസം. നവോത്ഥാനത്തെ തുടർന്ന് ഭൂപരിഷ്കരണവും വിദ്യാഭ്യാസ ബില്ലും നടപ്പിലാക്കിയതിന്റെ ഫലമായിട്ടാണ് പൊതുവിദ്യാഭ്യാസം എന്ന ആശയം പ്രാവർത്തികമായത്. അതുകൊണ്ടുതന്നെ ലോകത്തെ അത്ഭുതപ്പെടുത്തിക്കൊണ്ട് കേരളം സാമൂഹിക വികസനത്തിൽ പ്രസിദ്ധമായി. അങ്ങനെയാണ് അനന്യമായ കേരളവികസന മാതൃക വളർന്നു വന്നത്. പക്ഷേ, നവലിബറൽ നയങ്ങളുടെ വരവിനെത്തുടർന്ന് മേല്പറഞ്ഞ തനത് വിദ്യാഭ്യാസ സങ്കല്പത്തിൽ കച്ചവടവല്ക്കരണവും വർഗ്ഗീയവല്ക്കരണവും കടന്നുകയറി. തല്ഫലമായി പൊതുവിദ്യാഭ്യാസത്തിന് മങ്ങലേല്ക്കുവാനും സാമൂഹ്യരംഗത്ത് ചില അപ്രതീക്ഷിത പ്രശ്നങ്ങൾ ഉയർന്നുവരുന്നതിനും അവസരമുണ്ടായി. പല മേഖലകളിലും കേരളം പിറകോട്ട് സഞ്ചരിച്ചുകൊണ്ടിരിക്കുകയാണ്. കേരളത്തിന്റെ ഗതകാല പ്രതാപം വീണ്ടെടുക്കുവാൻ പൊതുവിദ്യാഭ്യാസത്തെ സംരക്ഷിച്ച് ശക്തിപ്പെടുത്തണം. വരുംതലമുറയ്ക്ക് നല്കുവാനുള്ള ഏറ്റവും വലിയ സംഭാവനയായിരിക്കും അത്. അതുകൊണ്ടുതന്നെ മതനിരപേക്ഷ ജനാധിപത്യ വിദ്യാഭ്യാസത്തെ സംരക്ഷിക്കുവാൻവേണ്ടി സംസ്ഥാന സർക്കാർ ആരംഭിക്കുന്ന ബഹുജന പരിപാടിയാണ് പൊതുവിദ്യാഭ്യാസ സംരക്ഷണ യജ്ഞം. കേരളത്തിലെ മുഴുവൻ ജനങ്ങളും പങ്കെടുത്തുകൊണ്ട് മറ്റൊരു നവോത്ഥാനത്തിനു കളമൊരുക്കുവാൻ ഈ പരിപാടിയിലൂടെ കഴിയേണ്ടതുണ്ട്. വിദ്യാഭ്യാസരംഗത്തിന്റെ ഭൗതിക, അക്കാദമിക, സാംസ്കാരിക ഭാവങ്ങളെ കാലത്തിനനുസരിച്ചും ചരിത്രത്തോട് നീതിപുലർത്തിയും മാറ്റിയെടുക്കേണ്ട ചുമതല കക്ഷിരാഷ്ട്രീയത്തിനപ്പുറമായി എല്ലാവർക്കുമുണ്ട് എന്ന തിരിച്ചറിവാണ് ഈ യജ്ഞ

ത്തിന്റെ വിജയത്തിനാധാരം. ഈ സഹകരണം ഉണ്ടാകണമെന്നാണ് സർക്കാരിന്റെ അഭ്യർത്ഥന. സുസ്ഥിരമായൊരു വിദ്യാഭ്യാസ ശൈലിക്ക് കേരളം കാതോർക്കുന്നു.

പൊതുവിദ്യാഭ്യാസ സംരക്ഷണയജ്ഞത്തിന് വിവിധ ഭാഗങ്ങളുണ്ട്. 1) ഭൗതികമായ മാറ്റങ്ങൾ 2) അക്കാദമികമായ മാറ്റങ്ങൾ 3) ഭരണപരമായ മാറ്റങ്ങൾ 4) സാംസ്കാരികമായ മാറ്റങ്ങൾ. ഈ മാറ്റങ്ങൾക്കുവേണ്ടി ബഡ്ജറ്റിൽ രണ്ടായിരം കോടി രൂപയിലധികം മാറ്റിവയ്ക്കപ്പെട്ടിട്ടുണ്ട്. കേരള ചരിത്രത്തിൽ വിദ്യാഭ്യാസത്തിന് ഇത്രയുമധികം തുക മാറ്റിവയ്ക്കുന്നത് ആദ്യമായിട്ടാണ്.

ജനകീയ സമിതികൾ

ഭൗതിക സാഹചര്യങ്ങൾ മെച്ചപ്പെടുത്തുവാൻ കൂട്ടായ ശ്രമം തന്നെ ആവശ്യമാണ്. ഇതിനുവേണ്ടി ഓരോ സ്കൂളിലും മൂന്ന് തരത്തിലുള്ള കമ്മിറ്റികൾ ഉണ്ടാകണം. 1) പി ടി എ. പി ടി എ ജനറൽ ബോഡി ചേർന്നുകൊണ്ടുവേണം പ്രവർത്തനം ആരംഭിക്കുവാൻ. ഈ സമിതിയിൽ വച്ച് മറ്റ് രണ്ട് കമ്മിറ്റികൾ കൂടി തീരുമാനിക്കണം. രണ്ടാമത്തേത്, പൂർവ്വവിദ്യാർത്ഥി കൂട്ടായ്മ. ആ സ്കൂളിലെ മുഴുവൻ പൂർവ്വവിദ്യാർത്ഥികളേയും അറിയിച്ചുകൊണ്ട് OSA വിപുലീകരിക്കണം. മൂന്നാമത്തേത്, ആ വിദ്യാലയത്തിനു ചുറ്റുമുള്ള സഹകരണ സ്ഥാപനങ്ങൾ, വായനശാലകൾ, ക്ലബ്ബുകൾ, മറ്റ് ധനകാര്യ സ്ഥാപനങ്ങൾ, വ്യവസായ, വ്യാപാര സ്ഥാപനങ്ങൾ എന്നിവയുടെ പങ്കാളിത്തമുള്ള വിദ്യാലയ സംരക്ഷണ സമിതി.

ഈ മൂന്നു സമിതികളുടേയും ആഭിമുഖ്യത്തിൽ കേരള സംസ്ഥാന, തദ്ദേശഭരണകൂടങ്ങളുടേയും എം എൽ എ, എം പിമാരുടേയും അഭ്യുദയകാംക്ഷികളുടേയും സഹായത്തോടെ വിദ്യാലയം ഏറ്റവും ആകർഷണീയമാക്കുക എന്നതാണ് യജ്ഞത്തിന്റെ ആദ്യഘട്ടം.

ആദ്യമായി ചെയ്യേണ്ടത് എന്താണ്

സ്കൂളിന്റെ നിലവിലെ അവസ്ഥ രേഖപ്പെടുത്തുകയും ജൈവവൈവിദ്ധ്യ രജിസ്ട്രർ ഉണ്ടാക്കുകയും വേണം. ഇത് മാസ്റ്റർ പ്ലാൻ രൂപീകരിക്കുവാനുള്ള തുടക്കമാണ്. ഈ അടിസ്ഥാന വിവരവും ചിത്രവും സഹിതം ജനകീയ സമിതികൾ ചേർന്ന് വിദ്യാലയത്തിന്റെ സമഗ്ര വികസനത്തിന് മാസ്റ്റർ പ്ലാൻ തയ്യാറാക്കുക. ഈ പ്ലാൻ ഘട്ടങ്ങളായി തിരിക്കുക. ഓരോ ഘട്ടത്തിനും ആവശ്യമായി വരുന്ന തുക എത്രയെന്ന് കണ്ടെത്തുക. ഘട്ടങ്ങളായി തിരിക്കുമ്പോൾ 1) ടോയ്ലറ്റുകൾ, 2) കുടിവെള്ളം 3) നല്ല ക്ലാസ് മുറികൾ 4) മറ്റാവശ്യങ്ങൾ എന്നിവയ്ക്കാണ് മുൻഗണന നല്കേണ്ടത്. മേൽ വിവരിച്ചതുപോലെ തയ്യാറാക്കിയ പ്ലാനുകൾക്കാവശ്യമായ തുക വ്യത്യസ്ത സ്രോതസ്സുകളിൽനിന്ന് കണ്ടെത്തുക. ടോയ്ലറ്റുകളും കുടിവെള്ളവും സ്പോൺസർഷിപ്പ് വഴിയും മറ്റും കണ്ടെത്തുവാൻ ശ്രമിക്കാം. ഇതിലൂടെ ഒരു വർഷത്തിനുള്ളിൽ കേരളത്തിലെ

എല്ലാ സ്കൂളുകളിലും നല്ല ടോയ്‌ലറ്റുകളും ശുദ്ധജല ലഭ്യതയും ഉണ്ടായി എന്ന് പ്രഖ്യാപിക്കുവാൻ കഴിയണം.

ആദ്യവർഷം ഒരു മണ്ഡലത്തിൽ ഒരു സ്കൂൾ എന്ന രീതിയിൽ ഭൗതിക സാഹചര്യങ്ങൾ മെച്ചപ്പെടുത്തി മികവിന്റെ സ്ഥാപനങ്ങളാക്കുവാൻ വേണ്ടി 250 കോടി രൂപ ബഡ്ജറ്റിൽ മാറ്റിവച്ചിട്ടുണ്ട്. എം എൽ എ, എം പി, തദ്ദേശ സ്ഥാപനങ്ങൾ, സ്പോൺസർഷിപ്പുകൾ എന്നിവ കൂടി പ്രയോജനപ്പെടുത്തി ഭൗതിക സാഹചര്യങ്ങൾ വർദ്ധിപ്പിക്കാം.

ഈ പ്രവർത്തനം മോണിറ്റർ ചെയ്യുന്നതിന് പഞ്ചായത്ത്, മണ്ഡലം, ജില്ലാതലത്തിൽ ജനകീയ സമിതികൾ ഉണ്ടാകണം. പഞ്ചായത്ത് തലത്തിൽ പ്രസിഡന്റ് അദ്ധ്യക്ഷനായും മണ്ഡലം തലത്തിൽ എം എൽ എ അദ്ധ്യക്ഷനായും ജില്ലാതലത്തിൽ ഒരു മന്ത്രിക്ക് ചുമതലയുണ്ടാകുന്ന രീതിയിൽ ജില്ലാ പഞ്ചായത്ത് പ്രസിഡന്റ് അദ്ധ്യക്ഷനായും എം പിമാർ രക്ഷാധികാരികളായും സമിതികൾ ഉണ്ടാകണം. ജനകീയ മുന്നേറ്റമുണ്ടാകത്തക്ക രീതിയിൽ ബോധവല്ക്കരണ പ്രചരണ കാമ്പയിനുകൾ സംഘടിപ്പിക്കും. സാക്ഷരതാ യജ്ഞം ശൈലിയിൽ ജനകീയ നവോത്ഥാന പരിപാടികൾക്ക് വായനശാലകളും ക്ലബ്ബുകളും നേതൃത്വം നല്കും.

അക്കാദമിക രംഗം

കാലത്തിനനുസരിച്ചുള്ള കരിക്കുലം പരിഷ്കരണമാണ് അക്കാദമിക് മികവിന്റെ ഭൂമിക. അതിനുള്ള ശ്രമങ്ങൾ ആരംഭിച്ചുകഴിഞ്ഞു. തകർന്നു കിടക്കുന്ന കാർഷിക, പാരിസ്ഥിതിക, സാംസ്കാരിക, ആരോഗ്യ മേഖലകളുടെ ഉണർവ്വിനുവേണ്ടി വരും തലമുറകളെ പ്രാപ്തമാക്കുക എന്നതായിരിക്കും പരിഷ്കരണ രീതി ശാസ്ത്രം.

അദ്ധ്യാപകരെ മാറ്റത്തിനനുസരിച്ച് പരിശീലിപ്പിക്കുക എന്നതാണ് രണ്ടാം ഘട്ടം. ഇതിന്റെ ഒന്നാംഘട്ടം ആരംഭിച്ചു കഴിഞ്ഞു. നാളെ (ആഗസ്ത് 20) കേരളത്തിലെ ഒന്നരലക്ഷം അദ്ധ്യാപകരുടെ ക്ലസ്റ്റർ പരിശീലനം ആരംഭിക്കുകയാണ്. തുടർന്ന് ഇവർക്കെല്ലാം ആധുനിക രീതിയിലുള്ള ഐ ടി പരിശീലനം നല്കും. കാരണം ക്ലാസുകൾ പൂർണ്ണമായും ഹൈടെക് ക്ലാസുകളായി മാറുകയാണ്. ഓരോ വിഷയത്തിലും ഐ ടി എങ്ങനെ ഉപയോഗിക്കാമെന്ന് അദ്ധ്യാപകന് ബോദ്ധ്യം വന്നാൽ വിഷയ പഠനത്തിന്റെ സാദ്ധ്യത അനന്തമാകും. ക്ലാസുമുറികൾ ആധുനിക പഠനത്തിന്റെ കേന്ദ്രങ്ങളായി മാറണം. ഐ ടി അറ്റ് സ്കൂളിന്റെ നേതൃത്വത്തിലായിരിക്കും മുഴുവൻ അദ്ധ്യാപകർക്കുമുള്ള ഐ ടി പരിശീലനം. ഒരു വർഷത്തിനുള്ളിൽ ഇത് പൂർത്തീകരിക്കും. ഒന്നു മുതൽ എട്ട് വരെയുള്ള എല്ലാ അദ്ധ്യാപകർക്കും ഇംഗ്ലീഷ് പഠിക്കുന്നതിന്റെ പരിശീലന കളരികളും ഈ വർഷം ഓണത്തിനുശേഷം ആരംഭിക്കും. തുടർന്ന് രണ്ടുവർഷത്തിനുള്ളിൽ ഓരോ അദ്ധ്യാപകന്റേയും വിഷയത്തിൽ പ്രത്യേകമായ പരിശീലനം നല്കും. ചുരുക്കത്തിൽ രണ്ട് വർഷത്തിനുള്ളിൽ ഒന്നു മുതൽ പത്ത് വരെയുള്ള മുഴുവൻ അദ്ധ്യാപകർക്കും ആധുനിക

രീതിയിലുള്ള പരിശീലനം നല്കും. SCERT, SSA, RMSA എന്നിവയ്ക്കായിരിക്കും ഇതിന്റെ ചുമതല. ഹയർസെക്കന്ററിയിലും വൊക്കേഷണൽ ഹയർസെക്കന്ററിയിലും സമാനമായ പരിശീലനങ്ങൾ നടക്കും. ഓരോ വിഷയപഠനത്തിനും ഐ ടിയുടെ സാദ്ധ്യത പരമാവധി പ്രയോജനപ്പെടുത്തും.

ഹൈടെക് ക്ലാസുകൾ

മേല്പറഞ്ഞ അദ്ധ്യാപകർക്ക് ക്ലാസെടുക്കുവാൻ പറ്റുന്ന സൗകര്യങ്ങൾ ക്ലാസിൽത്തന്നെ ഒരുക്കി കൊടുക്കേണ്ട ചുമതല സംസ്ഥാന സർക്കാരിനുണ്ട്. അതുകൊണ്ടാണ് 600 കോടി രൂപ ഇതിനു മാത്രമായി ബഡ്ജറ്റിൽ വകകൊള്ളിച്ചിട്ടുള്ളത്. ഈ തുക ഉപയോഗിച്ച് രണ്ടു വർഷത്തിനുള്ളിൽ കേരളത്തിലെ എല്ലാ സ്കൂളുകളിലേയും 8, 9, 10, 11, 12 ക്ലാസുകൾ ഹൈടെക്കാക്കി മാറ്റും. എല്ലാ ഹൈസ്കൂളുകളിലും ഹയർസെക്കന്ററി, വൊക്കേഷണൽ ഹയർസെക്കന്ററികളിലും വൈഫൈ സംവിധാനവും ലോക്കൽ നെറ്റ് വർക്കും ഉള്ള ഒരു കമ്പ്യൂട്ടർ ലാബ് ഉണ്ടായിരിക്കും. ഭാവിയിൽ UP, LP തലങ്ങളിലേക്കും ഇത് വ്യാപിപ്പിക്കും. സ്കൂളുകളെ പരസ്പരം ബന്ധിപ്പിച്ചിരിക്കുന്ന ഒരു പൊതു സർവർ സംസ്ഥാനതലത്തിൽ ഉണ്ടായിരിക്കും. സ്കൂളുകളെ മൊത്തം സ്കൂളുകൾ ഒരു ക്ലസ്റ്ററായി പ്രവർത്തിക്കുവാൻ ഇതിലൂടെ കഴിയും.

ഭൗതിക സാഹചര്യ വികസനം

1000 സ്കൂളുകളെ ഉന്നത നിലവാരമുള്ളതാക്കി ഉയർത്തുക. ഭൗതിക സാഹചര്യങ്ങൾ ആധുനികവല്ക്കരിച്ചുകൊണ്ടും അക്കാദമിക് സൗകര്യങ്ങൾ നവീകരിച്ചുകൊണ്ടും വിദ്യാലയ അന്തരീക്ഷം ഏറ്റവും മാതൃകാപരമാക്കുക എന്നതാണ് ഈ പദ്ധതിയുടെ മുഖ്യ ലക്ഷ്യം. എൽ പി, യു പി, ഹൈസ്കൂൾ, ഹയർസെക്കന്ററി, വൊക്കേഷണൽ ഹയർസെക്കന്ററി എന്നീ വിദ്യാലയങ്ങലാണ് ഈ രീതിയിൽ നവീകരിക്കുക.

ഈ സംവിധാനത്തിന് പകരമായി ലൈബ്രറികളും ലബോറട്ടറികളും ആധുനികവല്ക്കരിക്കും. ജൈവവൈവിദ്ധ്യത്തെക്കുറിച്ചും കൃഷിയെക്കുറിച്ചും പരിസ്ഥിതിയെക്കുറിച്ചും വിദ്യാർത്ഥികളെ മാത്രമല്ല, ബഹുജനങ്ങളെ പഠിപ്പിക്കുവാൻവേണ്ടി ക്യാമ്പസ് ഒരു പാഠപുസ്തകം എന്ന സങ്കല്പം യാഥാർത്ഥ്യമാക്കിക്കൊണ്ട് ജൈവവൈവിദ്ധ്യ ഉദ്യാനങ്ങൾ നിർമ്മിക്കും.

മറ്റ് അനുബന്ധ സൗകര്യങ്ങൾ

അദ്ധ്യാപക സമൂഹത്തിന് പിൻബലം നല്കുന്ന അദ്ധ്യാപക സമൂഹത്തിനും കാലത്തിനനുസരിച്ച മാറ്റങ്ങൾ ഉണ്ടാകും. ഉച്ചഭക്ഷണ പരിപാടികൾക്ക് ഉചിതമായ മാറ്റങ്ങൾ ഓണത്തിന് ശേഷം ഉണ്ടാകും. ക്യാമ്പ

സിനകത്തെ മുഴുവൻ പേർക്കും ഇൻഷ്വറൻസ് പരിരക്ഷ ഏർപ്പെടുത്തും. ഏഷ്യയിലാദ്യമായി മുഴുവൻ വിദ്യാർത്ഥികൾക്കും ഉച്ചഭക്ഷണം തയ്യാറാക്കുന്ന പാചകത്തൊഴിലാളിക്കും ഇൻഷ്വറൻസ് നടപ്പിലാക്കും. സ്കൂളിനകത്ത് പഠന സുരക്ഷയോടൊപ്പം ജീവിതസുരക്ഷിതത്വവും നല്കുമെന്നർത്ഥം. ജൈവ പച്ചക്കറി അതത് സ്കൂളിൽത്തന്നെ പരമാവധി ഉല്പാദിപ്പിക്കുവാനുള്ള പദ്ധതി കൂടി നടപ്പിലാക്കേണ്ടതുണ്ട്. NCC, NSS, SCOUT, SPC, JRC തുടങ്ങിയവയുടെ ഏതെങ്കിലും ഒരു യൂണിറ്റ് എല്ലാ സ്കൂളുകളിലും ഉണ്ടാകും എന്ന കാര്യം ഉറപ്പുവരുത്തും. എട്ട് വരെ എല്ലാ വിദ്യാർത്ഥികൾക്കും സൗജന്യമായി യൂണിഫോം വിതരണം ചെയ്യും.

നവോത്ഥാന ആശയങ്ങളെക്കുറിച്ചും ജീവിതശൈലിയെക്കുറിച്ചും ആധുനിക ശാസ്ത്ര സാങ്കേതിക വിദ്യകളെക്കുറിച്ചും നിരന്തരമായ ബോധവല്ക്കരണ പരിപാടികൾ ഉണ്ടായിരിക്കും. ഓരോ ക്യാമ്പസിന്റെയും സാദ്ധ്യതയ്ക്കനുസരിച്ച് കലാകായിക പരിപാടികളുടെ മാസ്റ്റർ പ്ലാനുകളും തയ്യാറാക്കും. വിദ്യാഭ്യാസത്തിന്റെ ലക്ഷ്യം കുട്ടിയുടെ സമഗ്ര വികസനമാണ് എന്നും വിദ്യാഭ്യാസത്തിന്റെ നിർവ്വചനം മനുഷ്യനെ മനുഷ്യനാക്കിമാറ്റുക എന്നതാണെന്നും സമൂഹത്തിനെ മൊത്തം ബോദ്ധ്യപ്പെടുത്തുന്ന ബഹുജനബോധവല്ക്കരണ മഹായജ്ഞമാണ് പൊതു വിദ്യാഭ്യാസ സംരക്ഷണയജ്ഞം.

പൊതുവിദ്യാഭ്യാസ വകുപ്പ് അതിജീവനത്തിന്റെയും പുനർ നിർമ്മാണത്തിന്റെയും പാതയിൽ

പ്രളയം ഒട്ടേറെ അറിവുകളും തിരിച്ചറിവുകളും അനുഭവങ്ങളും നമുക്ക് നല്കി. കേരളീയ വിദ്യാഭ്യാസം നാട്ടിലും നാട്ടാരിലും എന്തെന്ത് മൂല്യങ്ങൾ വളർത്തിയിട്ടുണ്ട് എന്ന് തിരിച്ചറിയാൻ പ്രളയ പ്രളയാനന്തര അനുഭവങ്ങൾ ഇടനല്കി.

മതനിരപേക്ഷ പൊതു ഇടമാണ് പൊതുവിദ്യാലയങ്ങൾ എന്ന് അതിന്റെ പ്രസക്തിയെക്കുറിച്ച് സംശയാലുക്കളായവരെയടക്കം ബോദ്ധ്യപ്പെടുത്താൻ ഈ കാലത്തിനായി. സ്വന്തം വീടും, സ്വന്തം നാടും വെള്ളത്തിൽ മുങ്ങുകയോ, ഉരുൾപൊട്ടലടക്കമുള്ള ഭീഷണി ഉണ്ടാവുകയോ ചെയ്തപ്പോൾ കൈയിൽ കിട്ടിയതും എടുത്ത് ഓടി എത്താനുള്ള അഭയകേന്ദ്രങ്ങളായി ആദ്യം മാറിയത് പൊതുവിദ്യാലയങ്ങളായിരുന്നു. വീട്ടിൽ നിന്ന് മാറേണ്ടിവന്നാൽ ജനങ്ങൾക്ക് ആശ്രയിക്കാവുന്ന സുരക്ഷിതമായ പൊതു ഇടമാണ് പൊതുവിദ്യാലയങ്ങൾ എന്ന അവബോധം കേരളത്തിലെ വിദ്യാലയങ്ങൾ സമൂഹമനസ്സിൽ നിക്ഷേപിച്ചിട്ടുണ്ട് എന്ന് പ്രളയകാലം വ്യക്തമാക്കി.

ഇനി രക്ഷാപ്രവർത്തനത്തിൽ സ്വയം മറന്ന് പ്രവർത്തിച്ച കേരളീയ യുവത നമ്മുടെ പൊതുവിദ്യാഭ്യാസ പ്രക്രിയയിലൂടെ കടന്നുവന്നവരാണ്. യാതൊരുവിധ മൂല്യബോധവും പുത്തൻ തലമുറയ്ക്കില്ല എന്ന് വിലപിക്കുന്ന ഒട്ടേറെ പേരുണ്ട് നമ്മുടെ നാട്ടിൽ. അവരോടെല്ലാം സ്നേഹത്തിന്റെ ഭാഷയിൽ അർപ്പണബോധത്തോടെ നിസ്വാർത്ഥമായി നിശ്ശബ്ദമായി മറുപടി പറയുകയാണ് അവർ ചെയ്തത്. ഇവർക്കെല്ലാമൊപ്പം മുന്നിലും പിന്നിലുമായി വിദ്യാഭ്യാസ വകുപ്പിന്റെ പരിധിയിലുള്ള സംവിധാനങ്ങളെല്ലാം സജീവമായി പ്രവർത്തിച്ചു.

പൊതുവിദ്യാഭ്യാസ ഡയറക്ടറുടെ നേതൃത്വത്തിലും ഹയർസെക്കന്ററി ഡയറക്ടറേറ്റിലെ ഉയർന്ന ഉദ്യോഗസ്ഥന്റെ നേതൃത്വത്തിലും പ്രളയകാ

ലത്തെ അതിജീവന പ്രവർത്തനങ്ങളുടെ ഭാഗമാകാൻ ഒരു പ്രത്യേക സെൽ രൂപീകരിച്ചു. പൊതുവിദ്യാഭ്യാസ ഡയറക്ടറുടെ കീഴിൽ വരുന്ന മുഴുവൻ ജില്ലാതല ഓഫീസർമാരേയും ദേശീയ ദുരന്തനിവാരണ അതോറിറ്റിയുടെ ദുരന്തലഘൂകരണ പദ്ധതി സംബന്ധിച്ച മാർഗ്ഗ നിർദ്ദേശങ്ങൾ ഫലപ്രദമായി നടപ്പാക്കുന്നതിന്റെ ജില്ലാതല നോഡൽ ഓഫീസർമാരായി നിയോഗിച്ചു. സമഗ്ര ശിക്ഷ വിദ്യാലയ ശുചീകരണ പ്രവർത്തനങ്ങൾക്കായി അതത് ജില്ലകളിലെ ജില്ലാ പ്രോഗ്രാം ഓഫീസർമാരെ നോഡൽ ഓഫീസർമാരായി ചുമതലപ്പെടുത്തി ഇക്കാര്യങ്ങൾ മോണിറ്റർ ചെയ്യാൻ സംസ്ഥാന ഓഫീസിലെ ഉദ്യോഗസ്ഥരെ ചുമതലപ്പെടുത്തി.

ഹയർസെക്കന്ററി എൻ എസ് എസ് വോളണ്ടിയർമാരോട് രക്ഷാ പ്രവർത്തനങ്ങളുടെ ഭാഗമാകണം എന്ന് നിർദ്ദേശിച്ചു. ദുരിതാശ്വാസ കേന്ദ്രങ്ങളിലും അവിടങ്ങളിലേക്ക് സാധന സാമഗ്രികൾ എത്തിക്കാനും തുറന്ന സേവന കേന്ദ്രങ്ങളിൽ എൻ എസ് എസ് വോളണ്ടിയർമാർ അർപ്പണ ബോധത്തോടെ പ്രവർത്തിച്ചു.

ദുരന്തകാലത്ത് പൊതുസമൂഹത്തിന് എത്താവുന്ന പൊതുവിദ്യാലയങ്ങളെല്ലാം ദുരിതാശ്വാസ കേന്ദ്രങ്ങളാക്കാമെന്നും ഇതിനായി പൂർണ്ണമായും സഹകരിക്കണമെന്നുമുള്ള നിർദ്ദേശം വകുപ്പ് നല്കി. സ്കൂൾ കുട്ടികൾക്കടക്കം ദുരിതാശ്വാസകേന്ദ്രങ്ങളിൽ ഭക്ഷണത്തിന് യാതൊരു ബുദ്ധിമുട്ടും ഉണ്ടാകാതിരിക്കാൻ ഉച്ചഭക്ഷണവിതരണത്തിനായി നല്കിയ അരി ദുരിതാശ്വാസ കേന്ദ്രങ്ങളിൽ ഭക്ഷണം നല്കാനായി വിനിയോഗിക്കാം എന്ന് നിർദ്ദേശിച്ചു. കൂടാതെ സിവിൽ സപ്ലൈസ് കോർപ്പറേഷന്റെ ഡിപ്പോകളിൽ സൂക്ഷിച്ച സ്കൂൾ കുട്ടികളുടെ ഉച്ചഭക്ഷണ പദ്ധതിക്കാവശ്യമായ 17751.63 മെട്രിക് ടണ്ണിൽനിന്നും 9494 മെട്രിക് ടൺ അരി ജില്ലാ ഭരണകൂടവുമായി ആലോചിച്ച് ആവശ്യാനുസരണം വിനിയോഗിക്കുന്നതിന് നിർദ്ദേശം നല്കി.

സ്കൂൾ വാഹനങ്ങൾ രക്ഷാപ്രവർത്തനങ്ങൾക്കായി വിട്ടുനല്കാൻ നിർദ്ദേശം നല്കി. രക്ഷാപ്രവർത്തനങ്ങൾക്കായി സ്കൂൾ വാഹനങ്ങൾ എല്ലായിടത്തും പ്രയോജനപ്പെടുത്തി. കൂടാതെ വിവിധ വകുപ്പുകളുടെയും പരീക്ഷാഭവനിലേയും കവചിത വാഹനങ്ങൾ ഉൾപ്പെടെയുള്ള എല്ലാ വാഹനങ്ങളും രക്ഷാപ്രവർത്തനത്തിനായി വിട്ടുനല്കി.

പ്രളയാനന്തര പ്രവർത്തനങ്ങളിൽ സംഘടിതമായി ഇടപെടാൻ വിദ്യാഭ്യാസ വകുപ്പിന്റെ എല്ലാ സംവിധാനങ്ങൾക്കും കഴിഞ്ഞിട്ടുണ്ട്.

ഹയർസെക്കന്ററിയിലെ സംസ്ഥാനം മുഴുവൻ വ്യാപിച്ചു കിടക്കുന്ന 1000 ൽ അധികം വരുന്ന എൻ എസ് എസ് യൂണിറ്റുകളിലെ ഒരു ലക്ഷം കുട്ടികൾ രക്ഷാപ്രവർത്തനങ്ങളിലും ശുചിത്വ പ്രവർത്തനത്തിലും പ്രത്യക്ഷ പങ്കാളിയായി.

പ്രളയബാധിത ജില്ലകളിൽ പെടാത്ത 5000 ത്തിലധികം അദ്ധ്യാപകർ സമഗ്ര ശിക്ഷയുടെ നേതൃത്വത്തിൽ പ്രളയബാധിത പ്രദേശത്തെ വിദ്യാലയങ്ങളിലെ ചെളി അടക്കമുള്ള കാര്യങ്ങൾ നീക്കി വൃത്തിയാക്കുന്നതിൽ

പങ്കാളിയായി. പ്രളയബാധിത പ്രദേശത്തുള്ളവരുടെ പങ്കാളിത്തം കൂടി പരിഗണിക്കാൻ പങ്കാളിത്തത്തിന്റെ എണ്ണം ഇനിയും വർദ്ധിക്കും. പ്രളയാനന്തരം വിദ്യാഭ്യാസ വകുപ്പിന്റെ നേതൃത്വത്തിൽ നടന്ന ഏറ്റവും സംഘടിതമായ പ്രവർത്തനമാണ് സമഗ്രശിക്ഷയുടെ ഭാഗമായി നടന്നത്.

വിദ്യാഭ്യാസ വകുപ്പിലെ എ ഇ ഒമാർ ഡി ഇ ഒമാർ എന്നിവരുടെ നേതൃത്വത്തിൽ അദ്ധ്യാപകർ വിവിധ ജില്ലകളിൽനിന്നും പ്രളയാനന്തര ശുചീകരണ പ്രവർത്തനങ്ങളിൽ വ്യാപൃതരായി.

വിവിധ അദ്ധ്യാപക സംഘടനകളുടെ അടക്കം നേതൃത്വത്തിൽ ശുചീകരണ പ്രവർത്തനം നടത്തുകയുണ്ടായി. എസ് സി ഇ ആർ ടി ഉദ്യോഗസ്ഥരും ശുചീകരണ പ്രവർത്തനങ്ങളിൽ അവരുടെ പങ്ക് വഹിച്ചിട്ടുണ്ട്. ഇതിലൊന്നുംപെടാതെ പ്രളയം ബാധിക്കാത്ത സ്ഥലങ്ങളിലെ സ്കൂളുകളുടെ നേതൃത്വത്തിൽ അദ്ധ്യാപകരുടെയും രക്ഷിതാക്കളുടെയും വിവിധ കാര്യങ്ങളിൽ വൈദഗ്ദ്ധ്യമുള്ളവരുടെയും സംഘം ശുചിത്വ പ്രവർത്തനത്തിൽ ഏർപ്പെട്ടു. മാനവസ്നേഹത്തിന്റെ പരസ്പര സഹവർത്തിത്വത്തിന്റെ സഹകരണ മനോഭാവത്തിന്റെ ഉദാത്ത അനുഭവമായ പ്രളയാനന്തര ശുചീകരണ അതിജീവന പ്രവർത്തനങ്ങളിൽ നിർണ്ണായക പങ്ക് വഹിക്കുവാൻ പൊതു വിദ്യാഭ്യാസ വകുപ്പിന് കഴിഞ്ഞു എന്നത് അഭിമാനമുള്ള കാര്യമാണ്.

പിന്നീട് നടന്ന പുനർനിർമ്മാണ പ്രവർത്തനങ്ങളിലും നിർണ്ണായക ഇടപെടൽ വിദ്യാഭ്യാസ വകുപ്പിന്റെ ഭാഗമായുണ്ടായി.

പാഠപുസ്തകങ്ങൾ നഷ്ടപ്പെട്ടവർ, യൂണിഫോം നഷ്ടപ്പെട്ടവർ, എഴുത്ത് പുസ്തകങ്ങൾ നഷ്ടപ്പെട്ടവർ എന്നിങ്ങനെ പഠനോപകരണങ്ങൾ എല്ലാം നഷ്ടപ്പെട്ടവർ ലക്ഷക്കണക്കിനായിരുന്നു. പ്രളയാനന്തരം വീടുകളും ദുരിതാശ്വാസ കേന്ദ്രങ്ങളും സന്ദർശിച്ചപ്പോൾ രക്ഷിതാക്കൾ പ്രതികരിച്ചത് അവർക്ക് നഷ്ടപ്പെട്ട വീടിനെക്കുറിച്ചോ മറ്റു വസ്തുവകകളെക്കുറിച്ചോ ആയിരുന്നില്ല. 'ഞങ്ങളുടെ കുട്ടികളുടെ പുസ്തകങ്ങളെല്ലാം നഷ്ടപ്പെട്ടു മാഷേ' എന്നായിരുന്നു ആദ്യ പ്രതികരണം. കുട്ടികളുടെ വിദ്യാഭ്യാസത്തിൽ എത്രമാത്രം പ്രാധാന്യം നല്കുന്നു എന്നത് ഈ പ്രതികരണങ്ങളിൽനിന്നെല്ലാം വ്യക്തമാണ്. പ്രളയം തുടങ്ങിയ ഘട്ടത്തിൽ തന്നെ വിദ്യാഭ്യാസവകുപ്പും മന്ത്രി എന്ന നിലയിലും ഒരു തീരുമാനമെടുത്തിരുന്നു. പഠനവുമായി ബന്ധപ്പെട്ട് കുട്ടികൾക്ക് എന്ത് നഷ്ടം വന്നാലും അത് സൗജന്യമായി നല്കിയിരിക്കും എന്നതായിരുന്നു അത്. അതുകൊണ്ട് ആ ഘട്ടത്തിൽത്തന്നെ കെ ബി പി എസിന് പാഠപുസ്തകം അച്ചടിക്കാൻ ഓർഡർ നല്കി. പാഠപുസ്തകത്തിന് പുറമേ, യൂണിഫോം, ബാഗ്, പഠന ഉപകരണങ്ങൾ, നോട്ടുപുസ്തകം, കമ്പ്യൂട്ടർ, ലാബ്, ലൈബ്രറി എന്നിവയെല്ലാം പുനർനിർമ്മാണത്തിന്റെ ഭാഗമായി കുട്ടികൾക്ക് നല്കിയിരിക്കും എന്ന തീരുമാനത്തോട് വലിയ സഹകരണമാണുണ്ടായത്.

ഹയർസെക്കന്ററിയിൽ ഒരു വോളണ്ടിയർ 1 നോട്ടുപുസ്തകം എന്ന

കണക്കിൽ എൻ എസ് എസ് 1.20 ലക്ഷം നോട്ടുപുസ്തകം സമാഹരിച്ചു. എസ് എസ് എയുടെ നേതൃത്വത്തിൽ പഠനോപകരണങ്ങൾ അടങ്ങുന്ന പഠനകിറ്റുകൾ സമാഹരിച്ചു. ഡി പി ഐയുടെ നേതൃത്വത്തിൽ വിവിധ സ്രോതസ്സുകളിൽനിന്നും നോട്ടുപുസ്തകങ്ങൾ സ്പോൺസർ ചെയ്തു. ഇങ്ങനെ പ്രതീക്ഷിച്ചതിലും വേഗത്തിൽ പാഠപുസ്തകങ്ങൾ, നോട്ടുപുസ്തകങ്ങൾ, ബാഗ്, പഠനോപകരണങ്ങൾ എന്നിവ നഷ്ടപ്പെട്ട കുട്ടികൾക്ക് നല്കി. ഈ കുട്ടികളിലുണ്ടാക്കിയ ആത്മവിശ്വാസം സ്കൂൾ സന്ദർശിക്കുന്ന ഘട്ടത്തിലും വീടുകൾ സന്ദർശിക്കുന്ന ഘട്ടത്തിലും നേരിട്ട് അനുഭവിച്ച് അറിയാൻ കഴിഞ്ഞു.

കാലവർഷക്കെടുതിയിലും, വെള്ളപ്പൊക്കത്തിലും സർട്ടിഫിക്കറ്റുകൾ നഷ്ടപ്പെട്ടവർക്ക് സർട്ടിഫിക്കറ്റുകൾ ലഭ്യമാക്കുന്നതിന് ആവശ്യമായ നിർദ്ദേശം ബന്ധപ്പെട്ട പരീക്ഷാഭവനുകൾക്ക് നല്കി. നടപടിക്രമങ്ങളിൽ ഇളവുനല്കി യുദ്ധകാലാടിസ്ഥാനത്തിൽ സർട്ടിഫിക്കറ്റുകൾ വിതരണം ചെയ്യുന്നുണ്ട്.

പ്രളയ ദുരന്തത്തിൽപ്പെട്ട കുട്ടികളുടെയും ദൃശ്യമാധ്യമങ്ങളിലൂടെ കണ്ട് അമ്പരന്ന കുട്ടികളുടെയും മനസ്സിനെ വീണ്ടെടുക്കാനുള്ള നാനാതരത്തിലുള്ള പ്രവർത്തനങ്ങൾ നടത്തി. കുട്ടികൾക്ക് സന്തോഷം പകരുവാനുള്ള കളികളിലും മറ്റുമാണ് പ്രളയാനന്തരം സ്കൂൾ തുറന്നപ്പോൾ ശ്രദ്ധ കേന്ദ്രീകരിച്ചത്. കൂടാതെ കൗൺസിലിങ് പ്രവർത്തനം നടന്നു. ചില ജില്ലകളിൽ ജില്ലാ ഓഫീസർമാർ, ഡയറ്റുകൾ എന്നിവരുടെ നേതൃത്വത്തിൽ സാന്ത്വന പ്രവർത്തനങ്ങൾ നടക്കുകയുണ്ടായി. ഹയർ സെക്കന്ററിയിൽ ബാംഗ്ലൂർ നിംഹാൻസിൽനിന്നും പരിശീലനം ലഭിച്ച സൗഹൃദ കോഡിനേറ്റർമാരുടെ സംഘം പ്രളയബാധിത പ്രദേശങ്ങളിലെ സ്കൂളുകൾ സന്ദർശിച്ച് കുട്ടികൾക്ക് ആവശ്യമായ സാന്ത്വന പ്രവർത്തനങ്ങളിൽ ഏർപ്പെട്ടു.

യൂണിസെഫും എസ് സി ഇ ആർ ടിയും ചേർന്ന് വിപുലമായ മനഃശാസ്ത്രപരവും സാമൂഹികവും ആയ വിനോദത്തിന് പ്രാമുഖ്യം നല്കുന്ന കൗൺസിലിങ്ങിനായി സമഗ്രമായ പ്രവർത്തനങ്ങൾ ആസൂത്രണം ചെയ്ത് നടപ്പാക്കി. ഇതിനായുള്ള അദ്ധ്യാപക പരിശീലനങ്ങളും സ്കൂൾ തല പ്രവർത്തനങ്ങളും പൂർത്തിയായിരുന്നു.

കഷ്ടപ്പെട്ട മനസ്സുകളോട് അനുതാപം പ്രകടിപ്പിക്കുക എന്നത് ഏതൊരു മനുഷ്യസ്നേഹിയുടെയും കർത്തവ്യമാണ്. ഈ കർത്തവ്യം ഏറ്റവും മികച്ചനിലയിൽ ഏറ്റെടുത്ത് നടപ്പാക്കാൻ വിദ്യാഭ്യാസ സംവിധാനങ്ങൾക്ക് കഴിഞ്ഞു. പ്രളയഘട്ടത്തിൽ ഭക്ഷണം, വസ്ത്രം, മറ്റ് അത്യാവശ്യ കാര്യങ്ങൾ എന്നിവ സംഭാവനചെയ്ത മനുഷ്യസ്നേഹികൾക്കിടയിൽ വിദ്യാഭ്യാസ വകുപ്പിലെ ഉദ്യോഗസ്ഥരും, വിദ്യാർത്ഥികളുമുണ്ടായിരുന്നു. പ്രളയാനന്തര കേരളത്തിന്റെ പുനർനിർമ്മാണത്തിൽ മലയാളികളോട് ബഹു. മുഖ്യമന്ത്രി സഹായമഭ്യർത്ഥിച്ചപ്പോൾ അതിന് പൂരകമായ പ്രവർത്തനങ്ങൾ വിദ്യാഭ്യാസ വകുപ്പിന്റെ ഭാഗത്തുനിന്നും ഉണ്ടായി.

കേരളത്തിലെ വിദ്യാലയങ്ങളിലുള്ള കുഞ്ഞുങ്ങളിൽനിന്നും 14 കോടി രൂപയിലധികം സമാഹരിച്ചു. സാലറിചലഞ്ചിൽ വലിയ വിഭാഗം അദ്ധ്യാപകരും വകുപ്പിലെ മറ്റു ഉദ്യോഗസ്ഥരും പങ്കാളികളായി.

പ്രളയത്തിൽ കേടുപാടുകൾ പറ്റിയ സ്കൂൾ പുനർനിർമ്മിക്കുന്നതിന്റെ ആസൂത്രണ ഘട്ടത്തിലാണ് ഇപ്പോൾ പൂർണ്ണമായും, ഭാഗികമായും തകർന്ന കെട്ടിടങ്ങൾ, മതിലുകൾ, ലാബുകൾ, ലൈബ്രറികൾ, ഭക്ഷണശാലകൾ, ടോയ്‌ലറ്റ് എന്നിവയൊക്കെയുണ്ട്. ഇവയെല്ലാം പുതുക്കിപ്പണിയേണ്ടതുണ്ട്. പൊതുവിദ്യാഭ്യാസവകുപ്പും, സമഗ്ര ശിക്ഷയും ഇതിനായുള്ള വിവരങ്ങൾ ശേഖരിച്ചിട്ടുണ്ട്. ഇതിനായി കരട് എസ്റ്റിമേറ്റും തയ്യാറാക്കിയിട്ടുണ്ട്. സമഗ്രശിക്ഷ ദേശീയതലത്തിൽ സമഗ്രശിക്ഷാസംവിധാനത്തിന് പ്രൊപ്പോസൽ നല്കിയിട്ടുണ്ട്. പൊതുവിദ്യാഭ്യാസവകുപ്പും സാദ്ധ്യമായ ഏജൻസികൾക്കും പ്രൊപ്പോസൽ നല്കി. സഹായം ലഭ്യമാകും എന്ന് പ്രതീക്ഷിക്കുന്നു.

പ്രളയത്തെതുടർന്ന് പല കാര്യങ്ങളിലും പ്രവർത്തനങ്ങൾ പുനക്രമീകരിച്ചിട്ടുണ്ട്. കുട്ടികളുടെ പ്രതിഭാപ്രകടനത്തിന് യാതൊരു കോട്ടവും ഇല്ലാതെ യുവജന മേളകൾ നടത്താൻ തീരുമാനിച്ചു. ഒന്നാം പാദവാർഷിക പരീക്ഷ വേണ്ടെന്നുവച്ചു. എന്നാൽ ഇതിനായി തയ്യാറാക്കിയ ടൂൾ ഉപയോഗിച്ച് വിശദമായി ചർച്ചകൾ ക്ലാസിൽ നടത്തണം എന്നു തീരുമാനിച്ചു. കഴിഞ്ഞവർഷം തയ്യാറാക്കിയ അക്കാദമിക മാസ്റ്റർ പ്ലാനുകളെ പ്രവർത്തന പദ്ധതികളാക്കി മാറ്റുന്ന പ്രവർത്തനം ദ്രുതഗതിയിൽ പുരോഗമിച്ചു വരുന്നു.

മികവിന്റെ വർഷമായ ഈ വർഷം ഏറ്റവും മികവുറ്റ നിലയിൽ അക്കാദമിക മുന്നേറ്റം ഉണ്ടാക്കാനുള്ള കൂട്ടായ ശ്രമത്തിലാണ് പൊതുവിദ്യാഭ്യാസ വകുപ്പ്. പൊതുവിദ്യാഭ്യാസ സംരക്ഷണത്തെ യജ്ഞത്തിന്റെ പശ്ചാത്തലത്തിൽ സമൂഹപിന്തുണയോടെ അക്കാദമിക പ്രവർത്തനങ്ങൾ മുന്നോട്ടുകൊണ്ടുപോകാനുള്ള നിരവധി പ്രവർത്തനങ്ങൾ ആസൂത്രണം ചെയ്തിട്ടുണ്ട്.

പൊതുവിദ്യാഭ്യാസ സംരക്ഷണയജ്ഞം

വിദ്യാഭ്യാസമാണ് ഒരു ജനതയെ പുരോഗതിയിലേക്ക് നയിക്കുന്ന പ്രധാന ഘടകം. ഇതിനനുസരിച്ചുള്ള ഒരു വിദ്യാഭ്യാസനയം രൂപപ്പെടുത്തേണ്ടത് കാലഘട്ടത്തിന്റെ അനിവാര്യതയാണ്. കേരളത്തെ സർവ്വ മേഖലകളിലും മുന്നോട്ടു നയിച്ചതും ചിലപ്പോഴെങ്കിലും ചില പിന്നോട്ടടികൾ സംഭവിപ്പിച്ചതും അതതുകാലത്തെ വിദ്യാഭ്യാസനയങ്ങളാണ്. ഒരു ജനതയുടെ ചെറിയ ഒരു ശതമാനത്തിനു മാത്രമേ പണ്ട് വിദ്യ അഭ്യസിക്കുവാൻ കഴിഞ്ഞിരുന്നുള്ളൂ. വിദ്യ നിഷേധിച്ചുകൊണ്ട് ബഹുഭൂരിപക്ഷത്തിനെ പാർശ്വവല്ക്കരിച്ചതിന്റെ ഉദാഹരണമായിരുന്നു പണ്ടത്തെ കേരളം.

ഈ നയം തെറ്റാണെന്ന് കേരളത്തോടു പറഞ്ഞത് നവോത്ഥാന പ്രസ്ഥാനമാണ്. ശ്രീനാരായണഗുരു, അയ്യങ്കാളി, ചാവറയച്ചൻ, വക്കം മൗലവി, ചട്ടമ്പിസ്വാമി തുടങ്ങിയ നവോത്ഥാന നായകർ ഈ വൈകല്യത്തെ തുറന്നു കാട്ടുകയും പ്രകൃതിക്കിണങ്ങിയ സമത്വബോധം മനഃസാക്ഷിയിലേക്ക് സംക്രമിപ്പിക്കുകയും ചെയ്തു. തല്ഫലമായി ആശയതലത്തിൽ ഒരു തിരിച്ചറിവുണ്ടായി. അതാണ് വിദ്യാഭ്യാസത്തിലെ ആദ്യത്തെ സമത്വ സങ്കല്പം. വിദ്യ ആർക്കും നിഷേധിക്കപ്പെടരുത് എന്നും അതിലൂടെയാണ് മൊത്തം സമൂഹം പ്രബുദ്ധരായി മുന്നോട്ടുപോകേണ്ടത് എന്നും ശ്രീനാരായണഗുരു നമ്മെ പഠിപ്പിച്ചു. നവോത്ഥാനകാലത്ത് സമൂഹം പുതിയ ഒരു അവകാശബോധം ആർജ്ജിച്ചു. തുടർന്നാണ് സംഘടിച്ച് ശക്തരാകുക എന്ന ആശയവും ശ്രീനാരായണഗുരു മുന്നോട്ടുവച്ചത്.

ഈ ആശയപശ്ചാത്തലത്തിലാണ് 1957 ലെ ഇ എം എസ് മന്ത്രിസഭ രണ്ട് പ്രധാന ആശയങ്ങൾ കേരള സമൂഹത്തിന് മുന്നിൽവച്ചത്. 1. ഭൂപരിഷ്കരണം. 2. പൊതുവിദ്യാഭ്യാസം. ഈ രണ്ട് ആശയങ്ങളാണ് കേരള വിദ്യാഭ്യാസത്തിന്റെ ഗതി മാറ്റിയത്. ഭൂപരിഷ്കരണത്തിലൂടെ ഫ്യൂഡൽ ആശയങ്ങളെ കുറെയൊക്കെ ഇല്ലാതാക്കുവാൻ സാധിച്ചപ്പോൾ പൊതു വിദ്യാ

ഭ്യാസത്തിനുവേണ്ടിയുള്ള ഭൗതിക പശ്ചാത്തലങ്ങൾ ഒരുങ്ങി. തല്ഫല മായി പൊതു വിദ്യാഭ്യാസ സങ്കല്പങ്ങൾ വികസിച്ചു എന്നു മാത്രമല്ല മതനിരപേക്ഷ ജനാധിപത്യ വിദ്യാഭ്യാസം വളർന്നുവരികയുമുണ്ടായി. ആധുനിക കേരളത്തിന്റെ ഭൂമിക മതനിരപേക്ഷ ജനാധിപത്യ വിദ്യാ ഭ്യാസമാണ്. തുടർന്ന് സമ്പൂർണ്ണ സാക്ഷരതായജ്ഞം ആരംഭിക്കുകയും ചരിത്രനേട്ടമായി സമ്പൂർണ്ണ സാക്ഷരത നേടുകയും ചെയ്തു. ഉയർന്ന ആയുർദൈർഘ്യം, കുറഞ്ഞ ശിശുജനന മരണനിരക്കുകൾ, സ്ത്രീ സാക്ഷ രത തുടങ്ങിയ മേഖലകളിലും നാം ലോക ശ്രദ്ധ നേടി. അനന്യമായ കേരള വികസന മാതൃക ഉയർന്നുവന്നതിന്റെ ലഘു ചരിത്രം ഇതാണ്.

പക്ഷേ, 1991 ൽ നവലിബറൽ നയങ്ങൾ നടപ്പിലാക്കിയതിനെ തുടർന്ന് മറ്റു മേഖലകളിലെന്നപോലെ വിദ്യാഭ്യാസത്തിലും കച്ചവടവല്ക്കരണ ത്തിന്റെ ലക്ഷണങ്ങൾ വന്നു. അത് വർദ്ധിച്ച് വർദ്ധിച്ച് വിദ്യാഭ്യാസ കച്ചവടംതന്നെ യാഥാർത്ഥ്യമായി. വർഗ്ഗീയതയുടെ വളർച്ച ഈ പ്രതിഭാസ ത്തിന്റെ ഫലമായി ഉല്പാദിപ്പിക്കപ്പെട്ടതാണ്. ഇതോടെ മതനിരപേക്ഷ ജനാധിപത്യ വിദ്യാഭ്യാസത്തിന് വ്യതിയാനങ്ങളുണ്ടായി. പൊതു വിദ്യാ ഭ്യാസ സ്ഥാപനങ്ങൾ അനാകർഷകമായി, സ്വകാര്യ സ്ഥാപനങ്ങൾ വല്ലാതെ വളർന്നു. ഇതോടെ മതനിരപേക്ഷ ചിന്തകൾക്ക് മങ്ങലേറ്റു. കേരളം പിറകോട്ടു പോകുകയാണോ എന്ന സംശയംപോലും പൊതുവിൽ ഉയർന്നുവന്നു.

ഗൗരവമായ ഈ പശ്ചാത്തലത്തിലാണ് ഇപ്പോഴത്തെ ഇടതുപക്ഷ ജനാധിപത്യമുന്നണി സർക്കാർ പൊതു വിദ്യാഭ്യാസത്തെ സംരക്ഷിക്കു വാനുള്ള പദ്ധതികൾ ആവിഷ്കരിച്ചിരിക്കുന്നത്. 2017 ജനുവരി 27 ന് സംസ്ഥാനത്തെ 13000 സ്കൂളുകളിൽ പൊതു വിദ്യാഭ്യാസ സംരക്ഷണ യജ്ഞത്തിനു തുടക്കംകുറിച്ചു. ഇതിനൊപ്പം തന്നെ, കേരളത്തിന്റെ വരും തലമുറയ്ക്ക് 'പ്രകൃതിയാണ് ഏറ്റവും വലിയ പാഠപുസ്തകം' എന്ന ആശയം നല്കാനുള്ള പ്രവർത്തനം ആരംഭിച്ചു. കേരളത്തിലെ എല്ലാ സ്കൂളുകളിലും ഹരിത നിയമാവലി (ഗ്രീൻ പ്രോട്ടോക്കോൾ) നിലവിൽ വന്നു എന്നതാണ് ഇതിൽ ഏറ്റവും പ്രധാനമായി എടുത്തു പറയേണ്ടത്. ഗ്രീൻ പ്രോട്ടോക്കോൾ തുടക്കംകുറിച്ചുകൊണ്ട് സ്കൂളിലെ വിദ്യാർ ത്ഥികൾ, അദ്ധ്യാപകർ, പൂർവ്വ വിദ്യാർത്ഥികൾ, പൂർവ്വ അദ്ധ്യാപകർ, കലാ സാംസ്കാരിക പ്രവർത്തകർ, രാഷ്ട്രീയ പ്രവർത്തകർ, പൊതു ജനങ്ങൾ എന്നിങ്ങനെ നാനാതുറകളിൽപ്പെട്ടവർ സ്കൂളിൽ ഒത്തുചേർന്ന്, സ്കൂൾ പ്ലാസ്റ്റിക് മാലിന്യ വിമുക്തമാക്കുന്നതിന്റെ ഭാഗമായി പ്ലാസ്റ്റിക് മാലി ന്യങ്ങൾ കൂട്ടമായി നീക്കം ചെയ്യുന്ന പ്രവർത്തനം ആരംഭിച്ചു. അതോ ടൊപ്പം തന്നെ പൊതു വിദ്യാലയങ്ങളെ തങ്ങൾ സംരക്ഷിക്കുമെന്നും മദ്യ ത്തിന്റെയും മയക്കു മരുന്നിന്റെയും സ്വാധീനത്തിൽനിന്ന് വിദ്യാർത്ഥികളെ സംരക്ഷിക്കുമെന്നും വിദ്യാലയ അന്തരീക്ഷത്തെ പ്ലാസ്റ്റിക് മുക്തമാ ക്കുമെന്നും, ജൈവവൈവിദ്ധ്യ കലവറയായി മാറ്റുമെന്നും പ്രഖ്യാപിച്ചു.

വിദ്യാഭ്യാസത്തിന്റെ ജനാധിപത്യവല്ക്കരണവും ജനകീയവല്

ക്കരണവുമാണ് പൊതുവിദ്യാഭ്യാസ സംരക്ഷണയജ്ഞത്തിന്റെ പ്രധാന ലക്ഷ്യം. സർക്കാർ, എയ്ഡഡ് വിദ്യാലയങ്ങളെ ജനകീയമായി വികസിപ്പിച്ച് ഏറ്റവും ആകർഷണീയമാക്കുന്നതിനും അക്കാദമിക് മികവും അക്കാദമിക് ഇതര മികവും പരമാവധി കൈവരുത്തുകയുമാണ് ലക്ഷ്യമിടുന്നത്. ഇതിലൂടെ മതനിരപേക്ഷ ജനാധിപത്യ വിദ്യാഭ്യാസ മൂല്യങ്ങളെ തിരിച്ചുപിടിക്കാമെന്ന് സർക്കാർ കരുതുന്നു. ഇതിനായി വിഭാവനം ചെയ്തിട്ടുള്ള പ്രധാന പദ്ധതികളിൽ ഒന്നാണ് സമ്പൂർണ്ണ ഡിജിറ്റൽവല്ക്കരണം. ഒന്നാം ക്ലാസുമുതൽ ബിരുദാനന്തരബിരുദ ക്ലാസുകൾവരെ ആധുനികവല്ക്കരിക്കുന്നതിനുള്ള പ്രവർത്തനമാണ് ഇത്. ഇതോടെ പഠിക്കുവാനും പഠിപ്പിക്കുവാനുമുള്ള സാഹചര്യങ്ങൾ ലോക നിലവാരത്തിൽ എത്തും. വരുന്ന മൂന്നു വർഷങ്ങൾക്കകം കേരളത്തിലെ എല്ലാ വിദ്യാഭ്യാസ സ്ഥാപനങ്ങളും ആധുനികവല്ക്കരിക്കുന്നതിലൂടെ കേരളം വിദ്യാഭ്യാസരംഗത്ത് ഇന്ത്യയിലെ ആദ്യത്തെ ഡിജിറ്റൽ സംസ്ഥാനമാകും. ഈ മാറ്റത്തിനനുസരിച്ച് ഒന്നരലക്ഷം അദ്ധ്യാപകർക്ക് ആധുനികരീതിയിൽ പരിശീലനം നല്കും. തുടർന്ന് ആധുനിക സാഹചര്യത്തിനനുകൂലമായി കരിക്കുലം നവീകരണവും നടത്തും. കരിക്കുലം നവീകരണമാണ് വിദ്യാഭ്യാസ നവീകരണത്തിന്റെ ശക്തി. അക്കാദമിക് രംഗത്ത് ശ്രദ്ധിക്കുന്നതോടൊപ്പം തന്നെ സ്കൂൾ കെട്ടിടങ്ങളെയും നവീകരിക്കും. ആദ്യഘട്ടം എന്ന നിലയിൽ 1000 സ്കൂളുകളെയെങ്കിലും മികവിന്റെ കേന്ദ്രങ്ങളാക്കി മാറ്റും. ഈ കലാലയങ്ങളിലെ ലബോറട്ടറികളും ലൈബ്രറികളും ഡിജിറ്റൈസ് ചെയ്യുകയും ആധുനികവല്ക്കരിക്കുകയും ചെയ്യും. ഈ മേഖലകളിലെ ഉദ്യോഗസ്ഥർക്കും നവീനരീതിയിൽ പരിശീലനം നല്കും. ഉന്നത വിദ്യാഭ്യാസരംഗത്തും സർവ്വകലാശാലകളിലും ഇതേ രീതിയിൽ മാറ്റങ്ങൾ കൊണ്ടുവരും.

ഭാഷാ പഠനരംഗത്ത് നിരവധി മാറ്റങ്ങൾ ആവശ്യമാണ്. ബോധന മാധ്യമം മലയാളമാകണമെന്ന നിലപാടിലുറച്ചു നില്ക്കുമ്പോൾത്തന്നെ ചുരുങ്ങിയത് മറ്റ് രണ്ട് ഭാഷകളെങ്കിലും പഠിക്കണമെന്ന ലക്ഷ്യമാണുള്ളത് ഇംഗ്ലീഷും ഹിന്ദിയും. ഭാഷാജ്ഞാനം സംസ്കാരവുമായി ബന്ധപ്പെട്ടതാണ്. പ്രൈമറി ക്ലാസുകളിൽ മാതൃഭാഷ തെറ്റുകൂടാതെ പറയുവാനും എഴുതുവാനും കുട്ടിക്ക് കഴിയണമെന്ന ലക്ഷ്യത്തോടെയാണ് പരിശീലനം തുടങ്ങുക. ഇംഗ്ലീഷും ഹിന്ദിയും പറയുവാനും വായിക്കുവാനും പഠിക്കണം. ഇന്ത്യയിലെവിടെയും ലോകത്തിന്റെ മറ്റ് രാജ്യങ്ങളിലും ചുരുങ്ങിയത് ആശയവിനിമയം നടത്തുവാൻ കേരളത്തിലെ പൊതുവിദ്യാഭ്യാസരംഗത്ത് പഠിച്ചവർക്ക് കഴിയണം. അതേസമയം മാതൃഭാഷയിൽ ആഴത്തിലുള്ള അറിവും ഉണ്ടാകണം. ബോധന മാധ്യമം മാതൃഭാഷയിലാകുമ്പോൾ ശാസ്ത്ര, സാഹിത്യ, ചരിത്ര വിഷയങ്ങളിൽ പൂർണ്ണജ്ഞാനം ഉണ്ടാക്കുവാനും കഴിയും. ഭാഷാവിഷയ പരസ്പരപൂരകത യാഥാർത്ഥ്യമാക്കുവാനാണ് ശ്രമിക്കുക.

അക്കാദമിക് ഇതര മേഖലകളിലും പരസ്പരപൂരകമായ വളർച്ച

ഉണ്ടെങ്കിൽ മാത്രമേ വിദ്യാഭ്യാസം പൂർണ്ണമാകൂ. അതിനുവേണ്ടിയും നിരവധി നടപടികൾ വിഭാവനംചെയ്യുന്നു. ഓരോ സ്കൂൾ ക്യാമ്പസും ജൈവ വൈവിദ്ധ്യ ഉദ്യാനമായി മാറ്റണമെന്ന് ഉദ്ദേശിക്കുന്നു. ഇതിലൂടെ കാർഷിക സംസ്കാരം കുട്ടിയിൽ ജനിപ്പിക്കുവാനും പ്രകൃതിയും മനുഷ്യനും തമ്മിലുള്ള സ്ഥൂല സൂക്ഷ്മ ബന്ധങ്ങളെക്കുറിച്ച് തിരിച്ചറിവുണ്ടാക്കുവാനും കഴിയും. പാരിസ്ഥിതികബോധം വളരുന്നതിലൂടെ ഒരു കുട്ടിയുടെ ബോധമണ്ഡലം വികസിക്കുകയും ചെയ്യും. മണ്ണിലേക്കാഴ്ന്നിറങ്ങിക്കൊണ്ടു മാത്രമേ ആകാശത്തേക്ക് ഉയർന്നുവളരാനാവൂ എന്ന പ്രകൃതിതത്ത്വം വിദ്യാഭ്യാസത്തിലൂടെ ആർജ്ജിക്കുവാൻ ശ്രമിക്കും. കലാരംഗത്ത് ഉള്ളവർക്ക് പഠിക്കാനും പഠിപ്പിക്കാനും സാഹചര്യമുണ്ടാക്കുവാൻ ഓരോ മണ്ഡലത്തിലും കലാകായിക സാംസ്കാരിക പാർക്ക് ഒരുക്കുവാനും ശ്രമിക്കുന്നുണ്ട്. ഈ സംവിധാനം ഉപയോഗിച്ച് കായിക പരിശീലനങ്ങളും നടത്തുവാൻ കഴിയും. കായികരംഗത്ത് കേരളത്തിന് കൂടുതൽ മുന്നേറുവാൻ കഴിയാവുന്നവിധം പരിശീലനങ്ങളും സംഘടിപ്പിക്കും. കായികമേഖലയിലെ ഇടപെടലിലൂടെ കുട്ടിയുടെ ആരോഗ്യവും മെച്ചപ്പെടുത്തുവാൻ കഴിയും. ലഹരിപദാർഥങ്ങൾക്കെതിരെയുള്ള ഇടപെടലും വർത്തമാനകാല ആവശ്യമാണ്. ചുരുക്കത്തിൽ മനുഷ്യനെ മനുഷ്യനാക്കി മാറ്റുന്ന പ്രക്രിയയാണ് വിദ്യാഭ്യാസം എന്ന നിർവ്വചനം സാർത്ഥകമാക്കുക എന്നതാകും പൊതുവിദ്യാഭ്യാസ സംരക്ഷണയജ്ഞത്തിന്റെ പ്രധാന ലക്ഷ്യം.

ഒത്തൊരുമയുടെ ഫലം

ഇത്തവണത്തെ എസ് എസ് എൽ സി പരീക്ഷാഫലം വന്നു. പരീക്ഷ എഴുതിയ 4,34,729 കുട്ടികളിൽ 4,26,513 കുട്ടികൾ ഉപരിപഠന യോഗ്യത നേടി (98.11%) കഴിഞ്ഞവർഷത്തെ വിജയശതമാനം 97.84% ആണ്. 0.27% വർദ്ധനവ്. എല്ലാ വിഷയങ്ങൾക്കും എ+ നേടിയ വിദ്യാർത്ഥികളുടെ എണ്ണം 37334 ആണ്. കഴിഞ്ഞവർഷത്തേക്കാൾ 3021 എണ്ണം കൂടുതൽ. ഇത് എസ് എസ് എൽ സി പരീക്ഷയിൽ മാത്രമല്ല ഇത്തവണത്തെ എൽ എസ് എസ്, യു എസ് എസ് പരീക്ഷയിലും കഴിഞ്ഞ വർഷത്തേതിനേക്കാൾ ഏതാണ്ടിരട്ടിയോളം കുട്ടികൾ സ്കോളർഷിപ്പിന് അർഹത നേടി. ഇതെല്ലാം സൂചിപ്പിക്കുന്നത് നമ്മുടെ പൊതുവിദ്യാലയങ്ങളെല്ലാം മികവിന്റെ പാതയിലാണ് എന്നാണ്.

വിദ്യാഭ്യാസ വകുപ്പിലെ അദ്ധ്യാപകരുൾപ്പെടെയുള്ള ജീവനക്കാരും, വിദ്യാർത്ഥികളും, ജനപ്രതിനിധികളും, പൊതുസമൂഹവും എല്ലാം ഒത്തൊരുമിച്ച് പ്രവർത്തിച്ചതിന്റെ ഫലം നമ്മുടെ സമൂഹം തന്നെ കൊയ്യുകയാണ്. നാട്ടാരെല്ലാരും വർദ്ധിതമായ ആവേശത്തിലാണ്. പ്രസ്തുത ആവേശം സ്കൂൾ പ്രവേശനത്തിൽ പ്രകടമാകുന്നുണ്ട്. കഴിഞ്ഞ വർഷത്തേക്കാൾ കൂടുതൽ കുട്ടികൾ ഈ വർഷം പൊതുവിദ്യാലയങ്ങളിൽ എത്തിച്ചേരും എന്നാണ് ഇപ്പോഴത്തെ സൂചനകൾ നല്കുന്നത്. എങ്ങനെ ഈ മാറ്റങ്ങൾ ഉണ്ടായി? ഒന്ന് തിരിഞ്ഞ് നോക്കുന്നത് നന്നായിരിക്കും. 1990 കളിൽ തുടങ്ങിയ നവലിബറൽ നയങ്ങളാണ് പൊതു ഇടങ്ങളെയെല്ലാം ചോദ്യം ചെയ്തതും ദുർബ്ബലപ്പെടുത്തിയതും. പോയകാലത്തെ മോചനപ്പോരാട്ടങ്ങളുടെ നീക്കിബാക്കിയാണ് നമ്മുടെ പൊതുവഴിയാകാം, പൊതുറോഡാകാം, പൊതുജലസ്രോതസ്സാകാം, പൊതുകളിയിടങ്ങളാകാം, പൊതുകുളങ്ങളാകാം, പൊതുജനാരോഗ്യകേന്ദ്രങ്ങളാകാം, പൊതുവിദ്യാലയങ്ങളാകാം. ഈ പൊതു ഇടങ്ങൾ വികസിച്ചു വന്നതോ ജാതി തിരിഞ്ഞുള്ള സമുദായ സമൂഹങ്ങളുടെ നേതൃത്വത്തിൽ നടന്ന പ്രക്ഷോ

ഭങ്ങളിലേക്കും അക്കാലത്ത് തൊഴിൽ മാനദണ്ഡങ്ങൾ ജനിച്ച സമുദായം നോക്കിയായിരുന്നു. എന്നാൽ ചൂഷണത്തിനെതിരെ നടന്ന പോരാട്ടങ്ങളിലൂടെ ജാതി ഇടങ്ങളായിരുന്നില്ല വളർന്നു വന്നത്. എല്ലാം പൊതു ഇടങ്ങളായിരുന്നു. ഇതാണ് കേരളം ലോകത്തിനു മുന്നിൽ വച്ച നവോത്ഥാന മാതൃക. ഈ പൊതു ഇടങ്ങളെല്ലാം മതനിരപേക്ഷമായിരുന്നു. വർഗ്ഗ വ്യത്യാസമൊന്നും ഈ ഇടങ്ങളിലെ പ്രവേശനത്തിന് തടസ്സം ആയിരുന്നില്ല.

ഇത്തരം പൊതു ഇടങ്ങളുടെ ഫലമായും ഭൂപരിഷ്കരണം വഴി ലഭിച്ച ആത്മവിശ്വാസവും അധികാരവും ഒക്കെ പ്രയോജനപ്പെടുത്തി സാമ്പത്തികമായ ഉന്നതി കൈവരിക്കുകയും മദ്ധ്യവർഗ്ഗത്തിന്റെ ഭാഗമായി മാറുകയും ചെയ്ത നവമദ്ധ്യവർഗ്ഗമാണ് നവ ഉദാരീകരണത്തിന്റെ വലയിൽ ആദ്യം ചെന്നുപെട്ടത്.

ഇതിൽ തൊഴിലെടുത്ത് ജീവിക്കുന്നവരും, പുത്തൻ കച്ചവടക്കാരും സർക്കാർ ജീവനക്കാരും ഒക്കെ പെടും. ആഗോളവല്ക്കരണം ഉണ്ടാക്കിയ പള പളപ്പിൽ ഇക്കൂട്ടർ ആകൃഷ്ടരായി. ഇത് പൊതു ഇടങ്ങളെ ദുർബ്ബലപ്പെടുത്തുന്നതിലും, കച്ചവട സംവിധാനങ്ങളെ വളർത്തുന്നതിലും പങ്കു വഹിച്ചിട്ടുണ്ട്. ആഗോളവല്ക്കരണത്തെ അതിന്റെ നയങ്ങളെ പിന്തുണയ്ക്കുന്ന സർക്കാരുകൾ പൊതു ഇടങ്ങളെ കുടുതൽ ദുർബ്ബലമാക്കുന്ന നയങ്ങളും പരിപാടികളും കൊണ്ടുവന്നു. ഇത് പൊതുവിദ്യാലയങ്ങളുൾപ്പെടുന്ന പൊതു ഇടങ്ങളെ കൂടുതൽ കഷ്ടത്തിലാക്കി.

ഇത്തരം ഒരു ദേശീയ, സംസ്ഥാന സാഹചര്യത്തിലാണ് 2016 ൽ ഇടതുപക്ഷ ജനാധിപത്യ മുന്നണി സർക്കാർ അധികാരത്തിൽ വരുന്നത്. തിരഞ്ഞെടുപ്പ് ഘട്ടത്തിൽ പ്രകടന പത്രികയുടെ ഭാഗമായി ഇന്നിന്ന കാര്യങ്ങൾ ചെയ്യും എന്ന് പ്രകടന പത്രികയിലൂടെ ഇടതുപക്ഷ ജനാധിപത്യ മുന്നണി ജനങ്ങളോട് വാഗ്ദാനം ചെയ്തിരുന്നു. പൊതു ഇടങ്ങളുടെ സംരക്ഷണം അതിൽ ഏറ്റവും പ്രധാനമായിരുന്നു. പൊതു ഇടങ്ങളുടെയെല്ലാം ഗുണത മെച്ചപ്പെടുത്തിയും കാര്യക്ഷമമാക്കിയും എല്ലാവരെയും ഉൾക്കൊള്ളുന്ന നവ കേരള സൃഷ്ടിക്കായി നവ കേരളം കർമ്മ പദ്ധതി മുന്നോട്ടുവയ്ക്കുകയുണ്ടായി. 4 മിഷനുകൾ കൂടിച്ചേർന്നതാണ് ഈ കർമ്മ പദ്ധതി. ഇതിൽ ഏറ്റവും പ്രധാനപ്പെട്ടതാണ് പൊതുവിദ്യാഭ്യാസ സംരക്ഷണ യജ്ഞം.

പൊതുവിദ്യാലയങ്ങളെ സംരക്ഷിക്കാൻ, മെച്ചപ്പെടുത്താൻ സർക്കാർ സജ്ജമാണ് എന്ന് പറഞ്ഞപ്പോൾ സമൂഹം അതിനോട് അനുകൂലമായി പ്രതികരിച്ചു. കഴിഞ്ഞ രണ്ട് അക്കാദമിക വർഷങ്ങളിലായി 3.5ലക്ഷം കുട്ടികൾ അധികമായി പൊതുവിദ്യാലയങ്ങളിൽ എത്തിച്ചേർന്നു. ഇത് കേരളീയ സമൂഹത്തിന് പുതിയ അനുഭവമായിരുന്നു. പൊതുവിദ്യാലയങ്ങളെ മെച്ചപ്പെടുത്താൻ പൊതു ഖജനാവിൽ പണമില്ല എന്ന നിലപാടിൽനിന്ന് പൊതുവിദ്യാലയങ്ങളെ മെച്ചപ്പെടുത്താൻ സർക്കാർ ബാദ്ധ്യസ്ഥമാണെന്നും അതിനായി പണമുണ്ടാക്കും എന്ന പ്രഖ്യാപിത നിലപാട് ഇടതുപക്ഷ സർക്കാർ കൈക്കൊണ്ടതിന്റെ അനുകൂലമായ ഫലങ്ങളാണ് ഇപ്പോൾ കാണുന്നതെല്ലാം.

സമൂഹത്തെ പൂർണ്ണമായും വിശ്വാസത്തിലെടുത്തുകൊണ്ടുള്ള പ്രവർത്തന പദ്ധതികളാണ് സർക്കാർ ആവിഷ്കരിച്ചത്. നാല് തലങ്ങളിലുള്ള പ്രവർത്തനങ്ങളായിരുന്നു ആവിഷ്കരിച്ചത്. അവ താഴെ പറയുന്നു.

1. ഭൗതിക സൗകര്യവികസനം.
2. സാങ്കേതിക സൗഹൃദ ക്ലാസ് മുറികൾ/സ്കൂളുകൾ
3. അക്കാദമിക പ്രവർത്തനങ്ങൾ
4. സാമൂഹിക ബന്ധപ്രവർത്തനങ്ങൾ

ഇതിൽ ഭൗതീക സൗകര്യവികസനം ഒന്നാംഘട്ടമായി 1500 സർക്കാർ വിദ്യാലയങ്ങളിൽ നടക്കുന്നു. എയ്ഡഡ് വിദ്യാലയങ്ങൾക്കായി ചാലഞ്ച് ഫണ്ട്.

സർക്കാർ വിദ്യാലയങ്ങളുടെ ഭൗതീക സൗകര്യ വികസനം താഴെ പറയുംവിധമാണ്. കിഫ്ബി സഹായത്തോടെ

1. 141 വിദ്യാലയങ്ങൾക്ക് 5 കോടി വീതം.
2. 395 വിദ്യാലയങ്ങൾക്ക് 3 കോടി വീതം
3. 444 വിദ്യാലയങ്ങൾക്ക് 1 കോടി വീതം.

കൂടാതെ 400 ലധികം വിദ്യാലയങ്ങൾക്ക് പ്ലാൻ സ്കീം വഴി കെട്ടിട നിർമ്മാണം.

സ്കൂളുകൾ സാങ്കേതിക വിദ്യാസൗഹൃദമാക്കുന്നതിന്റെ ഭാഗമായി സെക്കന്ററി ഹയർസെക്കന്ററി 4752 സ്കൂളുകൾക്ക് ഐ ടി അടിസ്ഥാന സൗകര്യം ഉറപ്പാക്കി. 8 മുതൽ 12 വരെ ക്ലാസുകളിലെ 45000 ക്ലാസ് മുറികൾ ഹൈടെക്കായി. 14,000 സ്കൂളുകളിൽ ബ്രോഡ് ബാന്റ് ഇന്റർനെറ്റ്, സ്കൂളുകൾക്ക് 60,000 ലാപ് ടോപ്പ്, 43422 പ്രൊജക്ടർ തുടങ്ങിയവയെല്ലാം ഇതിനകം ലഭ്യമാക്കി.

അക്കാദമിക രംഗത്താണ് വലിയ മാറ്റങ്ങൾ വന്നത്. എല്ലാ സ്കൂളും അക്കാദമിക മികവിലേക്ക് എന്നതിന്റെ ഭാഗമായി അക്കാദമിക മാസ്റ്റർപ്ലാൻ തയ്യാറാക്കി. അതിന്റെ അടിസ്ഥാനത്തിൽ പ്രവർത്തന പദ്ധതികളുണ്ടാക്കി. കുട്ടികളുടെ ഭാഷാശേഷി, ഗണിതശേഷി, ശാസ്ത്രാഭിരുചി തുടങ്ങിയവയോടൊപ്പം കുട്ടികളുടെ സകലമാന സർഗ്ഗശേഷികളും വികസിപ്പിക്കാൻ ആവശ്യമായ പ്രവർത്തന നിർദ്ദേശങ്ങൾ അക്കാദമിക മാസ്റ്റർപ്ലാനിലും, പ്രവർത്തനപദ്ധതിയും ഓരോ സ്കൂളും വരുത്തിയിട്ടുണ്ട്. അതിന്റെ ഭാഗമായി മലയാളത്തിളക്കം, ഹലോ ഇംഗ്ലീഷ്, സുരലീഹിന്ദി, ഗണിതവിജയം തുടങ്ങി നിരവധി മേഖലകളിൽ നവീനങ്ങളായ പ്രവർത്തന പരിപാടികൾ ആവിഷ്കരിച്ചു. പൊതുവിദ്യാലയങ്ങളിൽ ഒന്നും നടക്കുന്നില്ല എന്ന ബോധപൂർവ്വമോ അല്ലാത്തതുമായ പ്രചരണങ്ങളുടെയെല്ലാം മുനയൊടിക്കുന്നതായിരുന്നു ഈ വർഷം നടത്തിയ പഠനോത്സവങ്ങൾ. കുട്ടികൾ പഠനത്തെളിവുകൾ സമൂഹത്തിന്റെ മുന്നിൽ അനാവരണം ചെയ്തു. കുട്ടികളുടെ കഴിവുകൾ സമൂഹം തൊട്ടറിഞ്ഞു. അതിന്റെ പ്രതിഫലനം ഈ അക്കാദമിക വർഷത്തെ പ്രവേശന പ്രവണതയിൽ പ്രകടമാകുന്നുണ്ട്.

പൊതുവിദ്യാഭ്യാസ സംരക്ഷണയജ്ഞത്തിന്റെ വിജയം എന്നത് സമൂഹത്തിന്റെ സക്രിയമായ പങ്കാളിത്തമാണ്. സാമ്പത്തികമായും മറ്റു വിഭവങ്ങൾ നല്കിയും അവരവരുടെ വൈദഗ്ദ്ധ്യം പ്രയോജനപ്പെടുത്തിയും

സമൂഹം സജീവമായി പങ്കാളികളായി. സമൂഹത്തിൽ സാധാരണ ഉണ്ടാകാറുള്ള ഭിന്നതയ്ക്കും വ്യത്യസ്തങ്ങളായ നിലപാടുമെല്ലാം ഇക്കാര്യത്തിൽ മാറ്റിവച്ചാണ് സമൂഹം പൊതു വിദ്യാലയങ്ങളെ മെച്ചപ്പെടുത്തുന്നതിൽ പങ്കാളികളായത്.

ഇനി നമുക്ക് കുറേക്കൂടി ആഴത്തിലുള്ള പ്രവർത്തനങ്ങളിൽ ഏർപ്പെടണം. ഒരു ജനാധിപത്യ മതനിരപേക്ഷ സമൂഹത്തിനാവശ്യമായ മൂല്യബോധവും നിലപാടുകളും വികസിപ്പിക്കണം. അതിനേറ്റവും പ്രധാനമാണ് നാം ജീവിക്കുന്ന ഭൂമിയുടെ സംരക്ഷണം. ആഗോളതാപനവും കാലാവസ്ഥാ വ്യതിയാനവും ചർച്ച ചെയ്യുന്ന ലോകസാഹചര്യത്തിൽ കൊടും മഴ ഉണ്ടാക്കിയ പ്രളയത്തിന്റെയും തുടർന്നുണ്ടായ അത്യുഷ്ണവും നമ്മുടെ അനുഭവമാണ്. ഈ അനുഭവത്തിൽ നിന്നുകൊണ്ട് പരിസ്ഥിതി സംരക്ഷണം നമ്മുടെ ജീവിതശീലമാക്കി മാറ്റണം. ജൈവവൈവിദ്ധ്യ ഉദ്യാനം എന്ന കാഴ്ചപ്പാടിന്റെ പ്രസക്തി ഇവിടെയാണ്. പ്രകൃതി ഏറ്റവും നല്ല പാഠപുസ്തകം എന്ന നിലപാടോടൊപ്പം അതിന്റെ സംരക്ഷത്തിനുള്ള പ്രായോഗിക പരിശീലനമാണ് ജൈവവൈവിദ്ധ്യ ഉദ്യാനങ്ങൾ എല്ലാ സ്കൂളുകളിലും വികസിപ്പിക്കുന്നതിലൂടെ നാം മുന്നോട്ട് വയ്ക്കുന്നത്. കൂടാതെ നമ്മുടെ കുട്ടികളുടെ സകലമാന കഴിവുകളെയും കണ്ടെത്താനും അവ മാക്സിമൈസ് ചെയ്യുന്നതിനും വേണ്ടിയുള്ള ടാലന്റ് ലാബ് യാഥാർത്ഥ്യമാക്കണം. പൊതുസമൂഹത്തിനും അതിലെ വൈദഗ്ദ്ധ്യത്തിനും ഇതിൽ നിർണ്ണായക പങ്കുവഹിക്കാൻ കഴിയും. കൂടാതെ നമ്മുടെ കുട്ടികളുടെ സർഗ്ഗശേഷികളെല്ലാം പ്രകാശിപ്പിക്കാനുള്ള ഇടങ്ങൾ അത് നല്ലൊരു ഓഡിറ്റോറിയമാകാം, നല്ലൊരു ഇൻഡോർ സ്റ്റേഡിയമാകാം, നല്ലൊരു സിന്തറ്റിക് ട്രാക്കുള്ള ഗ്രൗണ്ടാകാം, നല്ലൊരു നീന്തൽ കുളമാകാം. വ്യത്യസ്തങ്ങളായ കഴിവുകളെ പരിശീലിപ്പിക്കുന്ന കലാകായിക പാർക്കാകാം, പലതരം ശേഷികളുള്ള കുട്ടികളുടെ പരിമിതികൾ മറികടക്കാനുള്ള സംവിധാനങ്ങളാകാം. ഇവയെല്ലാം ഒരു വിദ്യാഭ്യാസ ഉപജില്ലയിലുണ്ടാകണം. ക്രമേണ ഓരോ പഞ്ചായത്തിലേക്കും ഇവ വരണം. വലിയ സ്വപനങ്ങളാണിവ. എന്നാൽ ഒന്നും അസാദ്ധ്യമല്ല. പലതും അസാദ്ധ്യമാണ് എന്നത് സാദ്ധ്യമാക്കിയവരാണ് നാം. പൊതു ഇടങ്ങളെ തള്ളിക്കളഞ്ഞ ആഗോളവല്ക്കരണ നിലപാടുകൾക്ക് ബദലായി പൊതു ഇടങ്ങളെ ഗുണിത വർദ്ധിപ്പിച്ചുകൊണ്ട് തിരിച്ചു പിടിച്ചവരാണ് നാം. അസാദ്ധ്യമായ ഒന്നുമില്ല.

അതിനായി എല്ലാവരും ഒന്നുചേരണം എന്നുമാത്രം. ജനങ്ങളെ അണിനിരത്തിക്കൊണ്ട് മാത്രമേ ഇത് കഴിയൂ. അവരുടെ വൈദഗ്ദ്ധ്യത്തെ പ്രയോജനപ്പെടുത്തുകയും വേണം. അങ്ങനെ ജനങ്ങളെ ഏകോപ്പിക്കുന്നതിൽ അതിന്റെ കേന്ദ്രസ്ഥാനത്ത് നില്ക്കേണ്ടവരാണ് സർക്കാർ ജീവനക്കാർ. നാം വികസിപ്പിക്കുന്ന പദ്ധതിയുടെ സാമൂഹിക രാഷ്ട്രീയമാനം മനസ്സിലാക്കിയാലേ ഇഴുകിച്ചേർന്ന് പ്രവർത്തിക്കാൻ കഴിയൂ. പൊതു സമൂഹത്തിൽ അത്തരം ഒരു അവബോധം ഉണ്ടാക്കുന്നതിന് ജീവനക്കാരുടെ കൂട്ടായ്മ ഉണ്ടാക്കാൻ കേരള NGO യൂണിയൻ എന്നും മുന്നിൽ നില്ക്കും എന്ന് പ്രതീക്ഷിക്കുന്നു.

മികവിലേക്ക് ഒരുമിച്ച് മുന്നേറാം

ഒട്ടേറെ സങ്കല്പങ്ങളും ആഗ്രഹങ്ങളും പ്രതീക്ഷകളുമായി പുതിയ അക്കാദമിക വർഷത്തിൽ സ്കൂളിലേക്ക് കടന്നുവരുന്ന ഏവർക്കും സ്വാഗതം. പ്രത്യേകിച്ചും സന്തോഷത്തോടെയും അല്പം ആശങ്കയോടെയും എത്തിച്ചേരുന്ന നവാഗതരായ കുഞ്ഞുങ്ങളെ അഭിമാനത്തോടെയും സന്തോഷത്തോടെയും സ്വാഗതം ചെയ്യുന്നു. കുട്ടികൾക്കും രക്ഷിതാക്കൾക്കും സമൂഹത്തിനും ആഹ്ലാദകരമാകുംവിധം ഈ അക്കാദമിക വർഷത്തെ മികവിന്റെ വർഷമായി നമുക്ക് കൂട്ടായി പരിവർത്തിപ്പിക്കാം. അതിനായുള്ള എല്ലാ മുന്നൊരുക്കങ്ങളും സർക്കാർ ചെയ്തിട്ടുണ്ട്.

കഴിഞ്ഞവർഷം വാർഷിക പരീക്ഷ കഴിഞ്ഞ് വീട്ടിലേക്ക് അവധി ആഘോഷിക്കാൻ പോകുന്ന കുട്ടികൾക്ക് ഈ അക്കാദമിക വർഷം പഠിക്കേണ്ട പുസ്തകങ്ങൾ പരിചയപ്പെടാനായി നല്കുകയുണ്ടായി. പാഠപുസ്തകം കിട്ടിയില്ല എന്ന മുറവിളി ഒരു പഴംകഥയാക്കി മാറ്റാൻ നമുക്ക് കഴിഞ്ഞു. പുതുവർഷത്തിൽ പുത്തൻ ഉടുപ്പണിഞ്ഞ് വരാൻ കഴിയും വിധം യൂണിഫോം വിതരണം അവധിക്കാലത്ത് തന്നെ നടത്തി. കൈത്തറി തുണികളാണ് നല്കിയത്. അതുവഴി നമ്മുടെ നാട്ടുകാരുടെ അദ്ധ്വാനത്തിന് പ്രയോജനം നാട്ടിലെ തൊഴിൽ ചെയ്യുന്നവർക്കും കുട്ടികൾക്കും ഒരുപോലെ ലഭ്യമാക്കി.

പരീക്ഷകളടക്കമുള്ള വിലയിരുത്തലിൽ മികവുള്ളതാക്കി മാറ്റേണ്ടതുണ്ട്. അതോടൊപ്പം ജീവിതത്തെ അതിൽ ഉരുത്തിരിഞ്ഞു വരാവുന്ന പ്രതിസന്ധികളെ ആത്മവിശ്വാസത്തോടെ ജീവിക്കുന്ന സമൂഹത്തിന്റെ ഭാഗമായി നിന്നുകൊണ്ട് അഭിമുഖീകരിക്കാൻ, പ്രാപ്തരാക്കാൻ കുട്ടികളെ സജ്ജരാക്കുക എന്ന വിശാലലക്ഷ്യവും വിദ്യാഭ്യാസ മികവിന്റെ ഭാഗമായി നാം വിഭാവനം ചെയ്യുന്നു. ഇതിന് സഹായകമാകുംവിധം വിദ്യാലയ അന്തരീക്ഷത്തെയും, പഠനപരിസരത്തെയും മതനിരപേക്ഷ ജനാധിപത്യ മൂല്യം ഉൾച്ചേർന്നതാക്കാനുള്ള കർമ്മ പരിപാടികൾ വിദ്യാഭ്യാസ സംര

ക്ഷണ യജ്ഞത്തിന്റെ ഭാഗമാണ്. പഠന ബോധന രീതിയും ഇതിന് അനുപൂരകമാകും.

മാനവരാശി കണ്ടെത്തുന്ന എല്ലാ അറിവും അതിന്റെ പ്രയോജനവും എല്ലാവർക്കും അനുഭവവേദ്യമാകണം എന്നതാണ് നമ്മുടെ നിലപാട്. ഈ നിലപാടിന്റെ പ്രായോഗിക പ്രവർത്തനങ്ങളുടെ ഭാഗമായാണ് എല്ലാ ക്ലാസ് മുറികളെയും ഹൈടെക്കാക്കി മാറ്റുന്നത്. 8 മുതൽ 12 വരെയുള്ള 45000 ക്ലാസ് മുറികളിൽ 38000 ൽ അധികം ക്ലാസ് മുറികൾ സാങ്കേതിക വിദ്യാ സൗഹൃദ ക്ലാസ് മുറികളാക്കി മാറ്റിക്കഴിഞ്ഞു. സുരക്ഷിതത്വവും, ആവശ്യമായ സൗകര്യങ്ങളും ഇനിയും ഉറപ്പാക്കാനുള്ള ക്ലാസ് മുറികളെ സെക്കന്ററി തലത്തിൽ സാങ്കേതിക വിദ്യാസൗഹൃദ ക്ലാസ് മുറികൾ ആക്കി മാറ്റാൻ ബാക്കിയുള്ളൂ. പ്രൈമറി തലത്തിലെ കുട്ടികൾക്കും സാങ്കേതിക വിദ്യാ സഹായത്തോടെ പഠിക്കാനുള്ള അവസരം ഒരുക്കാൻ സർക്കാർ പ്രതിജ്ഞാബദ്ധമാണ്. ഇതിനായി ഈ വർഷം ബഡ്ജറ്റിൽ 300 കോടി രൂപ വകയിരുത്തിയിട്ടുണ്ട്. ഇങ്ങനെ ക്ലാസ് മുറികൾ സാങ്കേതിക വിദ്യാ സൗഹൃദമാകുമ്പോൾ അത് ഫലപ്രദമായി വിനിയോഗിക്കാൻ ആവശ്യമായ വിഭവങ്ങൾ വേണ്ടിവരും. അതിനായി സമഗ്ര വിഭവ പോർട്ടൽ സജ്ജമാക്കിയിട്ടുണ്ട്. കുട്ടികൾക്ക് പഠനാനുഭവങ്ങൾ ഒരുക്കുമ്പോൾ സാങ്കേതിക വിദ്യക്ക് ഇത് വഴി നിർണ്ണായകമായ സ്ഥാനം ലഭിക്കും. വിവേകത്തോടെ പഠന സന്ദർഭങ്ങളെയും പഠനാശയങ്ങളേയും ബന്ധപ്പെടുത്തി സാങ്കേതികവിദ്യയെ പ്രയോജനപ്പെടുത്താൻ അദ്ധ്യാപകർക്ക് ഏറെ സഹായകരമാകും സമഗ്ര വിഭവ പോർട്ടൽ. സമഗ്ര വിഭവ പോർട്ടൽ. എങ്ങനെ പ്രയോജനപ്പെടുത്താം എന്നത് സംബന്ധിച്ച പരിശീലനം മുഴുവൻ അദ്ധ്യാപകർക്കും അവധിക്കാല പരിശീലനത്തിന്റെ ഭാഗമായി നല്കിയിട്ടുണ്ട്.

കാലത്തിനനുസൃതമായി സമൂഹത്തിന്റെ സൗന്ദര്യ സങ്കല്പം മാറിയിട്ടുണ്ട്. ഈ മാറ്റം വേണ്ടത്ര പ്രതിഫലിക്കാൻ സ്കൂൾ കെട്ടിട നിർമ്മാണ രംഗത്ത് കഴിഞ്ഞിരുന്നില്ല . എന്നാൽ സാമ്പ്രദായിക രീതിയിൽ നിന്നും മാറി ആധുനിക സങ്കല്പത്തിനനുസൃതമായുള്ള കെട്ടിട നിർമ്മാണമാണ് പൊതുവിദ്യാഭ്യാസ സംരക്ഷണയജ്ഞത്തിന്റെ ഭാഗമായി നടക്കുക. ഭൗതിക സൗകര്യവികാസവുമായി ബന്ധപ്പെട്ട് ഒന്നാം ഘട്ടമായി 208 വിദ്യലയങ്ങളിലാണ് ഭൗതിക വികസന പ്രവർത്തനങ്ങൾ നടക്കുന്നത്. സമയബന്ധിതമായി ഈ അക്കാദമികവർഷംതന്നെ പണി ആരംഭിച്ച സ്കൂൾ കെട്ടിടങ്ങളുടെ നിർമ്മാണം പൂർത്തീകരിക്കേണ്ടതുണ്ട്.

500 കുട്ടികളിൽ കൂടുതലുള്ള 222 വിദ്യാലയങ്ങളാണ് ഉള്ളത്. ഈ മുഴുവൻ വിദ്യാലയങ്ങൾക്കും ഭൗതിക സൗകര്യവികസനത്തിനായി അമ്പത് ലക്ഷത്തിനും ഒരുകോടിക്കും ഇടയിലുള്ള തുക വിനിയോഗിക്കാൻ സർക്കാർ ഉദ്ദേശിക്കുന്നു. സമൂഹ പങ്കാളിത്തത്തോടെ ഓരോ സ്ഥാപനത്തിനും ആവശ്യമായ കെട്ടിടനിർമ്മാണത്തിനുള്ള സാദ്ധ്യതയാണ് സർക്കാർ തുറന്നിടുന്നത്. കുട്ടികൾ ഏറെയില്ലാത്ത സർക്കാർ സ്കൂളുകളുടെ ഭൗതിക സൗകര്യവികസനത്തിനായി 170 കോടി രൂപയും പ്ലാൻ സ്കീമിന്റെ ഭാഗമായി വകയിരുത്തിയിട്ടുണ്ട്.

ഭൗതിക സൗകര്യവികസനം കൊണ്ടുമാത്രം സ്കൂളുകൾ ഗുണമേന്മാ വിദ്യാഭ്യാസം ഒരുക്കുന്ന മികവിന്റെ കേന്ദ്രങ്ങളായി മാറണമെന്നില്ല. കുട്ടികൾക്ക് അവരവരുടെ കഴിവുകൾ കണ്ടെത്തി അത് ഏറ്റവും ഉന്നതിയിലേക്ക് എത്തിക്കാനും പരിമിതികൾ കണ്ടെത്തി മറികടക്കാനും ആവശ്യമായ പഠന സന്ദർഭങ്ങൾ ഒരുക്കാൻ ഓരോ വിദ്യാലയത്തിനും കഴിയണം. അതോടൊപ്പം പ്രധാനമാണ് ഭരണഘടന മുന്നോട്ട് വയ്ക്കുന്ന മതനിരപേക്ഷ ജനാധിപത്യ മൂല്യങ്ങളും, സഹകരണം സഹവർത്തിത്വം മനോഭാവങ്ങളും അനുതാപവും മറ്റും ഉളവാക്കുക എന്നത്. പഠന പരിസരവും പഠന പ്രക്രിയകളും ഒക്കെ ഇതിൽ ഏറ്റവും പ്രധാന ഘടകങ്ങളാണ്. ഇവയെല്ലാം ഉളവാക്കുന്ന പഠന പരിസരവും പഠനാന്തരീക്ഷവും നമുക്ക് വളർത്തിയെടുക്കേണ്ടതുണ്ട്.

കാലാവസ്ഥ വ്യതിയാനത്തെക്കുറിച്ചും അന്തരീക്ഷ താപനത്തിൽ വരുന്ന മാറ്റങ്ങളെക്കുറിച്ചും ലോകസമൂഹം ഗൗരവമായി ചർച്ചചെയ്തുകൊണ്ടിരിക്കുന്നു. തോല്പിക്കുക, പ്ലാസ്റ്റിക് മലിനീകരണത്തെ (Beat Plastic Pollution) എന്നതാണ് ഈ വർഷത്തെ ലോകപരിസരദിന സന്ദേശം. കേരളത്തെ സംബന്ധിച്ച് ഏറ്റവും അർത്ഥപൂർണ്ണമായ ഒരു സന്ദേശമാണിത്. സ്കൂളിലും, സ്കൂളിലൂടെയും ഈ സന്ദേശത്തെ പ്രായോഗികമാക്കാൻ കഴിയണം. അതുപോലെ പരിസരാവബോധം വളർത്താൻ നാം തുടങ്ങിവച്ച ജൈവവൈവിദ്ധ്യ ഉദ്യാനങ്ങളെ മികവുള്ളതാക്കാൻ നമുക്ക് കഴിയണം. അതോടൊപ്പം പ്രധാനമാണ് ഹരിതകേരളം മിഷന്റെ നേതൃത്വത്തിൽ നടക്കുന്ന വൈവിദ്ധ്യമാർന്ന പ്രവർത്തനങ്ങളുടെ ഭാഗമായി മാറുക എന്നത്.

ഓരോ കുട്ടിയുടെയും സർഗ്ഗാത്മകതയെ, പ്രതിഭയെ കണ്ടെത്തി വികസിപ്പിക്കുക എന്നത് ഏറെ പ്രസക്തമാണ്. ടാലന്റ് ലാബ് എന്ന ആശയത്തെ പ്രാദേശിക വൈദഗ്ദ്ധ്യ സാദ്ധ്യതകൾ കൂടി പ്രയോജനപ്പെടുത്തി അർത്ഥപൂർണ്ണമാക്കി മാറ്റാൻ നമുക്ക് കഴിയണം. മുഴുവൻ കുട്ടികളുടെയും. പ്രതിഭകളുടെ വികാസകേന്ദ്രമാക്കി സ്കൂളുകളെ പരിവർത്തിപ്പിക്കണം.

ഭാഷാവികസനത്തിന് നാം തുടങ്ങിവച്ച മലയാളത്തിളക്കം, ഹലോ ഇംഗ്ലീഷ്, സുരിലി ഹിന്ദി എന്നി ആവശ്യമായ ഇടങ്ങളിലെല്ലാം വ്യാപിപ്പിക്കാം. മൂന്ന് ഭാഷകളിലും ആത്മവിശ്വാസത്തോടെ ഇടപഴകാൻ കുട്ടികളെ സജ്ജമാക്കുക എന്നത് അതിപ്രധാനമാണ്.

ഓരോ കുട്ടികളുടെയും വികാസം മുന്നിൽക്കണ്ടുകൊണ്ട് അക്കാമിക മാസ്റ്റർ പ്ലാൻ തയ്യാറാക്കിയത്. ഈ അക്കാദമിക മാസ്റ്റർ പ്ലാനിനെ കോ കരിക്കുലർ പ്രവർത്തനമോ എക്സ്ട്രാ കരിക്കുലർ പ്രവർത്തനവുമായോ കാണുന്ന അവസ്ഥ ചിലയിടങ്ങളിലെങ്കിലുമുണ്ട്. അക്കാദമിക മാസ്റ്റർ പ്ലാനിന്റെ ഫലപ്രദമായ പ്രയോഗവല്ക്കരണം യഥാർത്ഥത്തിൽ കരിക്കുലം പ്രവർത്തനം തന്നെയാണ്. ഈ ബോദ്ധ്യത്തോടെ അക്കാദമിക മാസ്റ്റർ പ്ലാനിനെ പ്രായോഗിക പ്രവർത്തന പദ്ധതിയാക്കി ഓരോ വിദ്യാലയവും മാറ്റണം. ഇതിനാവശ്യമായ പരിശീലനം അവധിക്കാല പരിശീലനത്തിന്റെ ഭാഗമായി നടന്നിട്ടുണ്ട്. അക്കാദമിക മാസ്റ്റർ പ്ലാൻ ഓരോ സ്ഥാപനവും ഫലപ്രദമായി നടത്തുന്നു എന്നുറപ്പാക്കാനുള്ള ബാദ്ധ്യത വിദ്യാഭ്യാസ

ഉദ്യോഗസ്ഥർക്ക് ഉണ്ട്. വിദ്യാലയങ്ങളിൽ നടക്കുന്ന മോണിറ്ററിങ്ങിന്റെ കേന്ദ്രസ്ഥാനത്തേക്ക് ഇക്കാര്യം കടന്നുവരേണ്ടതുണ്ട്.

വേനലവധി അദ്ധ്യാപകരെ സംബന്ധിച്ച് ആസൂത്രണ പരിശീലന കാലമായിരുന്നു. സെക്കന്ററിതലംവരെ എല്ലാ അദ്ധ്യാപകർക്കും പരിശീലനം നല്കി. സാങ്കേതിക വിദ്യാഭ്യാസ സൗഹൃദ ക്ലാസ് മുറികൾ എങ്ങനെ ഫലപ്രദമാക്കണമെന്നും, ഹരിതകേരളം മിഷൻ പ്രവർത്തനങ്ങൾ എങ്ങനെയെല്ലാം വിദ്യാഭ്യാസ പ്രവർത്തനങ്ങളിൽ ഉദ്ഗ്രഥിക്കാമെന്നും പലവിധത്തിലുള്ള പരിമിതികൾ നേരിടുന്ന കുട്ടികളെ ചെറുപ്രായത്തിൽത്തന്നെ എങ്ങനെ കണ്ടെത്താം എന്നും ഈ പരിശീലനങ്ങളിൽ ചർച്ചചെയ്തു. നല്ല തയ്യാറെടുപ്പോടെയാണ് അദ്ധ്യാപകർ പുതു അക്കാദമിക വർഷത്തിൽ സ്കൂളിൽ എത്തുന്നത്.

ഇതൊക്കെ സൂചിപ്പിക്കുമ്പോഴും തിരുത്തപ്പെടുത്തേണ്ട ചില കാര്യങ്ങളുമുണ്ട്. സ്വകാര്യ ട്യൂഷനും, ഗൈഡ്സംസ്കൃതിയും അടക്കമുള്ള അനുഭവക്ഷണിയ പ്രവണതകൾ ഇനിയും മാറേണ്ടതുണ്ട് എന്ന അഭിപ്രായം വിദ്യാഭ്യാസരംഗത്ത് സജീവമായി പങ്കെടുക്കുന്ന നാട്ടുകാർ ചൂണ്ടികാണുന്നുണ്ട്. അദ്ധ്യാപകർ ആരെങ്കിലും സ്വകാര്യ ട്യൂഷൻ നടത്തുന്നുവെങ്കിൽ അത് സമൂഹം ചൂണ്ടിക്കാട്ടണമെന്നും. അതിന് പരിഹാരം കാണുമെന്നും അറിയിക്കുന്നു. പൊതുവിദ്യാഭ്യാസത്തിന്റെ ഗുണപരമായ മുന്നേറ്റത്തിന് എല്ലാവരുടെയും സഹകരണം അനിവാര്യമാണ്.

അറിവിന്റെ സാർവ്വത്രികവല്ക്കരണത്തിനും ജനാധിപത്യവല്ക്കരണത്തിനും പതിറ്റാണ്ടുകളായി നടത്തുന്ന ശ്രമങ്ങൾ കേരള ചരിത്രത്തിന്റെ ഭാഗമാണ്. അതിൽ തന്നെ തിളങ്ങുന്ന താളുകളാണ് പൊതുവിദ്യാഭ്യാസ സംരക്ഷണയജ്ഞത്തിന്റെ ഭാഗമായി നടക്കുന്ന പ്രവർത്തനങ്ങൾ. വികസന സെമിനാറുകൾ, അക്കാദമിക മാസ്റ്റർ പ്ലാൻവികസനം, രക്ഷാകർത്തൃ വിദ്യാഭ്യാസം, മികവുത്സവങ്ങൾ എന്നിവയെല്ലാം സമൂഹ പങ്കാളിത്തത്തിന്റേതായ അനന്യമാതൃകകളായിരുന്നു. ജനപ്രതിനിധികളുടെയും തദ്ദേശഭരണ സംവിധാനങ്ങളുടെയും ഭാഗത്തുനിന്നും വളരെ വലിയ പിന്തുണയാണ് ലഭിക്കുന്നത്. കഴിഞ്ഞവർഷം നമ്മുടെ പ്രവർത്തനത്തിന് വലിയ പിന്തുണയാണ്. രക്ഷാകർത്തൃ സമൂഹം നല്കിയത്. 1.5 ലക്ഷത്തിനടുത്ത് കുട്ടികളാണ് അധികമായി വന്നു ചേരുന്നത്. ഒന്നാംവർഷം നാം പ്രശ്നാപഗ്രഥനം നടത്തി രണ്ടാംവർഷം ആസൂത്രണ ഘട്ടമായിരുന്നു. അതോടൊപ്പം ഗുണമേന്മയ്ക്കായുള്ള പ്രവർത്തനങ്ങളും നടന്നു. ഈ അക്കാദമിക വർഷം പ്രയോഗത്തിന്റേതാണ്. അതുകൊണ്ടാണ് മികവിന്റെ വർഷമായി പ്രഖ്യാപിച്ചത്. പ്രഖ്യാപനം സാർത്ഥകമാകണമെങ്കിൽ നമുക്കെല്ലാവർഷവും ഒത്തൊരുമിച്ച് മികവിനായി അണിചേരാൻ കഴിയണം. ഈ അണിചേരലിന്റെ പുതുദിനമാകട്ടെ ജൂൺ 1 ന്റെ പ്രവേശനദിനം.

സാർത്ഥകമാകുന്ന പ്രതീക്ഷകൾ

നിറയെ സ്വപ്നങ്ങളും പുത്തൻ പ്രതീക്ഷകളുമായി സ്കൂളുകളിലേക്ക് കടന്നുവരുന്ന പുതുതലമുറയെ ഏറെ സന്തോഷത്തോടെയും അഭിമാനത്തോടെയും സ്വാഗതം ചെയ്യുന്നു. അവരുടെ സ്വപ്നങ്ങളും പ്രതീക്ഷകളും സാർത്ഥകമാക്കുക എന്നതാണ് സർക്കാരിന്റെയും വിദ്യാഭ്യാസ വകുപ്പിന്റെയും ലക്ഷ്യം. ആ പരിശ്രമങ്ങൾക്കൊപ്പംനിന്ന് ലക്ഷ്യത്തെ പ്രോജ്ജ്വലമാക്കുക എന്ന ചുമതലയാണ് അദ്ധ്യാപക അനദ്ധ്യാപകർക്കും വിദ്യാഭ്യാസ പ്രവർത്തകർക്കും മാതാപിതാക്കൾക്കും നിർവ്വഹിക്കാനുള്ളത്. സ്വപ്നങ്ങൾ പൂവണിയുമ്പോൾ സമൂഹത്തിലുണ്ടാകുന്ന സാമൂഹികസാംസ്കാരിക വികാസം വരുംതലമുറയ്ക്ക് കൂടുതൽ കരുത്ത് നല്കും. ഈ സുവർണ്ണ പ്രതീക്ഷയ്ക്ക് സമാരംഭം കുറിക്കുന്ന ജൂൺ 1 പ്രവേശനോത്സവമായി കേരളം ആഘോഷിക്കുകയാണ്. മലയാള ഭാഷയുടെ പുഞ്ചിരി കൂടി സൗരഭ്യം പരത്തുമ്പോൾ പുതുവസന്തം വിരിയുവാനുള്ള ഭൂമിക ഒരുങ്ങിയിരിക്കുന്നു. കേരളത്തിലെ മുഴുവൻ ജനങ്ങളും പൊതുവിദ്യാഭ്യാസ സംരക്ഷണയജ്ഞത്തിന്റെ ഭാഗമായ ഈ മഹോത്സവത്തിൽ പങ്കാളികളാകണം എന്നഭ്യർത്ഥിക്കുന്നു.

2017 - 18 അദ്ധ്യയന വർഷം കേരളം വിദ്യാഭ്യാസ രംഗത്ത് മൗലികമായ നിരവധി മാറ്റങ്ങൾക്ക് സാക്ഷ്യം വഹിക്കുവാൻ പോകുകയാണ്. മനുഷ്യനെ മനുഷ്യനാക്കി മാറ്റുന്നതാണ് വിദ്യാഭ്യാസം എന്ന നിർവ്വചനം സാക്ഷാൽക്കരിക്കാവുന്ന രീതിയിലാണ് വിദ്യാഭ്യാസ മേഖലയെ സർക്കാർ കാണുന്നത്. സമഗ്രമാണ് വിദ്യാഭ്യാസം എന്ന് പൊതുവിദ്യാഭ്യാസ സംരക്ഷണയജ്ഞം വിശ്വസിക്കുന്നു. വിഷയ പഠനത്തോടൊപ്പം കുട്ടിയുടെ സർഗ്ഗപരമായ എല്ലാ കഴിവുകളേയും വളർത്തുകയും പ്രകൃതിയും മനുഷ്യനും, മനുഷ്യനും മനുഷ്യനും, മനുഷ്യനും ഇതര ജീവജാലങ്ങളും

തമ്മിലുള്ള സ്ഥൂലസൂക്ഷ്മ ബന്ധങ്ങളെ കുറിച്ചുകൂടി പഠിക്കുകയും ചെയ്യണം എന്നതാണ് സർക്കാരിന്റെ കാഴ്ചപ്പാട്. ഇതിനാവശ്യമായ പശ്ചാത്തല സൗകര്യങ്ങൾ ഒരുക്കുവാൻ ഈ വർഷം മുഴുവൻ ശ്രമിക്കും.

ഈ അദ്ധ്യയന വർഷം എല്ലാ ക്ലാസുകളിലും 1000 മണിക്കൂർ പഠനമൊരുക്കുവാനുള്ള വലിയ ശ്രമത്തിലാണ് വിദ്യാഭ്യാസ വകുപ്പ്. അതുകൊണ്ടുതന്നെ ഈ വർഷത്തെ അദ്ധ്യയന ദിവസങ്ങൾ നഷ്ടപ്പെടാതെ ശ്രദ്ധിക്കേണ്ടത് എല്ലാവരുടേയും കടമയാണ്. ഓണം, ക്രിസ്തുമസ്, മോഡൽ, ഫൈനൽ പരീക്ഷകൾ എന്നെല്ലാം നടക്കും എന്ന് നേരത്തെ തന്നെ പ്രഖ്യാപിക്കും. അതുകൊണ്ടുതന്നെ വിഷയങ്ങൾ ചിട്ടപ്പെടുത്തി പഠിപ്പിക്കുവാനും പ്രത്യേകം ശ്രദ്ധിക്കുവാനും അദ്ധ്യാപകർക്കും വിദ്യാർത്ഥികൾക്കും കഴിയും. ഓരോ അദ്ധ്യാപകനും ഇതനുസരിച്ച് അക്കാദമിക് കലണ്ടർ സ്വയം തയ്യാറാക്കി പഠനാദ്ധ്യായങ്ങൾ യഥാസമയം തീർക്കുവാനും തുടർ പരിശോധന നടത്തുന്നതിനും ശ്രദ്ധിക്കണം. ഓരോ ക്ലാസിലേയും എല്ലാ കുട്ടികളും, പഠിക്കേണ്ട കാര്യങ്ങൾ പഠിച്ചു എന്നുറപ്പു വരുത്തുന്നതാണ് അദ്ധ്യാപകന്റെ കടമ. വിദ്യാർത്ഥി കേന്ദ്രീകൃത വിദ്യാഭ്യാസ പ്രക്രിയയുടെ മർമ്മം ഇതാണ്. ഓരോ കുട്ടിയേയും തുടർച്ചയായി വിലയിരുത്തി പിന്നോക്കാവസ്ഥയുണ്ടെങ്കിൽ അത് പരിഹരിച്ചുവേണം മുന്നോട്ടു പോകുവാൻ. അപ്പോൾ മാത്രമേ അക്കാദമിക് മികവ് സൃഷ്ടിക്കുവാൻ കഴിയുകയുള്ളൂ. അക്കാദമിക് മികവാണ് വിദ്യാലയത്തിന്റെ മികവ്. ആ മികവിനെ അന്താരാഷ്ട്ര തലത്തിലെത്തിക്കുക എന്നതാണ് നമ്മുടെ ആത്യന്തിക ലക്ഷ്യം. ഈ ലക്ഷ്യത്തോടൊപ്പം മലയാള പഠനം കൂടിയാകുമ്പോൾ സമൂഹത്തിന്റെയും ആവാസ വ്യവസ്ഥയുടേയും എല്ലാ സ്പന്ദനങ്ങളും തിരിച്ചറിയാനാകും എന്നതിനാൽ സമഗ്രമായ അക്കാദമിക് മികവു തന്നെ നേടാനാവും. തികച്ചും അനിവാര്യമായ ഈ വിദ്യാഭ്യാസ സംസ്കാരം വികസിപ്പിക്കുവാൻ കേരളത്തിന് കഴിയണം.

അദ്ധ്യാപനത്തോടും പഠനത്തോടുമൊപ്പം പരീക്ഷയ്ക്കും നിലവിലുള്ള വ്യവസ്ഥയിൽ വലിയ സ്ഥാനമുണ്ട്. ഈ രംഗത്തും സമഗ്രമായ മാറ്റങ്ങൾ കൊണ്ടുവരുവാൻ സർക്കാർ ആലോചിക്കുന്നു. പരീക്ഷാ പരിഷ്കരണം ഈ അക്കാദമിക് വർഷത്തിലെ പ്രധാന അജണ്ടയാണ്. പാഠപുസ്തകം ആസ്പദമാക്കിയുള്ള ചോദ്യബാങ്ക് രൂപീകരിക്കും. സെൻട്രൽ പോർട്ടലിൽ അത് പ്രസിദ്ധീകരിക്കും. ഇതിലൂടെ പരീക്ഷ സംബന്ധിയായി ഇന്നുള്ള പല ദുഃസ്വാധീനങ്ങളും ഇല്ലാതാക്കുന്നതിനും പരീക്ഷയെക്കുറിച്ച് കുട്ടികൾക്കുള്ള ഭയം കുറയ്ക്കുവാനും കഴിയും. ചോദ്യബാങ്ക്! പരീക്ഷാ രംഗത്ത് ഒരു നാഴികക്കല്ലാകും എന്ന് കരുതുന്നു. പരീക്ഷയുടെ ആധുനീകരണം ലക്ഷ്യമിട്ട് ഓൺലൈൻ ചോദ്യപേപ്പറും ഈ വർഷം പരീക്ഷിക്കും. പരീക്ഷകൾ കൃത്യസമയത്തു തന്നെ നടക്കുന്നതിനും നിശ്ചിത സമയത്തു തന്നെ റിസൾട്ട് പ്രസിദ്ധീകരിക്കുന്നതിനും ആയിരിക്കും ഈ വർഷത്തെ മറ്റൊരു പ്രധാന ശ്രദ്ധ.

സ്വകാര്യ ട്യൂഷനും ഗൈഡ് സംസ്കാരവും എൻട്രൻസ് ഭ്രമവും

നമ്മുടെ പൊതുവിദ്യാഭ്യാസ രംഗത്ത് അപകടകരമായ പല പ്രവണതകളും സൃഷ്ടിച്ചിട്ടുണ്ട്. ഇത് നല്ലതല്ല. അതുകൊണ്ടുതന്നെ ഈ പ്രവണതകളെ നിരുത്സാഹപ്പെടുത്തേണ്ട ചുമതല സർക്കാരിനുണ്ട്. ഈ പ്രശ്നത്തെ അത്യന്തം ഗൗരവത്തോടെ തന്നെയാണ് സർക്കാർ വീക്ഷിക്കുന്നത്. അദ്ധ്യാപകരുടെ സ്വകാര്യ ട്യൂഷൻ വിദ്യാഭ്യാസ ചട്ടങ്ങൾ പ്രകാരം നിയമ വിരുദ്ധമാണ്. അങ്ങനെ തന്നെ അതിനെ കാണും. വിദ്യാഭ്യാസ രംഗത്തെ അനഭിലഷണീയമായ പ്രവണതകളെല്ലാം ഇല്ലാതാക്കാൻ ശ്രമിക്കുമ്പോൾ സമൂഹത്തിന്റെ പൂർണ്ണ പിന്തുണ ആവശ്യമാണ്. വിദ്യാഭ്യാസ മേഖലയിൽ അഴിമതി ഇല്ലാതാക്കുവാൻ വിജിലൻസ് വകുപ്പുമായി സഹകരിച്ച് എഡ്യൂവിജിൽ സംവിധാനം ഏർപ്പെടുത്തിയിട്ടുണ്ട്.

വിദ്യാഭ്യാസത്തിന്റെ ആധുനീകരണത്തിനുവേണ്ടി ക്ലാസുകൾ ഹൈടെക് ആക്കുന്ന പ്രവർത്തനം ആരംഭിച്ചു കഴിഞ്ഞു. ആലപ്പുഴ, പുതുക്കാട്, കോഴിക്കോട് നോർത്ത്, തളിപ്പറമ്പ് എന്നീ നാലു മണ്ഡലങ്ങളിലെ 8,9,10,11,12 ക്ലാസുമുറികൾ ഹൈടെക്ക് ആക്കി മാറ്റിക്കഴിഞ്ഞു. ബാക്കി 136 മണ്ഡലങ്ങളിലെ എല്ലാ ക്ലാസുകളും (45,000 ക്ലാസുമുറികൾ) ഈ അക്കാദമിക് വർഷത്തിൽ ഹൈടെക് ക്ലാസുകളാക്കി മാറ്റും, ഇതിനായി കിഫ്ബിയിൽനിന്ന് 400 കോടി രൂപ അനുവദിച്ചിട്ടുണ്ട്. ഇതോടെ പഠനത്തിന്റെ തലത്തിൽ അഭൂതപൂർവ്വവും ഗുണപരവുമായ മാറ്റമുണ്ടാകും. ഈ അനന്ത സാദ്ധ്യതകളെ പുതിയ തലമുറയ്ക്ക് പകർന്നു കൊടുക്കുവാൻ അദ്ധ്യാപകർക്ക് കഴിയണം.

അക്കാദമിക മികവ് അന്താരാഷ്ട്ര തലത്തിലേക്കെത്തിക്കുവാൻ ശ്രമിക്കുമ്പോൾ ഭൗതിക സാഹചര്യങ്ങളും കൂടി അന്താരാഷ്ട്ര നിലവാരത്തിലേക്ക് ഉയർത്തണം. ഇതിനായി 1000 സ്കൂളുകളുടെ മാസ്റ്റർ പ്ലാൻ തയ്യാറാക്കിക്കൊണ്ടിരിക്കുകയാണ്. 200 കോടി രൂപയുടെ പദ്ധതി കിഫ്ബിയിലേക്ക് സമർപ്പിച്ചു കഴിഞ്ഞു. ഈ വർഷം 140 മണ്ഡലങ്ങളിൽ പുതിയ കെട്ടിടത്തിന്റെ നിർമ്മാണ പ്രവൃത്തികൾ ആരംഭിക്കും. തുടർന്ന് ലാബുകളും ലൈബ്രറികളും നവീകരിക്കും. സമൂഹത്തിലെ പാർശ്വവല്ക്കരിക്കപ്പെട്ട ജനവിഭാഗങ്ങളെ മുഖ്യധാരയിലേക്ക് കൈപിടിച്ചുയർത്തുക എന്നത് പൊതുവിദ്യാഭ്യാസ സംരക്ഷണയജ്ഞത്തിന്റെ മുഖ്യലക്ഷ്യങ്ങളിലൊന്നാണ്. ഈ ലക്ഷ്യം മുൻനിർത്തിയാണ് ഓട്ടിസം പാർക്കുകൾ വിഭാവനം ചെയ്തിട്ടുള്ളത്.

ഒരു കുട്ടിയുടെ എല്ലാവിധ കഴിവുകളുടെയും വികാസമാണ് വിദ്യാഭ്യാസം എന്ന ആശയം പ്രാവർത്തികമാക്കാൻവേണ്ടി ഓരോ മണ്ഡലത്തിലും കലാകായിക സാംസ്കാരിക പാർക്ക്, നീന്തൽ കുളം എന്നിവ ഈ വർഷംതന്നെ നിർമ്മാണം ആരംഭിക്കും. കേരളത്തിലെ ആദ്യത്തെ കലാകായിക സാംസ്കാരിക പാർക്ക് തിരുവനന്തപുരത്തെ അട്ടക്കുളങ്ങര സ്കൂളിൽ നിർമ്മാണം പുരോഗമിച്ചു വരുന്നു. ജൈവവൈവിദ്ധ്യപാർക്ക് കേരളത്തിലെ എല്ലാ സ്കൂളുകളിലും നിർമ്മിക്കണമെന്നും ജൂൺ 5 ന് പരിസ്ഥിതി ദിനത്തിൽ മഴക്കൊയ്ത്തുത്സവമായി ആചരിക്കണമെന്നും

നിർദ്ദേശം നല്കിയിട്ടുണ്ട്. വിദ്യാഭ്യാസത്തെ അതിന്റെ സമഗ്രതയിൽ ഉൾപ്പെടുത്താനാവുവിധം വിദ്യാലയ ക്യാമ്പസ് തന്നെ ഇതോടെ ഒരു പാഠപുസ്തകമായിമാറും.

ജനകീയവല്ക്കരണത്തിലൂടെയും ജനാധിപത്യവല്ക്കരണത്തിലൂടെയും സാർവ്വത്രിക വിദ്യാഭ്യാസത്തിന്റെ ഉജ്ജ്വല മാതൃക സൃഷ്ടിച്ച കേരളം, വൈജ്ഞാനിക മേഖലകളിലെ മഹത്തായ നേട്ടങ്ങളെ സ്വാംശീകരിച്ച്, വിദ്യാഭ്യാസരംഗത്തെ ആധുനികവല്ക്കരിക്കുന്നതിനും അന്താരാഷ്ട്ര തലത്തിലേക്ക് ഉയർത്തുന്നതിനുമുള്ള പരിശ്രമങ്ങൾക്കാണ് തുടക്കം കുറിച്ചിരിക്കുന്നത്. മേല്പറഞ്ഞ മാറ്റങ്ങളെല്ലാം ജനകീയമായി നടപ്പിലാക്കണമെന്നാണ് പൊതുവിദ്യാഭ്യാസ സംരക്ഷണ യജ്ഞം ഉദ്ദേശിക്കുന്നത്. ഇതിന് ജനങ്ങളുടെയും തദ്ദേശ സ്വയഭരണ സ്ഥാപനങ്ങളുടെയും ജനപ്രതിനിധികളുടെയും പൂർണ്ണമായ പിന്തുണ ആവശ്യമാണ്. കഴിഞ്ഞ വർഷം സർക്കാർ നല്കിയ വാഗ്ദാനങ്ങൾ പലതും നിറവേറ്റിക്കൊണ്ടാണ് പുതുവർഷത്തിലേക്ക് കടക്കുന്നത്. സ്കൂൾ തുറക്കുമ്പോൾ തന്നെ വിദ്യാലയങ്ങളിൽ പാഠപുസ്തകങ്ങൾ ലഭ്യമാക്കി. യൂണിഫോം വിതരണം ആരംഭിച്ചു. ഒന്നു മുതൽ പത്തുവരെ മുഴുവൻ കുട്ടികൾക്കും അപകട സൗജന്യ ചികിത്സാപദ്ധതി നടപ്പിലാക്കി. ഹയർസെക്കന്ററി തലത്തിലേക്കും ഈ പദ്ധതി വ്യാപിപ്പിക്കാൻ തീരുമാനിച്ചിട്ടുണ്ട്. 13000 സ്കൂളുകൾക്കും ഇന്റർനെറ്റ് കണക്ഷൻ നല്കി. ഒന്നര ലക്ഷം അദ്ധ്യാപകർക്ക് ആധുനിക പരിശീലനം നല്കി. അദ്ധ്യാപകർക്കും വിദ്യാർത്ഥികൾക്കും ഉപയോഗിക്കാൻ കഴിയുംവിധം ഡിജിറ്റൽ പാഠഭാഗങ്ങൾ തയ്യാറാക്കി. ഒന്നുമുതൽ നാലുവരെ ക്ലാസുകളിലെ കുട്ടികൾക്കുള്ള *കളിപ്പെട്ടി* എന്ന പുസ്തകവും, 5,6,7 ക്ലാസുകളിലെ വിവിധ വിഷയങ്ങളുടെ ഐ സി ടി സാദ്ധ്യതകൾ സംഗ്രഹിച്ച് തയ്യാറാക്കിയ *ല@വിദ്യ* എന്ന പേരിലുള്ള പുസ്തകങ്ങളും തയ്യാറാക്കി. ഇതെല്ലാം ഈ അക്കാദമിക് വർഷത്തിന്റെ സമ്പൂർണ്ണ വിജയത്തിന് പശ്ചാത്തലമായി കാണണം. 2017 - 18 കേരളത്തിന്റെ പൊതുവിദ്യാഭ്യാസം ശാക്തീകരിക്കുന്നതിന്റെ നിർണ്ണായക വർഷമായി കണ്ട് ജൂൺ 1 ന്റെ പ്രവേശനോത്സവത്തിലും ജൂൺ 5 ന്റെ മഴക്കൊയ്ത്തുത്സവത്തിലും പങ്കെടുക്കണമെന്ന് അഭ്യർത്ഥിക്കുന്നു.

പരിസ്ഥിതിസാക്ഷരതയിലേക്ക് ഒരുചുവടുകൂടി

കേവല സാക്ഷരത നേടുക എന്നതായിരുന്നു സാക്ഷരതായജ്ഞത്തിന്റെ പ്രധാന ലക്ഷ്യം. ഒരുവർഷത്തെ ജനകീയ പ്രവർത്തനത്തിലൂടെ ആ ലക്ഷ്യം കൈവരിക്കാൻ നമുക്ക് കഴിഞ്ഞു. അതുകൊണ്ടുതന്നെ സാക്ഷരതയിലും സ്ത്രീ സാക്ഷരതയിലും വികസിത രാഷ്ട്രങ്ങൾക്കൊപ്പമെത്തുവാൻ കേരളത്തിനുകഴിഞ്ഞു. തുടർന്ന് സാക്ഷരതാരംഗത്ത് ശ്രദ്ധപതിപ്പിക്കുവാനാണ് പിന്നീട് കേരളം ശ്രദ്ധിച്ചത്. തൊഴിൽ സാക്ഷരതയടക്കം നിരവധി പ്രാഥമിക സാക്ഷരതാ മേഖലകളിൽ തുടർ സാക്ഷരതാ പ്രവർത്തനം നടന്നുകൊണ്ടിരിക്കുന്ന പശ്ചാത്തലത്തിലാണ് ഈ വർഷത്തെ സാക്ഷരതാദിനം സെപ്തംബർ 8 ന് വരുന്നത്. ഈ കാലയളവിൽ പ്രാഥമികമായും നാം ആർജ്ജിക്കേണ്ട പ്രധാന ആശയമാണ് പരിസ്ഥിതി സാക്ഷരത. അതുകൊണ്ടുതന്നെ ഈ വർഷം (2016 സെപ്തംബർ 8 മുതൽ 2017 സെപ്തംബർ 8 വരെ) പരിസ്ഥിതി സാക്ഷരതായജ്ഞമായി നാം ആചരിക്കുകയാണ്. അതിന്റെ ഉദ്ഘാടനമാണ് സെപ്തംബർ 8 ന് നടക്കുന്നത്. കേരളത്തിലെ എല്ലാ താലൂക്ക് തലങ്ങളിലും ഒരേസമയം പരിസ്ഥിതി സാക്ഷരതയെക്കുറിച്ച് ചർച്ച നടക്കും.

പ്രകൃതിയും മനുഷ്യനും, മനുഷ്യനും മനുഷ്യനും, മനുഷ്യനും ഇതര ജീവികളും തമ്മിൽ സ്ഥൂലവും സൂക്ഷ്മവുമായ നിരവധി ബന്ധങ്ങളുണ്ട്. മൗലികമായ ഈ ബന്ധങ്ങൾ ശാശ്വതമായി നിലനില്ക്കുമ്പോഴാണ് പരിസ്ഥിതി സന്തുലനം നിലനില്ക്കുക. പരിസ്ഥിതി സന്തുലനമാണ് പ്രകൃതിയുടെ നിലനില്പിന് ആധാരം. ഈ സന്തുലനം നിലനിർത്തുക എന്നതാണ് മനുഷ്യന്റെ കടമ. പരിസ്ഥിതി സന്തുലനത്തെ തെറ്റിക്കുവാൻ ശ്രമിക്കുന്ന ഭൂമിയിലെ ഏക ജനുസ്സ് മനുഷ്യൻ മാത്രമാണ്. ഈ ശാസ്ത്ര

ബോധമില്ലാതെ (സാക്ഷരതയില്ലാതെ) മനുഷ്യൻ പ്രവർത്തിക്കുന്നതിന്റെ ഫലമായിട്ടാണ് കാലാവസ്ഥാവ്യതിയാനവും കാർഷിക തകർച്ചയും മാരക രോഗങ്ങളുടെ വളർച്ചയും എല്ലാം ഉണ്ടാകുന്നത്. ഈ കാര്യത്തിൽ ഏറ്റവും ഗുരുതരമായ അവസ്ഥയിലാണ് കേരളം. കാലാവസ്ഥാ വ്യതിയാനം കാർഷികരംഗത്ത് ഏറ്റവും പ്രതികൂലമായി ബാധിച്ച പ്രദേശമാണ് കേരളം. ഭക്ഷണശീലങ്ങളിലും ജീവിതശൈലിയിലും വലിയ മാറ്റമുണ്ടായ ജനതയാണ് കേരള ജനത. അതുകൊണ്ടുതന്നെ ആയുർദൈർഘ്യം വർദ്ധിക്കുമ്പോഴും രോഗാതുരതയിൽ നാം വളരെ മുന്നിലായിരിക്കുന്നു. വല്ലാത്തൊരു വൈരുദ്ധ്യമാണിത്. നാം നേടിയ അത്ഭുത നേട്ടങ്ങളെല്ലാം നഷ്ടപ്പെടുമോ എന്ന ഭീതിയിലാണ് കേരളം മുന്നോട്ടുപോകുന്നത്. ഈ ഭീഷണിയിൽനിന്നുള്ള മോചനത്തിനുള്ള വഴിയാണ് പരിസ്ഥിതി സാക്ഷരത.

ചുറ്റുമുള്ള പരിസ്ഥിതിയെക്കുറിച്ച് ബോധവല്ക്കരിച്ചുകൊണ്ടാണ് പരിസ്ഥിതി സാക്ഷരതായജ്ഞം ആരംഭിക്കുന്നത്. ഒരുപരിധിവരെ മലയാളികളെല്ലാം പരിസ്ഥിതി നിരക്ഷരരാണ്. ചുരുക്കത്തിൽ കേരളത്തിൽ വർത്തമാനകാല ദുരന്തങ്ങളിൽനിന്ന് മോചനം നേടുവാനുള്ള ബഹുജന പരിപാടിയാണ് പരിസ്ഥിതി സാക്ഷരതായജ്ഞം. ചുറ്റുപാടിന്റെ ശാസ്ത്രീയതയെക്കുറിച്ചുള്ള ശാസ്ത്രാവബോധത്തിൽനിന്നു തുടങ്ങുമ്പോൾ മാറ്റങ്ങൾ സൃഷ്ടിക്കാമെന്ന് സംസ്ഥാന സർക്കാർ കരുതുന്നു. പ്രകൃതിയുടെ അടിസ്ഥാനമായ സന്തുലനം നമുക്ക് ചുറ്റുമുള്ള എല്ലാ പ്രദേശങ്ങളിലും കാണുവാൻ കഴിയും. ആവാസവ്യവസ്ഥ എന്നു പറയുന്നത് ഇതാണ്. പ്രകൃതിസന്തുലനത്തിന്റെ ഉത്തമപ്രതീകമാണ് ആവാസവ്യവസ്ഥ. ആവാസവ്യവസ്ഥയെ സംരക്ഷിക്കുവാനുള്ള ബോധമുണ്ടെങ്കിൽ പരിസ്ഥിതി സാക്ഷരതയുണ്ടെന്ന് പറയാം. ചുരുങ്ങിയത് ഈ അവസ്ഥയെങ്കിലും മുഴുവൻ ജനങ്ങളിലുമെത്തിക്കാൻ കഴിയത്തക്കവിധമാണ് യജ്ഞം മുന്നോട്ടുപോകേണ്ടത്. വളരെ മൗലികമായ പരിസ്ഥിതിബോധം സൃഷ്ടിക്കുക എന്നതിനപ്പുറം സന്തുലിതവും ശാസ്ത്രീയവുമായ പരിസ്ഥിതി ബോധമുണ്ടാക്കുക എന്നതാണ് ലക്ഷ്യം.

ഒരു ആവാസവ്യവസ്ഥയിൽ 4 തരം ജനുസ്സുകൾ ഉണ്ട്. ഭക്ഷണമുണ്ടാക്കുന്ന ഹരിതനിറം നല്കുന്ന സസ്യങ്ങൾ, ഈ ഭക്ഷണം എടുക്കുന്ന സസ്യഭുക്കുകൾ, മാംസഭുക്കുകൾ എന്നിവയ്ക്കുശേഷം മൃതഭോജികൾ. ഈ ശൃംഖല സന്തുലിതമാകുമ്പോഴാണ് ശുദ്ധമായ ആവാസവ്യവസ്ഥ നിലനില്ക്കുന്നത്. നല്ലവെള്ളവും ഭക്ഷണവും അപ്പോഴാണ് ലഭ്യമാകുക. ഈ തിരിച്ചറിവില്ലാതെ ആവാസവ്യവസ്ഥയെ നശിപ്പിക്കുമ്പോൾ ജീവിതരീതിയും ജീവിതവും താറുമാറാകും. ആധുനികത, പുരോഗമനം എന്നത് ആവാസവ്യവസ്ഥയുടെ സന്തുലനം നിലനിർത്തിക്കൊണ്ടുള്ള ഗുണപരമായ മാറ്റങ്ങളാണ്. പ്രകൃതിയിൽനിന്ന് വല്ലാതെ അകന്നുപോകുന്നതാണ് വികസനം എന്ന തെറ്റായബോധം കമ്പോളസംസ്കാരം നമുക്ക് നല്കി കഴിഞ്ഞിട്ടുണ്ട്. ഉപഭോഗസംസ്കാരമാണ് പുരോഗമനം, വികസനം എന്ന ചിന്ത തെറ്റാണ്. പ്രാദേശികതയും പ്രാദേശിക സംസ്

കാരവും വിഭവങ്ങളുമാണ് ശരീരത്തിന് ആരോഗ്യം നല്കുന്നത്. കാലാവസ്ഥ അനുസരിച്ചാണ് ഭക്ഷണ ജീവിതരീതികൾ. പക്ഷേ, മാധ്യ ങ്ങളുടേയും പരസ്യങ്ങളുടേയും അമിത സ്വാധീനംമൂലം തെറ്റായ ഭക്ഷ ണരീതി വളർന്നുവരുന്നു. ഇത് മാരകരോഗങ്ങളിലേക്കുള്ള വഴിമരുന്നാണ്. പുതിയ തലമുറയെ ഈ അപകടത്തിൽനിന്നും രക്ഷിക്കേണ്ടതുണ്ട്. ആരോഗ്യരംഗത്ത് നമുക്ക് മുന്നേറുവാൻ പരിസ്ഥിതി സാക്ഷരത ആവ ശ്യമാണ്. വികസനത്തിന്റെ അടിത്തറ തന്നെ ആരോഗ്യമുള്ള ജനതയാണ്. ഈ അർത്ഥത്തിൽ സെപ്തംബർ 8 ന് ആരംഭിക്കുന്ന പരിസ്ഥിതി സാക്ഷ രതാ പരിപാടി വിജയിപ്പിക്കണമെന്നഭ്യർത്ഥിക്കുന്നു.

വിദ്യാലയങ്ങൾ കാർഷിക സംസ്കാരത്തിന്റെ വിളനിലങ്ങളാകണം

കേരളത്തിന്റെ തനതായ വിദ്യാഭ്യാസ രീതിയാണ് മതനിരപേക്ഷ ജനാധിപത്യ വിദ്യാഭ്യാസം. കേരളത്തെ സർവ്വ മേഖലകളിലും മുന്നോട്ടു നയിച്ചതും ചിലപ്പോഴെങ്കിലും ചില പിന്നോട്ടടികൾ സംഭവിപ്പിച്ചതും അതതു കാലത്തെ വിദ്യാഭ്യാസനയങ്ങളാണ്. കേരളത്തിലെ ഗതകാല പ്രതാപം വീണ്ടെടുക്കാൻ ആധുനികമായ വെല്ലുവിളികൾ നേരിടുന്നതിനും പൊതുവിദ്യാഭ്യാസത്തെ ശക്തിപ്പെടേണ്ടത് അത്യാവശ്യമാണ് എന്ന് കേരള പൊതുസമൂഹം ഒന്നടക്കം മനസ്സിലാക്കിയിരിക്കുന്നു. ഇത്തരത്തിൽ പൊതുവിദ്യാഭ്യാസം ശക്തിപ്പെടുത്തിക്കൊണ്ട് കേരളത്തെ വീണ്ടും സാമൂഹിക വികസനത്തിൽ ലോകത്തിന്റെ നെറുകയിൽ എത്തിക്കുക എന്നുള്ളതാണ് പൊതുവിദ്യാഭ്യാസ സംരക്ഷണ യജ്ഞം ലക്ഷ്യമിടുന്നത്.

തകർച്ചയെ നേരിടുന്ന കാർഷിക, പാരിസ്ഥിതിക ആരോഗ്യ മേഖലയുടെ ഉണർവ്വിനുവേണ്ടി വരുംതലമുറയെ പ്രാപ്തരാക്കുന്ന പ്രവർത്തനങ്ങൾ പൊതുവിദ്യാഭ്യാസ സംരക്ഷണ യജ്ഞം ഊന്നൽ നല്കുന്നു. കാർഷിക സംസ്കാരം ഉയർത്തുന്ന കേന്ദ്രങ്ങളായി കേരളത്തിലെ വിദ്യാലയങ്ങൾ വളരണം. സംസ്ഥാനത്തെ മുഴുവൻ സ്കൂളുകളും ജൈവ വൈവിദ്ധ്യത്തിന്റെ തുരുത്തുകൾ ആക്കുക എന്നതാണ് സർക്കാർ ലക്ഷ്യമിടുന്നത്.

മണ്ണിലേക്കാഴ്ന്നിറങ്ങിക്കൊണ്ടുമാത്രമേ ആകാശത്തേക്ക് ഉയർന്നു വളരാനാവൂ എന്ന പ്രകൃതിതത്ത്വം വിദ്യാഭ്യാസത്തിലൂടെ ആർജ്ജിക്കുവാൻ നമുക്ക് കൂട്ടായി ശ്രമിക്കാം. മണ്ണിനെ തിരിച്ചറിയുക എന്നത് വളരെ പ്രാധാന്യമാണ്. അത്തരത്തിൽ ഉള്ള സംസ്കാരം നമുക്ക് വിദ്യാലയങ്ങളിൽനിന്ന് വളർത്തിക്കൊണ്ട് വരണം.

കാർഷിക സംസ്കാരം വളർത്തിയെടുക്കുന്നതിന്റെ ഭാഗമായി ശാസ്ത്രീയ കൃഷിരീതികൾ വിദ്യാർത്ഥികൾക്ക് പരിചയപ്പെടുത്തും. വിദ്യാലയ

ങ്ങളിൽ വിദ്യാർത്ഥികളുടെ പങ്കാളിത്തത്തോടെ ജൈവകൃഷി പരിപോഷിക്കും. പല സ്കൂളുകളുടെയും പ്രവർത്തനം മാതൃകയായി എടുക്കാവുന്നതാണ്. നാട്ടിലെ വിവിധയിനം കാർഷികവിളകളുടെ ജീൻ ബാങ്കായി സാദ്ധ്യമായ ഇടങ്ങളിൽ സ്കൂൾ ക്യാമ്പസിനെ പ്രയോജനപ്പെടുത്താം. നമ്മുടെ നാട്ടിലെ പ്രാദേശികമായ നെല്ല് വിത്തിനങ്ങൾ വിദ്യാലയങ്ങളിൽ ശേഖരിക്കാം. ഓരോ പ്രദേശത്തെയും കൃഷി ഓഫീസർമാർ, കർഷകർ എന്നിവർക്ക് ഇതിൽ നിർണ്ണായക പങ്കുവഹിക്കാൻ സാധിക്കും. വിദ്യാർത്ഥികൾക്ക് ഇത്തരം പ്രവർത്തനത്തിന് കർഷകരുടെ അഭിപ്രായം തേടാം. അത്തരത്തിൽ തലമുറകൾ തമ്മിലുള്ള കാർഷിക സംവാദം നമ്മുടെ വിദ്യാലയങ്ങളിൽ സംഘടിപ്പിക്കാം.

ഇത്തരം ആശയങ്ങൾ പ്രാധാന്യം നല്കിക്കൊണ്ട് നവകേരളം പടുത്തുയർത്തുന്നതിന് വേണ്ടിയാണ് ഇടതുപക്ഷ ജനാധിപത്യമുന്നണി സർക്കാർ പൊതുവിദ്യാഭ്യാസത്തെ സംരക്ഷിക്കുവാനുള്ള പദ്ധതികൾ ആവിഷ്കരിച്ചിരിക്കുന്നത്. 2017 ജനുവരി 27 നു സംസ്ഥാനത്തെ 13000 സ്കൂളുകളിൽ പൊതു വിദ്യാഭ്യാസ സംരക്ഷണ യജ്ഞത്തിനു തുടക്കം കുറിച്ചു. ഇതിനൊപ്പംതന്നെ, കേരളത്തിന്റെ വരും തലമുറയ്ക്ക് 'പ്രകൃതിയാണ് ഏറ്റവും വലിയ പാഠപുസ്തകം' എന്ന ആശയം നല്കാനുള്ള പ്രവർത്തനം ആരംഭിച്ചു. കേരളത്തിലെ എല്ലാ സ്കൂളുകളിലും ഹരിത നിയമാവലി (ഗ്രീൻ പ്രോട്ടോക്കോൾ) നിലവിൽ വന്നു എന്നതാണ് ഇതിൽ ഏറ്റവും പ്രധാനമായി എടുത്തു പറയേണ്ടത്. ഗ്രീൻ പ്രോട്ടോക്കോൾ തുടക്കംകുറിച്ചുകൊണ്ട് സ്കൂളിലെ വിദ്യാർത്ഥികൾ, അദ്ധ്യാപകർ, പൂർവ്വ വിദ്യാർത്ഥികൾ, പൂർവ്വ അദ്ധ്യാപകർ, കലാ സാംസ്കാരിക പ്രവർത്തകർ, രാഷ്ട്രീയ പ്രവർത്തകർ, പൊതുജനങ്ങൾ എന്നിങ്ങനെ നാനാതുറകളിൽ പെട്ടവർ സ്കൂളിൽ ഒത്തുചേർന്ന്, സ്കൂൾ പ്ലാസ്റ്റിക് മാലിന്യ വിമുക്തമാക്കുന്നതിന്റെ ഭാഗമായി പ്ലാസ്റ്റിക് മാലിന്യങ്ങൾ കൂട്ടമായി നീക്കം ചെയ്യുന്ന പ്രവർത്തനം ആരംഭിച്ചു. അതോടൊപ്പംതന്നെ പൊതുവിദ്യാലയങ്ങളെ തങ്ങൾ സംരക്ഷിക്കുമെന്നും മദ്യത്തിന്റെയും മയക്കു മരുന്നിന്റെയും സ്വാധീനത്തിൽനിന്ന് വിദ്യാർത്ഥികളെ സംരക്ഷിക്കുമെന്നും വിദ്യാലയ അന്തരീക്ഷത്തെ പ്ലാസ്റ്റിക് മുക്തമാക്കുമെന്നും, ജൈവ വൈവിദ്ധ്യ കലവറയായി മാറ്റുമെന്നും പ്രഖ്യാപിച്ചു.

വിദ്യാഭ്യാസത്തിന്റെ ജനാധിപത്യവല്ക്കരണവും ജനകീയവല്ക്കരണവുമാണ് പൊതുവിദ്യാഭ്യാസ സംരക്ഷണയജ്ഞത്തിന്റെ പ്രധാന ലക്ഷ്യം. സർക്കാർ, എയ്ഡഡ് വിദ്യാലയങ്ങളെ ജനകീയമായി വികസിപ്പിച്ച് ഏറ്റവും ആകർഷണീയമാക്കുന്നതിനും അക്കാദമിക് മികവും അക്കാദമിക് ഇതര മികവും പരമാവധി കൈവരുത്തുകയുമാണ് ലക്ഷ്യമിടുന്നത്. ഇതിലൂടെ മതനിരപേക്ഷ ജനാധിപത്യ വിദ്യാഭ്യാസ മൂല്യങ്ങളെ തിരിച്ചു പിടിക്കാമെന്ന് സർക്കാർ കരുതുന്നു. ഇതിനായി വിഭാവനം ചെയ്തിട്ടുള്ള പ്രധാന പദ്ധതികളിൽ ഒന്നാണ് സമ്പൂർണ്ണ ഡിജിറ്റൽവല്ക്കരണം. ഒന്നാം ക്ലാസുമുതൽ ബിരുദാനന്തരബിരുദ ക്ലാസുകൾവരെ ആധുനികവല്ക്കരി

ക്കുന്നതിനുള്ള പ്രവർത്തനമാണ് ഇത്. ഇതോടെ പഠിക്കുവാനും പഠിപ്പിക്കുവാനുമുള്ള സാഹചര്യങ്ങൾ ലോക നിലവാരത്തിൽ എത്തും. കേരളത്തിൽ നാല് നിയോജക മണ്ഡലത്തിൽ (ആലപ്പുഴ, പുതുകാട്, തളിപ്പറമ്പ്, കോഴിക്കോട് നോർത്ത്) പൈലറ്റ് പ്രോജക്റ്റ് എന്നാ രീതിയിൽ 8, 9, 10, 11, 12 ക്ലാസുകൾ ഹൈടെക്ക് ആകുന്ന പ്രവർത്തനം അവസാന ഘട്ടത്തിലാണ്. അടുത്ത വർഷങ്ങളിൽ കേരളത്തിൽ 45000 ക്ലാസ് റൂമുകൾ സ്മാർട്ട് ക്ലാസ് റൂം ആയി മാറും. വരുന്ന മൂന്നു വർഷങ്ങൾക്കകം കേരളത്തിലെ എല്ലാ വിദ്യാഭ്യാസ സ്ഥാപനങ്ങളും ആധുനികവല്ക്കരിക്കുന്നതിലൂടെ കേരളം വിദ്യാഭ്യാസരംഗത്ത് ഇന്ത്യയിലെ ആദ്യത്തെ ഡിജിറ്റൽ സംസ്ഥാനമാകും. ഈ മാറ്റത്തിനനുസരിച്ച് ഒന്നരലക്ഷം അദ്ധ്യാപകർക്ക് ആധുനികരീതിയിൽ പരിശീലനം നല്കും. തുടർന്ന് ആധുനിക സാഹചര്യത്തിനുകൂലമായി കരിക്കുലം നവീകരണവും നടത്തും. കരിക്കുലം നവീകരണമാണ് വിദ്യാഭ്യാസ നവീകരണത്തിന്റെ ശക്തി. അക്കാദമിക് രംഗത്ത് ശ്രദ്ധിക്കുന്നതോടൊപ്പംതന്നെ സ്കൂൾ കെട്ടിടങ്ങളെയും നവീകരിക്കും. എല്ലാ പൊതുവിദ്യാലയങ്ങളേയും മികവിന്റെ കേന്ദ്രങ്ങളാക്കി മാറ്റും. ആദ്യപടി എന്ന നിലയിൽ 1000 സ്കൂളുകളെയെങ്കിലും മികവിന്റെ കേന്ദ്രങ്ങളാക്കി മാറ്റും. ഈ കലാലയങ്ങളിലെ ലബോറട്ടറികളും ലൈബ്രറികളും ഡിജിറ്റൈസ് ചെയ്യുകയും ആധുനികവല്ക്കരിക്കുകയും ചെയ്യും. ഈ മേഖലകളിലെ ഉദ്യോഗസ്ഥർക്കും നവീനരീതിയിൽ പരിശീലനം നല്കും. ഉന്നത വിദ്യാഭ്യാസരംഗത്തും സർവ്വകലാശാലകളിലും ഇതേ രീതിയിൽ മാറ്റങ്ങൾ കൊണ്ടുവരും.

ഭാഷാ പഠനരംഗത്ത് നിരവധി മാറ്റങ്ങൾ ആവശ്യമാണ്. ബോധന മാധ്യമം മലയാളമാകണമെന്ന നിലപാടിലുറച്ചുനില്ക്കുമ്പോൾത്തന്നെ ചുരുങ്ങിയത് മറ്റ് രണ്ട് ഭാഷകളെങ്കിലും പഠിക്കണമെന്ന ലക്ഷ്യമാണുള്ളത് - ഇംഗ്ലീഷും ഹിന്ദിയും. ഭാഷാജ്ഞാനം സംസ്കാരവുമായി ബന്ധപ്പെട്ടതാണ്. പ്രൈമറി ക്ലാസുകളിൽ മാതൃഭാഷ തെറ്റുകൂടാതെ പറയുവാനും എഴുതുവാനും കുട്ടിക്ക് കഴിയണമെന്ന ലക്ഷ്യത്തോടെയാണ് പരിശീലനം തുടങ്ങുക. ഇംഗ്ലീഷും ഹിന്ദിയും പറയുവാനും വായിക്കുവാനും പഠിക്കണം. ഇന്ത്യയിലെവിടെയും ലോകത്തിന്റെ മറ്റ് രാജ്യങ്ങളിലും ചുരുങ്ങിയത് ആശയവിനിമയം നടത്തുവാൻ കേരളത്തിലെ പൊതു വിദ്യാഭ്യാസരംഗത്ത് പഠിച്ചവർക്ക് കഴിയണം. അതേസമയം മാതൃഭാഷയിൽ ആഴത്തിലുള്ള അറിവും ഉണ്ടാകണം. ബോധന മാധ്യമം മാതൃഭാഷയിലാകുമ്പോൾ ശാസ്ത്ര, സാഹിത്യ, ചരിത്ര വിഷയങ്ങളിൽ പൂർണ്ണജ്ഞാനം ഉണ്ടാക്കുവാനും കഴിയും. ഭാഷാവിഷയ പരസ്പരപൂരകത യാഥാർത്ഥ്യമാക്കുവാനാണ് ശ്രമിക്കുക.

അക്കാദമിക് ഇതര മേഖലകളിലും പരസ്പരപൂരകമായ വളർച്ച ഉണ്ടെങ്കിൽ മാത്രമേ വിദ്യാഭ്യാസം പൂർണ്ണമാകൂ. അതിനുവേണ്ടിയും നിരവധി നടപടികൾ വിഭാവനംചെയ്യുന്നു. ഓരോ സ്കൂൾ ക്യാമ്പസും ജൈവവൈവിദ്ധ്യ ഉദ്യാനമായി മാറ്റണമെന്ന് ഉദ്ദേശിക്കുന്നു. ഇതിലൂടെ കാർഷിക

സംസ്കാരം കുട്ടിയിൽ ജനിപ്പിക്കുവാനും പ്രകൃതിയും മനുഷ്യനും തമ്മിലുള്ള സ്ഥൂല സൂക്ഷ്മബന്ധങ്ങളെക്കുറിച്ച് തിരിച്ചറിവുണ്ടാക്കുവാനും കഴിയും. പാരിസ്ഥിതികബോധം വളരുന്നതിലൂടെ ഒരു കുട്ടിയുടെ ബോധമണ്ഡലം വികസിക്കുകയും ചെയ്യും. കലാരംഗത്ത് ഉള്ളവർക്ക് പഠിക്കാനും പഠിപ്പിക്കാനും സാഹചര്യമുണ്ടാക്കുവാൻ ഓരോ മണ്ഡലത്തിലും കലാ കായിക സാംസ്കാരിക പാർക്ക് ഒരുക്കുവാനും ശ്രമിക്കുന്നുണ്ട്. ഈ സംവിധാനം ഉപയോഗിച്ച് കായിക പരിശീലനങ്ങളും നടത്തുവാൻ കഴിയും. കായികരംഗത്ത് കേരളത്തിന് കൂടുതൽ മുന്നേറുവാൻ കഴിയാവുന്നവിധം പരിശീലനങ്ങളും സംഘടിപ്പിക്കും. കായികമേഖലയിലെ ഇടപെടലിലൂടെ കുട്ടിയുടെ ആരോഗ്യവും മെച്ചപ്പെടുത്തുവാൻ കഴിയും. ലഹരിപദാർത്ഥങ്ങൾക്കെതിരെയുള്ള ഇടപെടലും വർത്തമാനകാല ആവശ്യമാണ്. ചുരുക്കത്തിൽ മനുഷ്യനെ മനുഷ്യനാക്കി മാറ്റുന്ന പ്രക്രിയയാണ് വിദ്യാഭ്യാസം എന്ന നിർവ്വചനം സാർത്ഥകമാക്കുക എന്നതാണ് പൊതു വിദ്യാഭ്യാസ സംരക്ഷണയജ്ഞത്തിന്റെ പ്രധാന ലക്ഷ്യം.

അദ്ധ്യാപകദിനം ആചരിക്കുമ്പോൾ

സെപ്തംബർ 5 അദ്ധ്യാപകദിനം

ഇന്ത്യയുടെ പ്രസിഡന്റായിരുന്ന ഡോ. സർവ്വേപ്പള്ളി രാധാകൃഷ്ണന്റെ ജന്മദിനമാണ് അദ്ധ്യാപകദിനമായി ആഘോഷിക്കുന്നത്. അറിയപ്പെടുന്ന ദാർശനികനും ചിന്തകനും രാഷ്ട്രീയ മീമാംസകനുമായിരുന്നു ഡോ. എസ് രാധാകൃഷ്ണൻ. എന്നാൽ ഇതിനുമെല്ലാമുപരി ഒരദ്ധ്യാപകൻ കൂടിയായിരുന്നു അദ്ദേഹം. അദ്ധ്യാപനത്തെ ഏറ്റവും മഹത്തരമായ കർമ്മമായാണ് അദ്ദേഹം പരിഗണിച്ചത്. ഈ കർമ്മത്തെ അത്രമാത്രം അദ്ദേഹം സ്നേഹിച്ചിരുന്നു. മാനിച്ചിരുന്നു. ശിഷ്യരുടെ സ്നേഹാദരങ്ങൾ വലിയതോതിൽ നേടിയെടുത്ത അദ്ധ്യാപകശ്രേഷ്ഠനായിരുന്നു ഡോ. എസ് രാധാകൃഷ്ണൻ. അതുകൊണ്ടാണ് ശിഷ്യന്മാർ അദ്ദേഹത്തിന്റെ ജന്മദിനം എല്ലാവർഷവും നന്നായി ആഘോഷിക്കണമെന്ന് ആഗ്രഹം പ്രകടിപ്പിച്ചപ്പോൾ ഡോ. എസ് രാധാകൃഷ്ണൻ തന്നെ മുന്നോട്ടുവെച്ച ആശയമാണ് തന്റെ ജന്മദിനം തന്റെ മാത്രം ആക്കി മാറ്റാതെ രാജ്യത്തിലെ അദ്ധ്യാപകരെ മുഴുവൻ ആദരിക്കുന്ന ദിനമെന്ന നിലയിൽ അദ്ധ്യാപകദിനമായി ആചരിക്കണം എന്നത്. ആയിരത്തിത്തൊള്ളായിരത്തി അറുപതുകൾ മുതൽ സെപ്തംബർ 5 എന്നത് അദ്ധ്യാപകദിനമായി നാം ആചരിച്ചിരുവരുന്നു.

അദ്ധ്യാപനംപോലെ ഇത്രമാത്രം സ്വാധീനം ചെലുത്താവുന്ന മറ്റൊരു തൊഴിലില്ല. കുട്ടികളുടെ ഭാവിയെ അതിനിർണ്ണായകമായി സ്വാധീനിക്കുന്നവരാണ് അദ്ധ്യാപകർ. കുട്ടികളുടെ ബൗദ്ധികവും വൈകാരികവും സാമൂഹികവുമായ വളർച്ചയെയും വികാസത്തെയും സ്വാധീനിക്കാൻ അദ്ധ്യാപകർക്കല്ലാതെ മറ്റാർക്കും കഴിയില്ല. കുട്ടികളുടെ ചിന്തയുടെയും പെരുമാറ്റത്തിന്റെയും മൂല്യബോധത്തിന്റെയും വികാസത്തിൽ നിർണ്ണായക സ്വാധീനം ചെലുത്തുന്നവരാണ് അദ്ധ്യാപകർ.

ഈ വർഷത്തെ അദ്ധ്യാപകദിനാചാരണത്തിന് പ്രസക്തി ഏറെയാണ്. ഒരു വലിയ പ്രകൃതി ദുരന്തത്തെ മറികടന്ന ഉടനെയാണ് അദ്ധ്യാപകദിനം ആചരിക്കുന്നത്. കുട്ടനാട് പൂർണ്ണമായും പ്രളയത്തിൽനിന്നും കരകയറിയിട്ടില്ല.

നേരിട്ടും അല്ലാതെയും പ്രളയത്തിന്റെ ഭാഗമായവരാണ് കേരളത്തിലെല്ലാവരും. കേരളത്തിലുള്ളവർ മാത്രമല്ല ലോകമലയാളികളെല്ലാം ഇതിന്റെ പരോക്ഷപങ്കാളിയാണ്. തീരദേശത്തുള്ളവരും, കുട്ടനാട്ടുകാരും, മലയോരവാസികളും ചെറുതും വലുതുമായ പ്രകൃതി ദുരന്തങ്ങളെയും പ്രകൃതി പ്രതിഭാസങ്ങൾ ഉണ്ടാക്കുന്ന പ്രശ്നങ്ങളെയും അഭിമുഖീകരിച്ചവരാണ്. ഇത്തരം പ്രകൃതി ദുരന്തങ്ങൾ താരതമ്യേന കുറവായി മാത്രം ബാധിക്കുന്ന ഇടനാടിനെയാണ് ഇത്തവണ വെള്ളപ്പൊക്കം ഏറെ ബാധിച്ചത്. കുട്ടികളെ മാത്രമല്ല മുതിർന്നവരെയും ശാരീരികമായും മാനസികമായും വൈകാരികമായും പിടിച്ചുലച്ച ഈ വെള്ളപ്പൊക്കം ഉയർത്തിയ ആഘാതങ്ങളിൽനിന്നും കരകയറാൻ സമൂഹത്തിന് പലതരത്തിലുള്ള സഹായങ്ങൾ അനിവാര്യമായ സമയമാണിത്. മലയാളികളിൽ ഒളിഞ്ഞിരിക്കുന്ന കൂട്ടായ്മയുടെയും സംഘബോധത്തിന്റെയും തലങ്ങളും അനുതാപത്തിന്റെ തരംഗവും എല്ലാം ഈ പ്രളയകാലത്ത് നാം നേരിട്ട് അനുഭവിച്ചറിഞ്ഞതാണ്. ലോകത്തെവിടെയുമുള്ള മലയാളിക്ക് ഞാൻ മലയാളിയാണ് എന്ന അഭിമാനം ഉണ്ടായി. പ്രളയകാലത്ത് പ്രളയബാധിതരെ സഹായിക്കാനാവശ്യമായ ഭക്ഷണം, തുണിത്തരങ്ങൾ, മറ്റു സാധനങ്ങൾ എന്നിവ എത്തിക്കുന്നതിൽ സമൂഹം കാണിച്ച കൂട്ടായ്മ ലോകത്തിന് തന്നെ മറ്റൊരു അനുഭവതലങ്ങൾ കാട്ടിക്കൊടുത്തു. പ്രളയത്തിനിരയായവരെ സഹായിക്കാനും നവകേരള സൃഷ്ടിക്കുമായി ആവശ്യമായ സമ്പത്ത് സമൂഹത്തോട് ബഹു. മുഖ്യമന്ത്രി അഭ്യർത്ഥിച്ചപ്പോൾ അതിനോടുള്ള പ്രതികരണം ആവേശം നല്കുന്നതാണ്. മലയാളികൾ മാത്രമല്ല രാജ്യത്തിനകത്തും പുറത്തുമുള്ള മനുഷ്യസ്നേഹികളും ഭരണകൂടങ്ങളും വലിയ താല്പര്യത്തോടെയാണ് പ്രതികരിച്ചത്. ഇതെല്ലാം നമ്മുടെ ശക്തിയാണ്, സംസ്കാരമാണ്.

പ്രളയകാലത്ത് പ്രളയത്തിൽപ്പെട്ടവരെ രക്ഷിക്കാനായി സ്വയംമറന്ന് കർമ്മരംഗത്തിറങ്ങിയ മത്സ്യത്തൊഴിലാളികളും കേരളത്തിലെ യുവതയും നമ്മളിൽ അന്തർല്ലീനമായ മാനവികതയെയും, നന്മയെയുമാണ് പ്രതിഫലിപ്പിച്ചത്. ഇത്തരം നന്മകളും മാനവികതയും ഉളവാകാൻ പ്രത്യക്ഷമായും പരോക്ഷമായും നമ്മുടെ വിദ്യാലയങ്ങൾ, വിദ്യാഭ്യാസ സംവിധാനം, പാഠ്യപദ്ധതി എന്നിവയൊക്കെ പങ്ക് വഹിച്ചിട്ടുണ്ട്. ഇതോടൊപ്പം പ്രധാനമാണ് സമൂഹത്തിൽനിന്നും ലഭിച്ച വിദ്യാഭ്യാസം. നമ്മുടെ യുവത വേണ്ട തരത്തിലാണോ പെരുമാറുന്നത് എന്ന് സന്ദേഹമുള്ളവർക്കെല്ലാമുള്ള മറുപടിയായിരുന്നു ഈ ഘട്ടത്തിൽ അവരുടെ പ്രതികരണങ്ങളും പ്രവർത്തനങ്ങളും.

പ്രളയാനന്തരം ഒട്ടേറെ കാര്യങ്ങൾ ചെയ്യാനുണ്ട്. അതിന്റെയെല്ലാം

കേന്ദ്രങ്ങളായി വിദ്യാലയങ്ങൾ മാറണം. വിദ്യാലയങ്ങളിലും വിദ്യാലയ ങ്ങളിലൂടെ സമൂഹത്തിലേക്കും പ്രസരിക്കേണ്ട ഒട്ടേറെ കാര്യങ്ങളുണ്ട്. പെട്ടെന്നുണ്ടായ ആഘാതത്തിൽ പകച്ചു പോയ കുട്ടികളെയും അവരുടെ വീട്ടുകാരെയും ആത്മവിശ്വാസം നല്കി സ്കൂളിലേക്കും വീട്ടിലേക്കും തിരിച്ചുകൊണ്ടുവരേണ്ടതുണ്ട്. ശാരീരികമായി അവർ സ്കൂളിലും വീട്ടിലും എത്തിയിട്ടുണ്ടാകും എന്നാൽ ഉണ്ടായ നഷ്ടത്തിന്റെ വൈപുല്യം ഉയർ ത്തുന്ന നഷ്ടബോധം ഒരു പ്രശ്നം തന്നെയാണ്. ഇത് അഭിമുഖീകരിക്കേ ണ്ടതുണ്ട്. ദുരന്തമുഖത്ത് പ്രവർത്തിച്ച് പരിചയമുള്ള യൂണിസെഫിന്റെയും മാനസിക പ്രശ്നങ്ങളെ സംബന്ധിച്ച ഗവേഷണസ്ഥാപനമായ നിംഹാൻ സിന്റെയും സഹകരണത്തോടെ വിദ്യാഭ്യാസ വകുപ്പിന്റെ നേതൃത്വത്തിൽ പ്രളയബാധിത ജില്ലകളിലെ കുട്ടികളെ ലക്ഷ്യംവെച്ചുകൊണ്ട് ജീവിത ത്തിലേക്ക് തിരിച്ചുകൊണ്ടുവരിക എന്ന ലക്ഷ്യത്തോടെ സൈക്കോ സോഷ്യൽ സപ്പോർട്ടിങ് പ്രോഗ്രാം നടത്തുന്നു. അതിനുവേണ്ട പ്രവർ ത്തനങ്ങൾ ദ്രുതഗതിയിൽ നടന്നുവരുന്നു. പ്രളയം മനസ്സിനെ ഏതെങ്കിലും രീതിയിൽ ബാധിച്ചിട്ടുള്ള മുഴുവൻ കുട്ടികളെയും ലക്ഷ്യമിട്ടാണ് ഈ പ്രവർത്തനം നടത്തുന്നത്. അദ്ധ്യാപകരാണ് ഈ പ്രക്രിയയിൽ മുന്നിൽ നിന്ന് പ്രവർത്തിക്കേണ്ടത്. കുട്ടികളുടെ സംഘർഷഭരിതമായ മനസ്സിനെ പഠനാന്തരീക്ഷത്തിലേക്ക് കൂട്ടിക്കൊണ്ടുവരേണ്ട ചുമതല എല്ലാ അദ്ധ്യാപകരും ഏറ്റെടുക്കണം.

ഇനി നാം ഏറെ കരുതിയിരിക്കേണ്ടത് ജലജന്യരോഗങ്ങളെയാണ്. മലിനജലവും, ജലംവഴി വരുന്ന രോഗങ്ങളും വലിയ വിപത്തിന് കാര ണമാക്കും. കരുതിയിരുന്നാൽ ഇവയെയും അതിജീവിക്കാം. എലിപ്പനി, കോളറ, ടൈഫോയ്ഡ്, മഞ്ഞപ്പിത്തം തുടങ്ങിയവ വലിയ ഭീഷണിയാകാം. പകർച്ചവ്യാധികൾ വരാതിരിക്കാനും വന്നാൽ പടരാതിരിക്കാനും ശ്രദ്ധവേണം. ഇക്കാര്യങ്ങൾ കുട്ടികൾക്ക് മനസ്സിലാക്കി ക്കൊടുക്കുവാനുള്ള ഇടമായി വിദ്യാലയങ്ങൾ മാറണം. ആരോഗ്യവകു പ്പുമായും നാട്ടിലെ പ്രാഥമിക ആരോഗ്യകേന്ദ്രങ്ങളുമായും കൂട്ടായി പ്രവർത്തിക്കാൻ കഴിയണം. രോഗപ്രതിരോധത്തിൽ നാം സമ്പൂർണ്ണമായും പങ്കാളികളാകണം.

എലിപ്പനി ഒരു പ്രധാന ഭീഷണിയായി വന്നുകൊണ്ടിരിക്കുന്നു. എലി യുടെ വിസർജ്ജ്യ വസ്തുക്കളുമായി സമ്പർക്കത്തിൽപ്പെട്ട ജലത്തിലൂടെ യാണിത് പടരുന്നത്. ഇത്തരം ജലത്തിലൂടെ നടക്കുന്നതോ സ്പർശി ക്കുന്നതോ രോഗകാരണമാകാം. മലിനജല സമ്പർക്കമുണ്ടായാൽ പ്രതി രോധ ചികിത്സ നടത്തണം. രോഗലക്ഷണങ്ങൾ കണ്ടാൽ ഉടൻ ചികിത്സ വേണം. തുടക്കത്തിൽത്തന്നെ ചികിത്സിച്ചാൽ പ്രതിരോധിക്കാം.

ഇതുപോലെ തന്നെ കരുതിയിരിക്കേണ്ടതാണ് ഡങ്കിപ്പനി. ഇത് പര ത്തുന്ന ഈഡിസ് ഈജിപ്തി കൊതുകുകൾ കനത്ത മഴയിൽ ഇല്ലാതാ യതിനാൽ ഇപ്പോൾ ഡങ്കിപ്പനി വരുന്നില്ലെങ്കിലും മഴ ശമിക്കുന്ന ഘട്ട ത്തിൽ തിരിച്ചുവരാനുള്ള സാദ്ധ്യത ഉണ്ട്. അതുകൊണ്ട് തന്നെ പരിസ

രത്ത് കൊതുകുകൾക്ക് വളരാൻ കഴിയുന്ന സാഹചര്യം ഉണ്ടാവരുത്. എല്ലാറ്റിനും ശുചിത്വം പ്രധാനമാണ്. ശുചിത്വമുള്ള വിദ്യാലയാന്തരീക്ഷം സൃഷ്ടിക്കുവാൻ അദ്ധ്യാപകർ പ്രത്യേകം ശ്രദ്ധിക്കണം.

വെള്ളം തിളപ്പിച്ചാറ്റി മാത്രമേ കുടിക്കാവൂ. കുടിക്കുന്ന വെള്ളംമാത്രം ശ്രദ്ധിച്ചാൽ മതിയാകില്ല. പാത്രം കഴുകുന്ന വെള്ളം, കൈ കഴുകുന്ന വെള്ളം, കക്കൂസിൽ പോയാൽ ശരീരം വൃത്തിയാക്കുന്നതിന് ഉപയോഗിക്കുന്ന വെള്ളം ഇവയുടെയെല്ലാം ശുചിത്വം ശ്രദ്ധിക്കണം. കൂടാതെ നാം പാലിക്കേണ്ട ശുചിത്വശീലങ്ങളും രീതികളും കുട്ടികളിലേക്കും അതുവഴി സമൂഹത്തിലേക്കും സംപ്രേഷിപ്പിക്കാനുള്ള ഇടമാക്കി സ്കൂളുകളെ മാറ്റാൻ കഴിയണം. ഇതിനെല്ലാം നേതൃത്വം നല്കാൻ കഴിയുക അദ്ധ്യാപകർക്ക് മാത്രമാണ്. അങ്ങനെയാണ് അദ്ധ്യാപനം ശ്രേഷ്ഠമായ സാമൂഹികപ്രവർത്തനമായി മാറേണ്ടത്. കുട്ടികളെയും സമൂഹത്തെയും ജീവിതത്തിലേക്കും അവരുടെ പ്രവർത്തനമണ്ഡലത്തിലേക്കും തിരികെ എത്തിക്കാൻ അവരുടെ ശാരീരികവും മാനസികവുമായ ആരോഗ്യം ഉറപ്പാക്കേണ്ടതുണ്ട്. ആയതിനാൽ നാം നടത്തുന്ന ഈ പ്രവർത്തനങ്ങളെല്ലാം വിദ്യാഭ്യാസ പ്രവർത്തനത്തിന്റെ ഭാഗം തന്നെയാണ്.

അപ്രതീക്ഷിതമായും നമുക്ക് പരിചിതമല്ലാത്ത വിധത്തിലും അതിക്രമിച്ചുവന്ന പ്രളയം സുഗമമായി മുന്നേറിയ പൊതുവിദ്യാഭ്യാസ സംരക്ഷണ പ്രവർത്തനത്തെ ചെറുതല്ലാത്തവിധം ബാധിച്ചിട്ടുണ്ട്. പ്രളയബാധിത പ്രദേശത്ത് നേരിട്ടും അല്ലാത്തിടത്ത് പരോക്ഷമായും എല്ലാവരേയും ഒരു തരത്തിലല്ലെങ്കിൽ മറ്റൊരു തരത്തിൽ ബാധിച്ച ഒന്നാണ് പ്രളയം. ഇനി നമുക്ക് പതുക്കെ പതുക്കെ തിരിച്ചുവരണം.

പൊതുവിദ്യാലയങ്ങളുടെ വിശ്വാസ്യത വർദ്ധിച്ചതിന്റെ ഭാഗമായി കഴിഞ്ഞ രണ്ടുവർഷങ്ങളിലായി കൂടുതലായി എത്തിച്ചേർന്ന മൂന്നരലക്ഷത്തോളം കുട്ടികളടക്കമുള്ള 44 ലക്ഷത്തിൽപ്പരം കുട്ടികൾക്കുള്ള പഠന ഇടമാണ് സ്കൂൾ വിദ്യാഭ്യാസം. ഈ കുട്ടികൾക്ക് എല്ലാവർക്കും മികവാർന്ന വിദ്യാഭ്യാസം നല്കുക എന്നത് നമ്മുടെ കടമയാണ്. പൊതുവിദ്യാഭ്യാസസംരക്ഷണ യജ്ഞത്തിന്റെ ഭാഗമായി അക്കാദമിക പ്രവർത്തനങ്ങൾ ആസൂത്രിതമായി നടപ്പാക്കുന്ന ഘട്ടത്തിലാണ് അതിനെയെല്ലാം തടസ്സപ്പെടുത്തുന്ന തരത്തിൽ പ്രകൃതിക്ഷോഭം ഉണ്ടായത്. അക്കാദമിക കാര്യങ്ങളിൽ തടസ്സം നേരിട്ടുണ്ട്. അതിനെ പൂർവ്വസ്ഥിതിയിലേക്ക് കൊണ്ടുവരണം. ഇതിൽ അദ്ധ്യാപകരുടെ പങ്ക് വളരെ വലുതാണ്.

കഴിഞ്ഞ വർഷം തയ്യാറാക്കിയ സ്കൂൾ അക്കാദമിക മാസ്റ്റർ പ്ലാനുകളെ പ്രായോഗിക പദ്ധതികളാക്കിമാറ്റുന്ന പ്രവർത്തനങ്ങൾ സമഗ്ര ശിക്ഷയുടെ ഭാഗമായി ആരംഭിച്ചിരുന്നു. പ്രകൃതിക്ഷോഭംമൂലം നിർത്തിവച്ചിരുന്ന ഈ പ്രവർത്തനം വീണ്ടും ആരംഭിച്ചിട്ടുണ്ട്. സ്കൂൾ തല പ്രായോഗിക പദ്ധതികളുടെ പ്രാധാന്യം ഏറെ വർദ്ധിച്ചിട്ടുണ്ട്. സമഗ്രശിക്ഷയുടെ നേതൃത്വത്തിൽ അത് എത്രയുംവേഗം ചെയ്ത് സ്കൂൾ തലത്തിൽ

പ്രായോഗികമാക്കുന്നതാണ്.

താൻ ജീവിക്കുന്ന ചുറ്റുപാടുകൾക്കുണ്ടാകുന്ന മാറ്റങ്ങളെക്കുറിച്ച് നിരന്തരമായുള്ള അന്വേഷണം നടക്കണം. അങ്ങനെ വിദ്യാർത്ഥികളെ നിരന്തര അന്വേഷകരാക്കിമാറ്റുക എന്നതും വിദ്യാഭ്യാസത്തിന്റെ ലക്ഷ്യമാണ്. ഇക്കാര്യം ഏറ്റവും നന്നായി നടത്താനുള്ള ഒരു സാഹചര്യവും പ്രകൃതി ഒരുക്കിയിട്ടുണ്ട്. കുട്ടികളിലെ പ്രതിഭകളെ കണ്ടെത്താനും അതിനെ ഏറ്റവും ഉയരത്തിലെത്തിക്കാനും ജനാധിപത്യമതനിരപേക്ഷ മൂല്യബോധം വളർത്താനുമുള്ള പൊതു ഇടങ്ങളാക്കി വിദ്യാലയങ്ങളെ മാറ്റാനുള്ള പ്രവർത്തനം കൂടുതൽ കൂടുതൽ കരുത്തോടെ ചെയ്യാനുള്ള ആത്മവിശ്വാസവും കരുത്തും നിശ്ചയദാർഢ്യവും ഒന്നുകൂടി ഊട്ടി ഉറപ്പിക്കാനുള്ള അവസരമായി ഈ വർഷത്തെ അദ്ധ്യാപകദിനം മാറും എന്ന് പ്രതീക്ഷിക്കുന്നു.

സാമൂഹ്യസാക്ഷരതയിലൂടെ നവകേരളത്തിലേക്ക്

കേരളം സമ്പൂർണ്ണ സാക്ഷരത നേടിയ സംസ്ഥാനമായി പ്രഖ്യാപിക്കപ്പെട്ടതിന്റെ ഇരുപത്തിയേഴാം വാർഷിക ദിനമാണിന്ന്. 1991 ഏപ്രിൽ 18 നാണ് ഇന്ത്യയിൽ സമ്പൂർണ്ണ സാക്ഷരത നേടിയ ആദ്യ സംസ്ഥാനമായി കേരളം മാറിയത്. ലോക ശ്രദ്ധയാകർഷിച്ച ജനകീയ സംരംഭമായ സാക്ഷരതായജ്ഞത്തിലൂടെയാണ് നമുക്ക് ആ അഭിമാനം സ്വന്തമായത്. രണ്ടരപ്പതിറ്റാണ്ടിനിപ്പുറവും സമ്പൂർണ്ണ സാക്ഷരത എന്ന നേട്ടം നിലനിർത്തിപ്പോരുന്ന സംസ്ഥാനമാണ് നമ്മുടേത്. 2011 ലെ സെൻസസ് അനുസരിച്ച് 93.94 ശതമാനമാണ് കേരളത്തിന്റെ സാക്ഷരത.

തൊണ്ണൂറു ശതമാനം സാക്ഷരത നേടാനായാൽ ഒരു സമൂഹം സമ്പൂർണ്ണ സാക്ഷരത കൈവരിച്ചതായി കണക്കാക്കപ്പെടും. എന്നാൽ, കേരളം പരിപൂർണ്ണ സാക്ഷരത ലക്ഷ്യമാക്കുന്നു. അതിന് സാക്ഷരത നിലനിർത്തി തുടർവിദ്യാഭ്യാസം സാദ്ധ്യമാക്കണം. അതിനായാണ് 1998 ൽ അന്നത്തെ എൽ ഡി എഫ് സർക്കാർ സാക്ഷരതാ മിഷന് രൂപംനല്കിയത്. ഇന്ന്, കേരളസർക്കാർ ലക്ഷ്യം വയ്ക്കുന്ന നവകേരളത്തിൽ നിരക്ഷരതയുടെ തുരുത്തുകൾ പോലും അവശേഷിക്കരുത് എന്നാണ് ആഗ്രഹിക്കുന്നത്. അതിന് ഉതകുന്ന വിധത്തിൽ സാക്ഷരതയുടെ തുടർസാദ്ധ്യതകൾ പ്രയോജനപ്പെടുത്തി അനൗപചാരിക വിദ്യാഭ്യാസത്തെ ശക്തിപ്പെടുത്തി വരികയാണ്.

പൊതുവിദ്യാഭ്യാസ സംരക്ഷണ യജ്ഞം കേരളത്തിന്റെ പൊതു വിദ്യാഭ്യാസ മേഖലയുടെ സമഗ്രമായ വികാസം ലക്ഷ്യമാക്കുന്നു. പൊതുവിദ്യാഭ്യാസമെന്നാൽ ഔപചാരിക വിദ്യാഭ്യാസം മാത്രമല്ല. വിദ്യാഭ്യാസത്തിന്റെ ആത്യന്തികമായ ലക്ഷ്യം നല്ല മനുഷ്യരെ സൃഷ്ടിക്കുക എന്നതാണ്. അതിന് ക്ലാസ് മുറികൾക്കു പുറത്തും നിരന്തരം വിദ്യാഭ്യാസം

നടക്കണം. അതിന് അനൗപചാരിക വിദ്യാഭ്യാസം ശക്തമാവണം. ഇതാണ് കാഴ്ചപ്പാട്. ഔപചാരിക വിദ്യാഭ്യാസം നേടാൻ കഴിയാത്തവരും സ്കൂൾ വിദ്യാഭ്യാസത്തിൽനിന്ന് കൊഴിഞ്ഞു പോയവരും അനൗപചാരിക വിദ്യാഭ്യാസത്തിന്റെ പ്രാഥമിക ഗുണഭോക്താക്കളാണ്. അതേസമയം, ഉന്നത വിദ്യാഭ്യാസമാർജ്ജിച്ചവരുൾപ്പെടെയുള്ള സമൂഹമാകെ അനൗപചാരിക വിദ്യാഭ്യാസത്തിന്റെ പരിധിയിൽ പെടുന്നു. ഈ രണ്ട് തലത്തിന്റെയും പ്രാധാന്യം തിരിച്ചറിഞ്ഞുകൊണ്ടാണ് സർക്കാർ മുന്നോട്ടു പോകുന്നത്. സാക്ഷരതാ മിഷൻ അത്തരം പ്രവർത്തനങ്ങൾ ഏറ്റെടുത്തിരിക്കുന്നു.

സാക്ഷരതയെന്നാൽ അക്ഷരങ്ങളും അക്കങ്ങളും എഴുതാനും വായിക്കാനും അറിയുക എന്നതു മാത്രമല്ല. എന്നാൽ, അത് പ്രധാനം തന്നെയാണ്. അതുകൊണ്ടാണ് സാക്ഷരതയിൽ പിന്നോക്കം നില്ക്കുന്ന ആദിവാസി, പട്ടികജാതി, തീരദേശ, ട്രാൻസ്ജന്റർ മേഖലകൾക്ക് സവിശേഷ ഊന്നൽ നല്കുന്നത്. ഈ മേഖലകൾക്കായി പ്രത്യേക സാക്ഷരതാ തുടർ വിദ്യാഭ്യാസ പദ്ധതികൾ നടപ്പിലാക്കി വരുന്നു. ഇത് കേവല സാക്ഷരതയ്ക്കപ്പുറം ഈ വിഭാഗത്തിൽ പെടുന്നവരുടെ ജീവിത നിലവാരത്തിലും പ്രകടമായ മാറ്റം വരുത്തിയിരിക്കുന്നു. സാക്ഷരതാ ഇൻസ്ട്രക്ടർമാരായി അതതു വിഭാഗത്തിലുള്ളവരെത്തന്നെ നിയോഗിച്ചുകൊണ്ട് തൊഴിലും സാമ്പത്തിക പിന്തുണയും ഉറപ്പാക്കുകയാണ്.

ഇന്ത്യയിലാദ്യമായി നമ്മുടെ സംസ്ഥാനമാണ് ഇതര സംസ്ഥാന തൊഴിലാളികൾക്കായി പ്രത്യേക വിദ്യാഭ്യാസ പദ്ധതി നടപ്പിലാക്കുന്നത്. കേരള സർക്കാർ ഇവർക്കായി നിരവധി ക്ഷേമപദ്ധതികൾ ആവിഷ്കരിച്ചിട്ടുണ്ട്. അതോടൊപ്പം നമ്മുടെ ഭാഷയും അതിലൂടെ കേരളത്തിന്റെ സംസ്കാരവും ഉൾക്കൊള്ളാൻ അതിഥി തൊഴിലാളികളായ അവരെ പ്രാപ്തരാക്കുന്നതാണ് 'ചങ്ങാതി' എന്ന സാക്ഷരതാ പദ്ധതി.

സാക്ഷരതയെ വിശാലമായ അർത്ഥത്തിൽ സമീപിക്കുന്നതിന് സാക്ഷരതാ തുടർവിദ്യാഭ്യാസത്തെ സാമൂഹ്യ സാക്ഷരതയുമായി ബന്ധപ്പെടുത്തുകയാണ്. സാക്ഷരതാ മിഷൻ ഇതിനോടകം ആരംഭിച്ചു കഴിഞ്ഞ പരിസ്ഥിതി സാക്ഷരതാ പരിപാടി സർക്കാരിന്റെ പരിസ്ഥിതി സൗഹൃദ നവകേരളം എന്ന ലക്ഷ്യത്തിന് വലിയ ജന പിന്തുണ ഉറപ്പാക്കാൻ സഹായകമായിട്ടുണ്ട്. പ്രാദേശികമായ ജനപങ്കാളിത്തത്തോടെ നടന്ന ജലസ്രോതസ്സുകളെ സംബന്ധിച്ച പഠനം ദേശീയ ശ്രദ്ധ നേടി. മലിനമാകുകയും മൃതമാകുകയും ചെയ്തുകൊണ്ടിരിക്കുന്ന ജലസ്രോതസ്സുകളെ സംരക്ഷിക്കാനുള്ള ജനകീയ സംരംഭങ്ങളെ ഊർജ്ജിതമാക്കാൻ ആ പഠന റിപ്പോർട്ട് സഹായകമായി. മണ്ണ്, ജലം, കാലാവസ്ഥ, ജൈവവൈവിദ്ധ്യം, തുടങ്ങിയ മേഖലകളിൽ പ്രാഥമിക അവബോധം സൃഷ്ടിക്കുന്നതിനായി ജനപങ്കാളിത്തത്തോടെ ബോധവല്ക്കരണ ക്ലാസുകൾ നടത്തുകയാണ്.

വിദ്യാഭ്യാസത്തിൽ ഔപചാരികമായി ഭാഷാപഠനത്തിന് ത്രിഭാഷാ പദ്ധതിയാണ് കേരളം തുടർന്നു വരുന്നത്. മാതൃഭാഷ നാടിന്റെ സംസ്

കാരത്തെക്കൂടി പ്രതിഫലിപ്പിക്കുന്നു. സ്കൂളുകളിൽ ഒന്നാം ക്ലാസ് മുതൽ മലയാള ഭാഷാ പഠനം നിർബ്ബന്ധമാക്കാൻ സർക്കാർ തീരുമാനിച്ചത് ഈ പശ്ചാത്തലത്തിലാണ്. എന്നാൽ, ഇതുവരെ തുടർന്നു വന്ന വിദ്യാഭ്യാസ രീതിയനുസരിച്ച് മാതൃഭാഷയായ മലയാളം പഠിക്കാതെതന്നെ ഒരു വ്യക്തിക്ക് വിദ്യാഭ്യാസം പൂർത്തിയാക്കാൻ കഴിഞ്ഞിരുന്നു. അവർക്ക് മലയാള ഭാഷാ പഠനത്തിന് അവസരമൊരുക്കുന്നതാണ് 'പച്ച മലയാളം' എന്ന സർട്ടിഫിക്കറ്റ് കോഴ്സ്.

ത്രിഭാഷാ പദ്ധതിയുടെ ഭാഗമായ ഹിന്ദി രാജ്യത്തിന്റെ പൊതു ഭാഷ എന്ന നിലയിലും ഇംഗ്ലീഷ് ലോകഭാഷ എന്ന നിലയിലും പ്രാധാന്യമർഹിക്കുന്നു. മലയാളത്തോടൊപ്പം ഈ ഭാഷകളിലും പ്രാവീണ്യം ആഗ്രഹിക്കുന്നവർക്കായി സർട്ടിഫിക്കറ്റ് കോഴ്സുകൾ നടത്തി വരുന്നു. ഒരു ഭാഷയും അന്യമല്ല എന്നതാണ് ഇക്കാര്യത്തിലെ സമീപനം.

പൊതുവിദ്യാഭ്യാസ സംരക്ഷണ യജ്ഞത്തിന്റെ ഭാഗമായി സ്കൂളുകൾ മികവിന്റെ കേന്ദ്രങ്ങളായി മാറുകയാണ്. ക്ലാസ് മുറികൾ ഹൈടെക്ക് ആയി ആധുനികമാക്കിയും സ്കൂൾ ലൈബ്രറികൾ നവീകരിച്ചും സ്കൂൾ കെട്ടിടങ്ങൾ മികവുറ്റതാക്കിയും പൊതു വിദ്യാലയങ്ങളുടെ ഭൗതിക സൗകര്യങ്ങൾ മെച്ചപ്പെടുത്തുകയാണ് സർക്കാർ. വിദ്യാഭ്യാസത്തിന്റെ ഗുണനിലവാരം വർദ്ധിപ്പിക്കാനുള്ള നടപടികളും സമാന്തരമായി നടക്കുന്നു. അതിന്റെ ഫലമായി പൊതു വിദ്യാലയങ്ങളിലേക്ക് കുട്ടികൾ ധാരാളമായി കടന്നുവരാൻ തുടങ്ങിയിരിക്കുന്നു. കഴിഞ്ഞ അദ്ധ്യയന വർഷാരംഭത്തിൽ ഒരു ലക്ഷത്തി നാല്പത്തിയാറായിരം കുട്ടികളാണ് പൊതുവിദ്യാലയത്തിൽ വിവിധ ക്ലാസുകളിൽ പുതുതായി കടന്നുവന്നത്. ഈ അദ്ധ്യയന വർഷം മികവിന്റെ വർഷമായി ആചരിക്കാനാണ് തീരുമാനം. നമ്മുടെ കുട്ടികൾക്ക് മികച്ച വിദ്യാഭ്യാസത്തിന് അവസരമൊരുക്കുമ്പോൾ അവരുടെ രക്ഷിതാക്കൾ ഉൾപ്പെടുന്ന പൊതുസമൂഹം പൊതുവിദ്യാലയങ്ങളുടെ ആവശ്യകത തിരിച്ചറിയുകയും കുട്ടികളോടൊപ്പം മുന്നോട്ടു സഞ്ചരിക്കുകയും വേണം. സാമൂഹ്യ ജീവിതവുമായി ബന്ധപ്പെട്ട എല്ലാ മേഖലയെ സംബന്ധിച്ചും പ്രാഥമികമായ അറിവ് പൊതു സമൂഹത്തിന്റെ ആരോഗ്യകരമായ മുന്നേറ്റത്തിന് അനിവാര്യമാണ്. അവിടെയാണ് സമ്പൂർണ്ണസാക്ഷരത നേടിയ കേരളത്തിന്റെ തുടർ സാക്ഷരതാ പ്രവർത്തനങ്ങളുടെ പ്രസക്തി. ഔപചാരിക അനൗപചാരിക വിദ്യാഭ്യാസ ധാരകളെ കോർത്തിണക്കുന്ന ശാസ്ത്രീയ സമീപനത്തിലൂടെ വ്യക്തിയുടെയും സമൂഹത്തിന്റെയും സമഗ്രമായ വികസനം യാഥാർത്ഥ്യമാക്കാനാണ് സർക്കാർ ശ്രമിക്കുന്നത്.

അറിവിന്റെ സാമൂഹ്യപാഠം

വിദ്യാഭ്യാസം എല്ലാവർക്കും ലഭിക്കുകയെന്നത് പരിഷ്കൃത സമൂഹത്തിന്റെ സൂചികകളിൽ ഒന്നാണ്. അറിവ് സാർവ്വത്രികമാക്കാനും പൊതുവിദ്യാഭ്യാസത്തെ സംരക്ഷിക്കാനുമുള്ള പ്രവർത്തനങ്ങൾ ജനകീയ പിന്തുണയോടെ സർക്കാർ ഏറ്റെടുക്കുമ്പോൾ അതൊരു ജനാധിപത്യ പ്രക്രിയ കൂടിയായി മാറുന്നു

അറിവ് സാർവ്വത്രികവല്ക്കരിക്കാനും ജനാധിപത്യവല്ക്കരിക്കാനുമുള്ള തീവ്രശ്രമങ്ങൾ കേരള ചരിത്രത്തിന്റെ ഭാഗമാണ്. അറിവിനെ കച്ചവടവല്ക്കരിക്കാനും അത് ഒരു വിഭാഗത്തിന് മാത്രമായി മാറ്റാനുമുള്ള ശ്രമങ്ങൾ ഒരു ഭാഗത്ത് തുടർച്ചയായി നടക്കുമ്പോഴാണ് അറിവിന്റെ സാർവ്വത്രികവല്ക്കരണം ഒരു നയം തന്നെയായി ഏറ്റെടുത്ത് സംസ്ഥാന സർക്കാർ മുന്നോട്ടുവന്നിരിക്കുന്നത്. കഴിഞ്ഞ ആറു പതിറ്റാണ്ടുകളായി കേരളത്തിന്റെ വിദ്യാഭ്യാസമേഖലയിൽ നടക്കുന്ന പടിപടിയായുള്ള മുന്നേറ്റങ്ങളുടെ തുടർച്ചയായി, സർക്കാർ കുറേക്കൂടി തീക്ഷ്ണമായ കർമ്മപരിപാടിയായി പൊതുവിദ്യാഭ്യാസ സംരക്ഷണയജ്ഞത്തെ ഏറ്റെടുത്തിരിക്കുകയാണ്.

കേരളത്തിലെ വിദ്യാഭ്യാസമേഖലയ്ക്ക് ആറു പതിറ്റാണ്ടുകൾക്ക് മുമ്പുണ്ടായിരുന്ന പോരായ്മ അത് പാർശ്വവല്ക്കരിക്കപ്പെട്ടതായിരുന്നു എന്നതാണ്. കേരളത്തിലെ കുട്ടികളിൽ ബഹുഭൂരിപക്ഷത്തിനും വിദ്യാഭ്യാസം ലഭിക്കാനുള്ള സാഹചര്യമില്ലായിരുന്നു, അന്ന്. അത് ഫ്യൂഡൽ കൊളോണിയൽ അന്തരീക്ഷത്തിലുള്ള വിദ്യാഭ്യാസമായതുകൊണ്ടാണ് അങ്ങനെ സംഭവിച്ചത്.

1957 ൽ അധികാരത്തിൽ വന്ന ഇ എം എസ് സർക്കാർ ശ്രമിച്ചത് ഈ പോരായ്മ പരിഹരിക്കാനാണ്. അതിന്റെ ആദ്യപടിയായാണ് ആ

സർക്കാർ ഭൂപരിഷ്കരണം നടപ്പിലാക്കിയത്. ഭൂപരിഷ്കരണം ഫ്യൂഡൽ ആശയാന്തരീക്ഷത്തെ തകർത്തു. അതോടെ ഫ്യൂഡൽ സമൂഹത്തിനു മാത്രം ലഭ്യമായിരുന്ന വിദ്യാഭ്യാസം എല്ലാ ജനവിഭാഗത്തിനും ലഭിക്കുന്ന സാഹചര്യമുണ്ടായി. ഐക്യകേരളം രൂപീകൃതമാകുകയും ജനകീയ സർക്കാരുകൾ അധികാരത്തിൽ വരികയും ചെയ്തതോടെ കൊളോണിയലിസത്തിന്റെ ആലസ്യം മാറി. പാർശ്വവല്ക്കരിക്കപ്പെടാത്ത പുതുതലമുറയെ വാർത്തെടുക്കുകയായിരുന്നു പൊതുവിദ്യാഭ്യാസത്തിന്റെ ലക്ഷ്യം. ആ ലക്ഷ്യം ഏറക്കുറെ പൂർത്തിയാക്കാൻ കഴിഞ്ഞതോടെയാണ് കേരളത്തിൽ വലിയ മാറ്റമുണ്ടായത്.

ഈ പൊതുവിദ്യാഭ്യാസത്തിന്റെയും നവോത്ഥാനത്തിന്റെയും തുടർച്ചയായാണ് മതനിരപേക്ഷ ജനാധിപത്യ സംസ്കാരം കേരളത്തിൽ ശക്തിപ്പെട്ടത്. ഇതാണ് തനത് കേരള മാതൃകയുടെ അടിസ്ഥാനശില. ഇതിൽനിന്നാണ് ജനകീയ സംരംഭങ്ങളും ജനാധിപത്യ സംവിധാനങ്ങളുമൊക്കെ ഉയർന്നുവന്നത്. പക്ഷേ, നവോത്ഥാനത്തിന് പുരോഗമനപരമായ തുടർച്ചയോ ഒരു രണ്ടാം നവോത്ഥാനമോ കേരളത്തിൽ ഉണ്ടായില്ല. ഉണ്ടായ പുരോഗമന പ്രവർത്തനങ്ങൾക്ക് അത്ര വേരോട്ടവും കിട്ടിയില്ല. അത് പൊതുവിദ്യാഭ്യാസമേഖലയെ ക്ഷീണിപ്പിച്ചു.

ഈ സാഹചര്യത്തിലാണ് 1991 മുതൽ നവലിബറൽ നയങ്ങളുടെ കടന്നുവരവ്. ഭരണകൂടം പിൻവലിയുക, കമ്പോളം മുന്നേറുക എന്നതാണ് നവലിബറൽ നയത്തിന്റെ ആശയം. ആ ആശയത്തിന്റെ കുത്തൊഴുക്കിൽ നിന്ന് കേരളത്തിലെ പൊതുവിദ്യാഭ്യാസമേഖലയും രക്ഷപ്പെട്ടില്ല. വിദ്യാഭ്യാസമേഖലയിലും നവലിബറൽ ആശയങ്ങൾക്ക് മേൽക്കൈ കിട്ടി.

കമ്പോളത്തിൽ ലാഭമാണല്ലോ പ്രധാനം. വിദ്യാഭ്യാസമേഖലയിലും ലാഭമായി ലക്ഷ്യം. അവിടെയാണ് സ്വാശ്രയ സ്ഥാപനങ്ങളുടെ കടന്നുവരവ്. ഉന്നത വിദ്യാഭ്യാസമേഖലയിലാണ് ഈ കടന്നുകയറ്റം കൂടുതൽ ശക്തമായത്. സാങ്കേതിക പ്രൊഫഷണൽ വിദ്യാഭ്യാസ മേഖല സ്വകാര്യ, സ്വാശ്രയ മേഖലയുടെ കൈപ്പിടിയിലായി.

ഈ സാഹചര്യം മാറ്റിയെടുക്കുക എന്നതാണ് സർക്കാർ പൊതുവിദ്യാഭ്യാസ മേഖലയിൽ ഏറ്റെടുത്തിട്ടുള്ള വെല്ലുവിളി. പൊതുവിദ്യാഭ്യാസ സംരക്ഷണം ഒരു ജനകീയ പ്രക്രിയയായി സർക്കാർ നടപ്പാക്കുന്നു. കൂടുതൽ വിദ്യാലയങ്ങൾ സർക്കാർ ഏറ്റെടുക്കുന്നു. ക്ലാസ് മുറികളിലെ സാമ്പ്രദായിക അദ്ധ്യാപനരീതി മാറ്റി അത് കുറെക്കൂടി ക്രിയാത്മകവും അർത്ഥവത്തുമാക്കുന്നു. ഇതെല്ലാം ജനകീയ പിന്തുണയോടെ നടപ്പാക്കുന്നു. ഇതിന് നല്ല പ്രതികരണമാണ് ലഭിക്കുന്നത്. അത് പ്രതീക്ഷ നല്കുന്നു

ഈ പ്രവർത്തനങ്ങൾക്ക് തദ്ദേശഭരണ സംവിധാനങ്ങളുടെയും ഭാഗത്തുനിന്ന് വളരെ വലിയ പിന്തുണയാണ് ലഭിക്കുന്നത്. വികസന സെമിനാറുകൾ, അക്കാദമിക മാസ്റ്റർപ്ലാൻ വികസനം, രക്ഷാകർത്തൃ വിദ്യാഭ്യാസം, മികവുത്സവങ്ങൾ എന്നിവയെല്ലാം സമൂഹ പങ്കാളിത്തത്തി

ന്റേതായ അനന്യമാതൃകകളായി, ജനങ്ങൾ നെഞ്ചേറ്റുന്നു. വലിയ പിന്തുണയാണ് രക്ഷാകർത്തൃ സമൂഹം നല്കിക്കൊണ്ടിരിക്കുന്നത്.

ജീവിതത്തെയും അതിൽ ഉരുത്തിരിഞ്ഞുവരാവുന്ന പ്രതിസന്ധികളെയും ആത്മവിശ്വാസത്തോടെ, സമൂഹത്തിന്റെ ഭാഗമായിനിന്നുകൊണ്ട്, അഭിമുഖീകരിക്കാൻ കുട്ടികളെ പ്രാപ്തരാക്കുക എന്ന വിശാലലക്ഷ്യവും വിദ്യാഭ്യാസമികവിന്റെ ഭാഗമായി വിഭാവനം ചെയ്യുന്നു. ഇതിന് സഹായകമാകുംവിധം വിദ്യാലയ അന്തരീക്ഷത്തെയും പഠനപരിസരത്തെയും മതനിരപേക്ഷ ജനാധിപത്യമൂല്യം ഉൾച്ചേർന്നതാക്കാനുള്ള കർമ്മപരിപാടികൾ വിദ്യാഭ്യാസ സംരക്ഷണ യജ്ഞത്തിന്റെ ഭാഗമാണ്. പഠന ബോധന രീതിയും ഇതിന് അനുപൂരകമാകും.

സർക്കാർ, എയ്ഡഡ് വിദ്യാലയങ്ങളെ ജനകീയമായി വികസിപ്പിച്ച് ഏറ്റവും ആകർഷണീയമാക്കുന്നതും അക്കാദമിക് മികവും അക്കാദമിക് ഇതര മികവും പരമാവധി കൈവരുത്തുക എന്നതും പൊതുവിദ്യാഭ്യാസ സംരക്ഷണ യജ്ഞത്തിന്റെ പ്രധാന ലക്ഷ്യമാണ്. ഇതിലൂടെ മതനിരപേക്ഷ ജനാധിപത്യ വിദ്യാഭ്യാസ മൂല്യങ്ങളെ തിരിച്ചുപിടിക്കാമെന്ന് സർക്കാർ കരുതുന്നു.

ഇതിനായി വിഭാവനം ചെയ്തിട്ടുള്ള പ്രധാന പദ്ധതികളിൽ ഒന്നാണ് സമ്പൂർണ്ണ ഡിജിറ്റൽവല്ക്കരണം. ഒന്നാം ക്ലാസുമുതൽ ബിരുദാനന്തര ബിരുദ ക്ലാസുകൾവരെ ആധുനികവല്ക്കരിക്കുന്നതിനുള്ള ലക്ഷ്യമാണ് ഇത്. ഇതോടെ പഠിക്കുവാനും പഠിപ്പിക്കുവാനുമുള്ള സാഹചര്യങ്ങൾ ലോക നിലവാരത്തിൽ എത്തും. വരുന്ന മൂന്നു വർഷങ്ങളിൽ സംസ്ഥാനത്തെ എല്ലാ വിദ്യാഭ്യാസ സ്ഥാപനങ്ങളും ആധുനികവല്ക്കരിക്കുന്നതിലൂടെ കേരളം വിദ്യാഭ്യാസരംഗത്ത് ഇന്ത്യയിലെ ആദ്യത്തെ ഡിജിറ്റൽ സംസ്ഥാനമാകും.

ആധുനിക സാഹചര്യത്തിന് അനുകൂലമായി കരിക്കുലം നവീകരണവും നടത്തും. കരിക്കുലം നവീകരണമാണ് വിദ്യാഭ്യാസ നവീകരണത്തിന്റെ ശക്തി. അക്കാദമിക് രംഗത്ത് ശ്രദ്ധിക്കുന്നതോടൊപ്പം തന്നെ സ്കൂൾ കെട്ടിടങ്ങളെയും നവീകരിക്കും. 1000 സ്കൂളുകളെയെങ്കിലും മികവിന്റെ കേന്ദ്രങ്ങളാക്കി മാറ്റും. ഈ കലാലയങ്ങളിലെ ലാബറട്ടറികളും ലൈബ്രറികളും ഡിജിറ്റലൈസ് ചെയ്യുകയും ആധുനികവല്ക്കരിക്കുകയും ചെയ്യും. ഈ മേഖലകളിലെ ഉദ്യോഗസ്ഥർക്കും നവീനരീതിയിൽ പരിശീലനം നല്കും.

ഉന്നത വിദ്യാഭ്യാസരംഗത്തും സർവ്വകലാശാലകളിലും ഇതേ രീതിയിൽ മാറ്റങ്ങൾ കൊണ്ടുവരും. കേരളത്തിൽനിന്ന് ഒരു അന്താരാഷ്ട്ര ജേർണൽ പ്രസിദ്ധീകരിച്ച് ഗവേഷണത്തെ പരിപോഷിപ്പിക്കുവാൻ ശ്രമിക്കും. ഗവേഷണങ്ങളുടെ ഫലമായിട്ടാണ് സമൂഹം മുന്നോട്ടുപോകുന്നത്. അതുകൊണ്ട് ഗവേഷണരംഗത്ത് മൗലികമായ മാറ്റങ്ങൾ ലക്ഷ്യമിടുന്നു. ആധുനിക ഗവേഷണം പലപ്പോഴും കമ്പോളവുമായി ബന്ധപ്പെട്ടു നില്ക്കുന്നു. ഇത് പൊതുവികാസത്തിന് തടസ്സമാണെന്ന ചിന്തയാണ്

അടിസ്ഥാന ഗവേഷണ പ്രോത്സാഹനത്തിന് ഊന്നൽ നല്കുവാൻ പ്രേരിപ്പിക്കുന്നത്.

അക്കാദമിക് ഇതര മേഖലകളിലും പരസ്പരപൂരകമായ വളർച്ച ഉണ്ടെങ്കിൽ മാത്രമേ വിദ്യാഭ്യാസം പൂർണ്ണമാകൂ. അതിനുവേണ്ടിയും നിരവധി നടപടികൾ വിഭാവനംചെയ്യുന്നു. ഓരോ സ്കൂൾ ക്യാമ്പസും ജൈവവൈവിദ്ധ്യ ഉദ്യാനമായി മാറ്റണമെന്ന് ഉദ്ദേശിക്കുന്നു. ഇതിലൂടെ കാർഷിക സംസ്കാരം കുട്ടിയിൽ ജനിപ്പിക്കുവാനും പ്രകൃതിയും മനുഷ്യനും തമ്മിലുള്ള സ്ഥൂല സൂക്ഷ്മ ബന്ധങ്ങളെക്കുറിച്ച് തിരിച്ചറിവുണ്ടാക്കുവാനും കഴിയും. പാരിസ്ഥിതികബോധം വളരുന്നതിലൂടെ ഒരു കുട്ടിയുടെ ബോധമണ്ഡലം വികസിക്കുകയും ചെയ്യും. മണ്ണിലേക്ക് ആഴ്ന്നിറങ്ങിക്കൊണ്ടു മാത്രമേ ആകാശത്തേക്ക് ഉയർന്ന് വളരാവൂ എന്ന പ്രകൃതി തത്ത്വം വിദ്യാഭ്യാസത്തിലൂടെ ആർജ്ജിക്കുവാൻ ശ്രമിക്കും. മനുഷ്യനെ മനുഷ്യനാക്കി മാറ്റുന്ന പ്രക്രിയയാണ് വിദ്യാഭ്യാസം എന്ന നിർവ്വചനം സാർത്ഥകമാക്കുകയാണ് പൊതുവിദ്യാഭ്യാസ സംരക്ഷണയജ്ഞത്തിന്റെ പ്രധാന ലക്ഷ്യം.

ഭാഗം - രണ്ട്

പ്രഭാഷണം

മൂല്യാധിഷ്ഠിത വിദ്യാഭ്യാസം നവകേരള സൃഷ്ടിക്ക്

വളരെ അർത്ഥവത്തായ ആശയമാണ് ഇന്ന് ഇവിടെ ചർച്ചയ്ക്ക് വിധേയമാക്കുന്ന വിഷയം. മൂല്യാധിഷ്ഠിത വിദ്യാഭ്യാസം നവകേരള സൃഷ്ടിക്ക്. നവകേരളം മാത്രമല്ല, ലോകത്ത് എവിടെ ഒരു നവജനതയെ സൃഷ്ടിക്കണം എന്നുണ്ടോ, നവീകരണം ആഗ്രഹിക്കുന്നുണ്ടോ, അവിടെ യെല്ലാം വേണ്ടത് മൂല്യാധിഷ്ഠിത വിദ്യാഭ്യാസമാണ്. അതുകൊണ്ടുതന്നെ നവകേരള സൃഷ്ടിക്കും അത്യാവശ്യം വേണ്ടത് മൂല്യാധിഷ്ഠിത വിദ്യാ ഭ്യാസമാണ്. ഒരു ജനതയുടെ വികാസത്തിന്റെ അല്ലെങ്കിൽ മുന്നോട്ടു പോക്കിന്റെ കേന്ദ്രബിന്ദു എന്ന് പറയുന്നത് വിദ്യാഭ്യാസമാണ്.

പുതിയ തലമുറയെ വളർത്തിയെടുക്കുന്ന പ്രക്രിയയാണ് വിദ്യാ ഭ്യാസം. ഏത് ജനതയുടെയും മുന്നോട്ടു പോക്കിനും ആവശ്യം നല്ല തല മുറയെ, പുതിയ തലമുറയെ വളർത്തിയെടുക്കുക എന്നതാണ്. അങ്ങനെ പുതിയ തലമുറയെ വളർത്തിയെടുക്കുന്നതിനോടനുബന്ധിച്ച് മറ്റ് ഘട കങ്ങൾ ഒരുക്കുക എന്നുള്ളത് മറ്റു മേഖലകളുടെ ചുമതലയും കടമ യുമാണ്. ജീവിതം മുന്നോട്ടു കൊണ്ടുപോകണമെങ്കിൽ വിദ്യാഭ്യാസം അനിവാര്യമാണ്. ആ വിദ്യാഭ്യാസത്തെ ഇവിടെ മൂല്യാധിഷ്ഠിത വിദ്യാ ഭ്യാസം ആകും എന്ന് ധ്വനിപ്പിച്ചിരിക്കുകയാണ്. അത് തീർച്ചയായും ശരി യാണ്.

ലോകത്തിലെവിടെ ഒരു ജനത ഉയർന്നു വന്നിട്ടുണ്ടോ, ഒരു പരിണാമ ഘട്ടത്തിലേക്ക് എത്തിയിട്ടുണ്ടോ, അതെല്ലാം നവോത്ഥാനത്തിലൂടെയാ ണെന്ന് മനുഷ്യ ചരിത്രം പഠിച്ചാൽ നമുക്ക് മനസ്സിലാകും. എവിടെയെല്ലാം നന്മയിലേക്ക് കടന്നു വന്നിട്ടുണ്ടോ, മനസ്സ് ഗുണപരമായി മാറിയിട്ടുണ്ടോ അവിടെയെല്ലാം നവോത്ഥാന ചിന്തകൾ ഉണ്ടായിട്ടുണ്ട് എന്ന് അർത്ഥം. യൂറോപ്യൻ നവോത്ഥാനമുണ്ട്, ഇന്ത്യൻ നവോത്ഥാനമുണ്ട്, അതിലെല്ലാം വ്യത്യസ്തമായി കേരള നവോത്ഥാനമുണ്ട്. അതൊന്നും വിശദീകരിച്ച് പറയാനല്ല ശ്രമിക്കുന്നത്. പക്ഷേ, പൊതുവായി ഒന്നുണ്ട്, മനസ്സിൽ മാറ്റം

വന്നത് നവോത്ഥാനത്തിലൂടെയാണ് എന്നതാണത്. മൂല്യങ്ങൾ വർദ്ധിച്ച് വർദ്ധിച്ച് വന്നത് നവോത്ഥാനത്തിലൂടെയാണ്. സ്വാഭാവികമായും ഒരു ചോദ്യം മനസ്സിലുണ്ടാകും. എന്താണീ നവോത്ഥാനം. അഥമമായ ഒന്നിൽ നിന്നും, അതായത് നിലവിലുള്ള ഒന്നിൽനിന്നും ഉത്തമമായ ഒന്നിലേക്ക്, വളരെ മെച്ചപ്പെട്ട ഒന്നിലേക്കുള്ള മാറ്റത്തെയാണ് നവോത്ഥാനം എന്ന് പറയുന്നത്. മനസ്സിൽ മൂല്യങ്ങൾ ഉല്പാദിപ്പിക്കുന്നത് ഇങ്ങനെയുള്ള മാറ്റത്തിലൂടെയാണ്, മനുഷ്യൻ കൂടുതൽ നല്ല മനുഷ്യനായി മാറുന്നത് നവോത്ഥാനത്തിലൂടെയാണ് എന്ന് മറ്റൊരു ഭാഷയിൽ പറയാം. വിദ്യാഭ്യാസത്തിൽ നിരവധി സങ്കല്പങ്ങൾ ലോകത്ത് ഉണ്ടായിട്ടുണ്ട്. അതിൽ നിന്നെല്ലാം ഉരുത്തിരിച്ചെടുത്ത പ്രധാനപ്പെട്ട ആശയം മനുഷ്യനെ ഉത്തമനായ മനുഷ്യനാക്കി മാറ്റുന്ന പ്രക്രിയയാണ് വിദ്യാഭ്യാസം എന്നുള്ളതാണ്. മനുഷ്യനെ മനുഷ്യനാക്കി മാറ്റുക എന്ന് പറഞ്ഞാൽ, മൂല്യങ്ങൾ കൂടുതൽ കൂടുതൽ ഉല്പാദിപ്പിക്കുക എന്നുള്ളതാണ്. മനസ്സിൽ കൂടുതൽ മൂല്യങ്ങൾ ഉണ്ടാവുക എന്നതിനെയാണ് ഉത്തമനായ മനുഷ്യനാക്കി മാറ്റുക എന്നതിലൂടെ ഉദ്ദേശിക്കുന്നത്. മാനവീകമല്ലാത്ത, മാനുഷികമല്ലാത്ത ഘടകങ്ങളെ മനുഷ്യമനസ്സിൽനിന്നും ചെത്തിക്കളയുന്നതിനെയാണ്, അകറ്റുന്നതിനെയാണ് വിദ്യാഭ്യാസം എന്ന് പറയുന്നത്. അതാണ് മൂല്യാധിഷ്ഠിത വിദ്യാഭ്യാസം. ഇതിന് ആശയങ്ങൾ നല്കിയത് നവോത്ഥാന നായകന്മാരാണ്. അതാണ് നവോത്ഥാനവും വിദ്യാഭ്യാസവും തമ്മിലുള്ള ബന്ധം. നവോത്ഥാനം എന്നത് സാംസ്കാരിക രംഗത്തുള്ള മാറ്റം മാത്രമല്ല, സമഗ്രമായിട്ടുള്ള മാറ്റമാണ്. ശാസ്ത്ര മേഖലയിലും ചരിത്ര മേഖലയിലും എല്ലാ മേഖലയിലുമുള്ള മാറ്റമാണ്. കൂടുതൽ കൂടുതൽ പ്രകൃതിയെ മാനസ്സിലാക്കിക്കൊണ്ട്, മനുഷ്യനെ മനസ്സിലാക്കിക്കൊണ്ട്, പ്രകൃതിയും മനുഷ്യനും തമ്മിലുള്ള സ്ഥൂലസൂക്ഷ്മ ബന്ധങ്ങളെ മനസ്സിലാക്കിക്കൊണ്ട് എല്ലാറ്റിലും ഗുണപരമായ മാറ്റങ്ങൾ ഉണ്ടാകുന്നതിനെയാണ് മൂല്യാധിഷ്ഠിത വിദ്യാഭ്യാസമെന്ന് പറയുന്നത്, അത് നവോത്ഥാനത്തിന്റെ ഒരു ഭാഗമാണ്. അതുകൊണ്ടുതന്നെയാണ് ശ്രീനാരായണ ദർശനം ഉൾക്കൊള്ളുന്ന ഒരന്തരീക്ഷത്തിൽ ഈ വിഷയത്തിന് കൂടുതൽ പ്രസക്തി ഉണ്ടാകുന്നത്. ശ്രീനാരായണ ദർശനം ഒരു വിശ്വദർശനമാണ്, എവിടെയെല്ലാം മനസ്സിൽ ഇത്തരത്തിൽ മൂല്യരംഗത്ത് പ്രതിസന്ധി ഉണ്ടാകുന്നുവോ, അതിനെ മറികടന്ന്, കൂടുതൽ മൂല്യാധിഷ്ഠിതമാകാനുള്ള ദർശനമാണ് ശ്രീനാരായണ ദർശനം. അതുകൊണ്ടാണ് അത് ഇന്നും നവോത്ഥാനത്തിനു വേണ്ടി നിലകൊള്ളുന്ന സുപ്രധാനമായ വിശ്വ ദർശനമായി നിലകൊള്ളുന്നത്. ഒരുകാലത്ത് കേരളത്തിൽ നവോത്ഥാനത്തിന് നേതൃത്വം നല്കി, ഇന്ന് മറ്റൊരു നവോത്ഥാനത്തിന്റെ ഘട്ടത്തിലാണ് നമ്മൾ. നവനവോത്ഥാനത്തിന്റെ ഘട്ടത്തിലാണ് കേരളം നില്ക്കുന്നത്. നവോത്ഥാനത്തിന് നേതൃത്വം നല്കിയതിൽ സുപ്രധാന പങ്കുവഹിച്ചത് ശ്രീനാരായണ പ്രസ്ഥാനമാണെങ്കിൽ, ഇന്ന് നാം ആഗ്രഹിക്കുന്ന നവനവോത്ഥാനത്തിനും ഊർജ്ജം പകരുന്നത്, ആശയം നല്കുന്നതിൽ അതിപ്രധാനമായി നിലകൊള്ളുന്നത് ശ്രീനാരായണദർശനം തന്നെയാണ്. കേരളത്തിൽ മാത്രമല്ല, ലോകത്തെ

വിടെയും ഇത്തരത്തിലൊരു മാനസിക പ്രതിസന്ധി വരുമ്പോൾ സാമൂഹ്യമായ ചില മാറ്റങ്ങളിലൂടെ ഉണ്ടാകുന്ന ചില മാനസിക പ്രതിസന്ധി വരുമ്പോൾ, ആ മനസ്സിനെ ശുദ്ധീകരിച്ച് കൂടുതൽ കൂടുതൽ മൂല്യാധിഷ്ഠിതമാകാൻ ഈ ദർശനംകൊണ്ട് സാധിക്കും എന്ന് നമുക്കറിയാം, അതുകൊണ്ടാണ് അത് വിശ്വദർശനം എന്ന് പറയുന്നത്.

എങ്ങനെയാണ് ഗുരുദേവൻ മനസ്സിനെ മാറ്റിയെടുത്തത്? അതെന്തിനാണ് ഇപ്പോൾ ചിന്തിക്കുന്നത്? ഇപ്പോൾ എങ്ങനെയാണ് ആ ആശയം ഉപയോഗിക്കേണ്ടതെന്ന് തിരിച്ചറിയാൻ കഴിയുക. അതിനു വേണ്ടിയിട്ടാണ് ഈ വിഷയം ഉൾക്കൊള്ളിച്ചതെന്ന് ഞാൻ കരുതുന്നു. വളരെ ലളിതമാണ്, എല്ലാം സൂചിപ്പിച്ചതു തന്നെയാണ്. ഒന്നു കൂടി വ്യക്തമാക്കാം. നമ്മൾ ഇരിക്കുന്നത് കേരളത്തിന്റെ എല്ലാ മാറ്റങ്ങൾക്കും തുടക്കംകുറിച്ച ഒരു കേന്ദ്രത്തിലാണ്. ശിവപ്രതിഷ്ഠ നടത്തിയ സ്ഥലത്താണ്. അതെങ്ങനെ നവോത്ഥാനമാകുന്നു? അതിന് മുമ്പ്, ഗുരു ഇവിടെ പ്രതിഷ്ഠ നടത്തുന്നതിനുമുമ്പ്, മനസ്സിൽ ചില മൗലികമായിട്ടുള്ള ആശയങ്ങൾ ചരിത്രപരമായി വികസിച്ചുകൊണ്ടിരുന്നു. ചരിത്രപരമായി വികസിച്ചു വന്നതാണ്. പണ്ട്, ഇവിടെ ശിവപ്രതിഷ്ഠ നടത്തുന്നതിന് വളരെ വർഷങ്ങൾക്ക് മുമ്പ്, ഈ സമൂഹത്തിൽ ഒരു പ്രത്യേക അവസ്ഥയിൽ ചില വിഭാഗങ്ങൾക്ക് ആധിപത്യം ഉണ്ടായിരുന്ന കാലത്ത് പ്രതിഷ്ഠ എന്നത് ചിലർക്ക് മാത്രമേ പാടുള്ളൂ എന്ന ഒരു ആശയം സമൂഹത്തിന് നല്കിയിരുന്നു. അത് മനസ്സിൽ രൂഢമൂലമായി അങ്ങനെ നില്ക്കുകയാണ്. ആ മൗലികമായിട്ടുള്ള മനസ്സിന്റെ ചിന്തകളെ ആസ്പദമാക്കിയിട്ടാണ് പല ആചാരങ്ങളും പല തരത്തിലുള്ള അനുഷ്ഠാനങ്ങളുമൊക്കെ സമൂഹത്തിൽ ഉണ്ടായത്. അവിടെയാണ് മനുഷ്യനെ രണ്ടായി കണ്ടിരുന്നത്. ചിലർ ഉന്നതർ, ചിലർ താഴെ ഉള്ളവർ. ഇങ്ങനെ വിഭജിച്ചുകണ്ടിരുന്ന ഒരവസ്ഥയിലാണ് ശ്രീനാരായണ ഗുരു നവോത്ഥാനത്തിനുവേണ്ടി ശ്രമിക്കുന്നത്. മനസ്സിൽ മാറ്റം ഉണ്ടാക്കാൻ വേണ്ടി ശ്രമിക്കുന്നത്. മൗലികമായി മനസ്സിലുണ്ടായിട്ടുള്ള ആശയങ്ങളെ അടർത്തിമാറ്റണം. അടർത്തിമാറ്റി കൂടുതൽ പുരോഗമനപരമായ ആശയങ്ങളെ വിളക്കിച്ചേർക്കണം. അങ്ങനെ മൗലികമായി മനസ്സിലുണ്ടായിട്ടുള്ള ആശയങ്ങളെ അടർത്തിമാറ്റി പുരോഗമനപരമായ ആശയങ്ങളെ വിളക്കിച്ചേർക്കുമ്പോൾ മനസ്സിൽ അതിനനുസരിച്ച് മാറ്റങ്ങൾ ഉണ്ടാകും. അതിനെയാണ് നമ്മൾ നവോത്ഥാനം എന്ന് പറയുന്നത്.

ഇതുവരെ പറഞ്ഞത് ഒന്നുകൂടെ പരിശോധിച്ചു നോക്കിക്കൊള്ളൂ. പ്രതിഷ്ഠ നടത്തുന്നത് ഒരു വർഗ്ഗത്തിന് മാത്രമേ പാടുള്ളൂ എന്ന ചിന്ത അടർത്തിമാറ്റണം. അടർത്തി മാറ്റാൻ പലതവണ പറഞ്ഞാൽ മതിയോ എന്ന് ശ്രീ നാരായണഗുരു ആലോചിച്ചു നോക്കിയിട്ടുണ്ടാവും. പോര, അത് അടർത്തിമാറ്റണമെങ്കിൽ മനസ്സിനെ അത്രകണ്ട് സ്വാധീനിക്കുന്ന ഒരിടപെടൽവേണം എന്ന് തിരിച്ചറിഞ്ഞുകൊണ്ടാണ് ഇവിടെ ശിവലിംഗം പുഴയിൽനിന്ന് മുങ്ങിയെടുത്ത് പ്രതിഷ്ഠിച്ചു പറഞ്ഞത് ഇത് നമ്മുടെ ശിവനാണെന്ന്.

ആ പ്രക്രിയയിലൂടെ മനസ്സിലുള്ള മൗലികമായ ആശയത്തെ അടർത്തിമാറ്റുകയാണ് ഗുരുദേവൻ ചെയ്തത്. മനസ്സിൽ മറ്റൊരാശയം വിള

ക്കിച്ചേർത്തതോടുകൂടി മനസ്സിൽ മാറ്റം ഉണ്ടാക്കുകയാണ്. ആ മാറ്റത്തെയാണ് നാം നവോത്ഥാനം എന്ന് പറയുന്നത്. വളരെ മൗലികമായ ചിന്തകളിൽനിന്നും ഉത്തമമായ ചിന്തകളിലേക്കുള്ള മാറ്റം, അധമമായ ചിന്തകളിൽനിന്നും ഉത്തമമായ ചിന്തകളിലേക്കുള്ള മാറ്റം, ഇതാണ് നവോത്ഥാനം. ഇതിനെ മനസ്സിൽ കൃത്യമായി പഠിച്ച്, വളരെ ശാസ്ത്രീയമായി മനസ്സിലാക്കി അതിനെ ഉപയോഗിച്ചവരാണ് നവോത്ഥാന നായകന്മാർ. എങ്ങനെയാണ് സമൂഹത്തിന്റെ മനസ്സിൽ ഇങ്ങനെ ഒരു തെറ്റ് വന്നത് എന്നത് മനസ്സിലാക്കി അതിനെ മാറ്റിയെടുത്തു. ഇത് ലോകത്തെ ഏത് നവോത്ഥാനത്തെക്കുറിച്ചും നമുക്ക് പറയാൻ പറ്റും. യൂറോപ്യൻ നവോത്ഥാനത്തിലും ഇതു തന്നെയാണ് ഉണ്ടായത്. നവോത്ഥാന നായകന്മാരിൽ മാറ്റം ഉണ്ടാകും. അവിടെയാണ് നേരത്തെ ഇവിടെ പറഞ്ഞ പോലെ ജാതിഭേദം മതദ്വേഷം ഏതുമില്ലാതെ സർവ്വരും, സർവ്വരും. ചില ആശയങ്ങളിൽ വാക്കിനാണ് പ്രാധാന്യം. ജാതിഭേദം മതദ്വേഷം ഏതുമില്ലാതെ എന്നുള്ളതിന് ഒരു പ്രത്യേകതയുമില്ല. പിന്നത്തെ വാക്കാണ് ഗുരുദേവൻ നവോത്ഥാനത്തിന് ഉപയോഗിക്കുന്നത്, സർവ്വരും. അപ്പോൾ സർവ്വരും എന്ന വാക്ക് അതുവരെ മനസ്സിൽ ഇല്ല. ചിലർക്ക് എന്ന വാക്ക് മാത്രമേ ഉണ്ടായിരുന്നുള്ളൂ. ചിലർക്ക് അമ്പലത്തിൽ പോകാം, ബഹുഭൂരിപക്ഷത്തിനും അമ്പലത്തിൽ പോകാൻ പാടില്ല. ഇത് മാറ്റിയെടുക്കണം. ഈ മൗലിക ചിന്തയെ അടർത്തിമാറ്റണം. അടർത്തിമാറ്റാൻ അമ്പലത്തിനു ചുറ്റും എഴുതി വയ്ക്കുകയാണ്, സർവ്വരും സോദരത്വേന വാഴുന്ന മാതൃകാസ്ഥാനമാണിത്. ഇതാണ് വിദ്യാഭ്യാസം. മനുഷ്യന്റെ മനസ്സിനെ മാറ്റി സംസ്കരിക്കുക എന്നുള്ളതാണ് വിദ്യാഭ്യാസത്തിന്റെ ധർമ്മം. അവിടെ മനസ്സിനെ മാറ്റി എടുക്കുകയാണ്. അതുവരെ ഉണ്ടായിരുന്ന വ്യത്യസ്തമായ ചിന്ത, അതായത് ചിലർക്കേ അമ്പലത്തിൽ പോകാൻ പാടുള്ളൂ, ചിലർ അതിന് അർഹരല്ല എന്ന ചിന്ത, മാറ്റിയെടുക്കാൻ ഒരു വാക്ക് ഉപയോഗിക്കുകയാണ് സർവ്വരും. ആ സർവ്വരും എന്നത് ഫോക്കസ് ചെയ്തുകൊണ്ട്. ഗുരു സംസാരിച്ചപ്പോഴാണ് എല്ലാവരുടെയും മനസ്സിൽ ഒന്ന് അടർന്നുപോയത് ചിലർക്ക് മാത്രം എന്നത് അടർന്ന് പോകുന്നു, സർവ്വരും എന്നത് അവിടെ ലയിച്ചു ചേരുന്നു. മനസ്സിൽ മാറ്റം വരുകയാണ്. ഇത് തന്നെയാണ് അദ്ദേഹം പറഞ്ഞത്; വിദ്യകൊണ്ട് പ്രബുദ്ധരാകുവിൻ. ഈ വാക്കുകളൊക്കെ, ആശയങ്ങളൊക്കെ നമ്മൾ കേട്ടിട്ടുണ്ട്. പക്ഷേ, എങ്ങനെ അത് നവോത്ഥാനത്തിലേക്ക് എത്തി എന്ന് ഒന്നു പറയുന്നുവെന്ന് മാത്രമേ ഉള്ളൂ.

വിദ്യ കൊണ്ട് പ്രബുദ്ധരാകുവിൻ എന്ന് പറഞ്ഞത് ഒരു ജനതയോടാണ്. അന്ന് ചിലർക്കേ പഠിക്കാൻ അവകാശമുള്ളൂ, ഭൂരിപക്ഷത്തിനും പഠിക്കാൻ അവകാശമില്ല. ഏകലവ്യൻ, ഇത്രയും പ്രതിഭയുള്ള ഒരു വ്യക്തി സമൂഹത്തിലില്ല. അസ്ത്രാഭ്യാസം അദ്ദേഹത്തിന് പഠിക്കാൻ പാടില്ല. അങ്ങനെ ഒരു സമൂഹത്തിലാണ് അദ്ദേഹം പിറന്നത്, ഇന്ന ജാതിയിലാണ് പിറന്നത് എന്നതാണ് നോക്കുക. കഴിവല്ല നോക്കുന്നത്, ഏത് ജാതി എന്നാണ് നോക്കുന്നത്. ഇത് സമൂഹത്തിന്റെ മനഃസാക്ഷിയെ വല്ലാതെ അലട്ടിയിരുന്നു. സാംസ്കാരിക നായകർ, പ്രബുദ്ധരായവരെയെല്ലാം

അലട്ടിയിരുന്നു. പക്ഷേ, എങ്ങനെ മാറ്റി എടുക്കും എന്ന് ആർക്കും മനസ്സിലായില്ല. അങ്ങനെ ഒരു ചിന്ത മനസ്സിലുണ്ടെങ്കിലും നവോത്ഥാന നായകന്മാരായില്ല. ശരിയല്ലല്ലോ, അർജ്ജുനൻ അമ്പെയ്യുന്നപോലെ ഏകലവ്യനും അമ്പെയ്യാൻ പഠിക്കേണ്ടെ, ആ ചിന്ത എല്ലാരിലും ഉണ്ടായിരുന്നു, പക്ഷേ, അടർത്തി മാറ്റാൻ ആരും ശ്രമിച്ചില്ല. സമൂഹ മനഃസാക്ഷിയിൽ മാറ്റം വന്നില്ല, നവോത്ഥാനവും ഉണ്ടായില്ല. അവിടെയാണ് ശ്രീനാരായണ ഗുരു ഇടപെടുന്നത്, ഗുരുദേവൻ ഇടപെടുന്നത്, അതുപോലുള്ള നവോത്ഥാന നായകന്മാർ ഇടപെടുന്നത്. ഇങ്ങനെ അല്ല വേണ്ടത്.

സർവ്വരും എന്ന വാക്കിന്റെ വേറൊരു ഭാഗമാണ് സമൂഹം വിദ്യകൊണ്ട് പ്രബുദ്ധരാകുവിൻ. ഇന്നപേർ സമൂഹത്തിൽ പ്രബുദ്ധരാകുവിൻ, അല്ല, എല്ലാവരും വിദ്യകൊണ്ട് പ്രബുദ്ധരാകുവിൻ. എങ്ങനെയാണ് വിദ്യകൊണ്ട് പ്രബുദ്ധരാവുക. വിദ്യ എന്ന് പറയുന്നത് ഇപ്പോൾ പുതിയ പൊതുവിദ്യാഭ്യാസ സംരക്ഷണയജ്ഞം അക്ഷരാർത്ഥത്തിൽ ഒരു നവോത്ഥാനത്തിന് കേരളത്തിൽ നേതൃത്വം നല്കുകയാണ്. മനസ്സിലുള്ള ഈ പറയുന്ന മാറ്റങ്ങൾക്ക് നേതൃത്വം നല്കാൻ. പഴയ കൊളോണിയൽ വിദ്യാഭ്യാസവും, പഴയ ഫ്യൂഡൽ വിദ്യാഭ്യാസവുമൊക്കെ വിവര ശേഖരണം, വിവരങ്ങൾ ശേഖരിച്ച്, ശേഖരിക്കപ്പെട്ട വിവരങ്ങൾ ഓർക്കുന്നുണ്ടോ എന്ന് പരീക്ഷിച്ച്, ആ പരീക്ഷയിലൂടെ മാർക്ക് നേടി ഉയർന്നു വരുന്ന, ഉയർന്നു വരുന്നു എന്ന് പറയപ്പെടുന്ന ഒന്നാണ് പഴയ വിദ്യാഭ്യാസം. പ്രബുദ്ധരാകുവിൻ എന്ന് പറയുന്നത് ഈ കൊളോണിയൽ വിദ്യാഭ്യാസ നിലപാടല്ല. ഇന്ന് നമ്മൾ നടത്തിക്കൊണ്ടിരിക്കുന്ന വിദ്യാഭ്യാസം വിദ്യകൊണ്ട് പ്രബുദ്ധരാകുവിൻ എന്ന സങ്കല്പത്തിലാണ്. കേവലം വിവര ശേഖരണമല്ല വിദ്യാഭ്യാസം, മറിച്ച് ശേഖരിക്കപ്പെട്ട വിവരങ്ങളിൽ മനസ്സ് നല്ലതുപോലെ അപ്ലൈ ചെയ്തുകൊണ്ട് ശേഖരിക്കപ്പെട്ട വിവരത്തെ അറിവാക്കി മാറ്റുന്നു, ഇംഗ്ലീഷിൽ അതിനെ ഇൻഫർമേഷനെ നോളജ് ആക്കി മാറ്റി എന്നു പറയും. ഇവിടെയാണ് നവോത്ഥാനം. ഇവിടെയാണ് ക്ലാസിക്കൽ വിദ്യാഭ്യാസം അതായത് കൊളോണിയൽ വിദ്യാഭ്യാസത്തിൽനിന്നുള്ള വ്യത്യാസം. കൊളോണിയൽ വിദ്യാഭ്യാസത്തിലും ഫ്യൂഡൽ വിദ്യാഭ്യാസത്തിലുമെല്ലാം അവർക്ക് വേണ്ട തലമുറയെ വളർത്താനെ ലക്ഷ്യമിടുന്നുള്ളു. അവർക്കാവശ്യമുള്ള ഒരു തലമുറയെ വാർത്തെടുക്കണം. അങ്ങനെ വളർത്തണമെങ്കിൽ അവർ പറയുന്ന ചില വിവരങ്ങൾ ഓർത്താൽ മതി. മനസ്സിനേയും ചിന്തയേയും പരിമിതപ്പെടുത്തുന്ന വിദ്യാഭ്യാസം. അതുകൊണ്ട് നിങ്ങൾ ഇത് ഓർത്താൽ മതി. ഇതാണ് പഠനം. ഗുരുദേവൻ പറഞ്ഞു, അങ്ങനെയല്ല. നിങ്ങൾ കുറച്ച് വിവരം ശേഖരിക്കൂ എന്നല്ല, വിദ്യകൊണ്ട് പ്രബുദ്ധരാകുവിൻ എന്നാണ്. പ്രബുദ്ധരാകണമെങ്കിൽ ജ്ഞാനിയായിട്ടു മാറണം. കൂടുതൽ കൂടുതൽ ആശയങ്ങൾ ഉണ്ടാകണം. ആശയോല്പാദനത്തിലൂടെ മാത്രമേ ഒരു സമൂഹം മുന്നോട്ടു പോകുകയുള്ളൂ. ആശയോല്പാദനം ഉണ്ടാകണമെങ്കിൽ കിട്ടുന്ന വിവരങ്ങൾ മനസ്സിലിട്ടു നല്ലതു പോലെ മഥിച്ച്, അതിനെ അറിവും ജ്ഞാനവുമാക്കി മാറ്റി അന്വേഷണത്തിലേക്ക് വന്ന് പുതിയ ആശയങ്ങൾ ഉല്പാദിപ്പിക്കണം. അതാണ് ഗുരുദേവൻ ചെയ്തത്. അതാണ് വിദ്യകൊണ്ട്

പ്രബുദ്ധരാകുവിൻ എന്ന് ഒറ്റവാക്കിലൂടെ, ആ ഒറ്റവാക്ക് തന്നെ ആയിരം പേജുകൾ എഴുതാം. മണിക്കൂറുകൾനിന്ന് സംസാരിക്കാം. പക്ഷേ, പലപ്പോഴും ഇത് ഒരു വാക്കിൽ തന്നെ ഒതുക്കി എന്നുള്ളതാണ് അതിന്റെ പരിമിതി. എത്ര വേണമെങ്കിലും നമുക്ക് അതിനെ വിപുലീകരിക്കാം. ഇത് ശാസ്ത്രരംഗത്തും അതെ, ചരിത്രരംഗത്തും അതെ, ഭാഷാരംഗത്തും അതെ, എവിടെയാണെങ്കിലും ശേഖരിക്കപ്പെട്ട വിവരങ്ങളിൽനിന്നും അറിവായിട്ട് മാറുമ്പോഴാണ്.

ഒരു ഉദാഹരണം പറയുമ്പോൾ കുട്ടികൾക്ക് മനസ്സിലാവും. 1947 ആഗസ്ത് 15 ഇന്ത്യക്ക് സ്വാതന്ത്ര്യം കിട്ടി. ഒരു വിവരമാണത്. പരീക്ഷയ്ക്ക് ചോദിക്കും എന്നാ സ്വാതന്ത്ര്യം കിട്ടിയത്. 1947 ആഗസ്ത് 15. യെസ്, ടിക് മാർക്ക്. അവിടെനിന്ന് നവോത്ഥാന സങ്കല്പത്തിലൂടെ, നാരായണ സങ്കല്പത്തിലൂടെ, ഗുരുദേവ സങ്കല്പത്തിലൂടെ ഒരു ചോദ്യം ചോദിച്ചാൽ, കുട്ടിക്ക് അറിയില്ല. എന്താണ് സ്വാതന്ത്ര്യം. ഇന്ത്യക്ക് സ്വാതന്ത്ര്യം കിട്ടിയെന്ന് അറിയാം. ഓരോ രാജ്യത്തിനും സ്വാതന്ത്ര്യം കിട്ടിയതെന്നത് അറിയാം. ഇന്ത്യയുടെ തലസ്ഥാനം ഏതാ, അറിയാം. ഇന്ത്യയുടെ പ്രധാനമന്ത്രി ആരാ, അറിയാം. എന്താണ് സ്വാതന്ത്ര്യം? അവിടെയാണ് വിവരം അറിവായിട്ട് മാറേണ്ടത്. അറിവ് ജ്ഞാനമായിട്ട് മാറേണ്ടത്. ജ്ഞാനം അന്വേഷണത്തിലേക്ക് എത്തേണ്ടത്? അന്വേഷണം പുതിയ ആശയങ്ങളെ സംഭാവന ചെയ്യേണ്ടത്. ഇതാണ് വിദ്യാഭ്യാസം. ഇവിടെ ഒരു കുട്ടിയുടെ മനസ്സിൽ ഉണ്ടാകുന്ന മാറ്റം, ബ്രെയിനിൽ ഉണ്ടാകുന്ന മാറ്റം, ശാസ്ത്രം ഉപയോഗിച്ച് പറയുകയാണെങ്കിൽ ഓരോ കുട്ടിയുടെയും ബ്രെയിനിൽ ദശലക്ഷക്കണക്കിന് ന്യൂറോൺസ് ഉണ്ട്. ഈ ന്യൂറോൺസിന്റെ പ്രവർത്തനത്തിലൂടെയാണ് ഇങ്ങനെ വിവരങ്ങൾ ശേഖരിക്കുന്നതും, മനനം ചെയ്യുന്നതും അത് കൂടുതൽ അറിവായിട്ട് മാറുന്നതും. വെറുതെ ശേഖരിക്കപ്പെടുന്ന വിവരങ്ങൾ ഓർക്കുന്നു എന്ന് പരിശോധിക്കുന്ന ഒരു പഠന പ്രക്രിയയിൽ ഇങ്ങനെ ഉപയോഗിക്കാവുന്ന ന്യൂറോൺസിൽ മൂന്നിലൊന്നുപോലും ഉപയോഗിക്കപ്പെടുന്നില്ല എന്നാണ് ശാസ്ത്രം പറയുന്നത്. അപ്പോൾ എത്ര സാദ്ധ്യതയുണ്ട് ഇനി നമ്മുടെ സമൂഹത്തിന് വളരാൻ.

ഗുരുദേവൻ പറഞ്ഞ പ്രബുദ്ധരാകുവിൻ എന്ന സങ്കല്പത്തിലേക്ക് നമ്മൾ ജനത എത്താൻ നാം എത്രയോ പണിയെടുക്കണം. അതിന് ചിന്ത വേണം. 100 ശതമാനവും നമ്മുടെ ബ്രെയിൻ ഉപയോഗിച്ചുകൊണ്ട് ഈ പ്രകൃതിയുമായി സല്ലപിച്ച്, പ്രകൃതിയിൽനിന്ന് കൂടുതൽ കൂടുതൽ ആശയങ്ങളെടുത്ത്, മനസ്സിനെ കൂടുതൽ കൂടുതൽ ഉയരങ്ങളിലെത്തിച്ച് ചിന്തിപ്പിച്ച് ചിന്തിപ്പിച്ച് ജ്ഞാനത്തിലെത്തി അങ്ങനെ അങ്ങനെ അന്വേഷണത്തിലെത്തിയപ്പോഴാണ് ഈ സമൂഹത്തെ മാറ്റുന്നതിന് ഒരു വഴിയേ ഉള്ളൂ, അത് മൂല്യം മനസ്സിലേക്ക് സംഭാവന ചെയ്യുക എന്നതാണ്. അതുവരെ ചരിത്രം ഉണ്ടാക്കിയിട്ടുള്ള ചില ചില തെറ്റുകളെ അടർത്തി മാറ്റുക എന്നതാണ്. ഈ ഒരു ചിന്തയിൽ കൂടെയാണ് നവോത്ഥാനം ഉണ്ടായത്. ആ നവോത്ഥാന ചിന്തയിലൂടെയാണ് ഇന്ന് കേരളത്തിൽ പൊതുവിദ്യാ

ഭ്യാസ സംരക്ഷണ യജ്ഞത്തിലൂടെ നമ്മൾ മുന്നോട്ടു കൊണ്ടുപോകാൻ ശ്രമിക്കുന്നത്. ജനതയെ പ്രബുദ്ധരാക്കാൻ, അതുകൊണ്ടാണ് ഞങ്ങളൊക്കെ പലപ്പോഴും അന്താരാഷ്ട്രതലത്തിലാക്കാൻ നോക്കുന്നു വിദ്യാഭ്യാസത്തെ എന്ന് പറയുന്നത്. അതിന് ശാസ്ത്ര ഉപകരണങ്ങളൊക്കെ ഉണ്ട്, ആധുനിക ഉപകരണങ്ങൾ ഉപയോഗിക്കുന്നു എന്നേ ഉള്ളു. ഇതെല്ലാം മൂല്യാധിഷ്ഠിത വിദ്യാഭ്യാസത്തിന്റെ ദാർശനിക തലങ്ങളാണ്. യഥാർത്ഥത്തിൽ ഒരു നവോത്ഥാന ദർശനത്തിന്റെ തുടർച്ചയാണ്. ഒരു സമൂഹത്തിലാകെ ഒരിടപെടൽ വഴിയെ നവോത്ഥാനം നിലനില്ക്കുകയുള്ളൂ. മറ്റൊന്നും കൂടിയുണ്ട് കേരളത്തിൽ ഈ നവോത്ഥാന ആശയങ്ങളെല്ലാം ഗുരുദേവന്റെ നേതൃത്വത്തിൽ മുന്നോട്ടു കൊണ്ടുവന്നത് പ്രാവർത്തികമാക്കാൻ കേരളത്തിൽ പൊതുവിദ്യാഭ്യാസം വന്നപ്പോഴാണ് കഴിഞ്ഞത്. അതുകൊണ്ടാണ് കേരളം ലോകത്തിന്റെ നെറുകയിൽ എത്തിയത്. വിദ്യാഭ്യാസത്തെക്കുറിച്ച് ലോകത്തെ എവിടെനിന്ന് സംസാരിച്ചാലും കേരളം എന്ന് പറയാതെ പോകില്ല. എന്തുകൊണ്ടാ, നവോത്ഥാനങ്ങളാണ് അതിന് അടിത്തറ. നവോത്ഥാനത്തെ തുടർന്നുള്ള നിയമ നിർമ്മാണങ്ങളാണ്. 1957 ൽ ഭൂപരിഷ്കരണം എന്ന ആശയം മുന്നോട്ടു വച്ചു, പൊതുവിദ്യാഭ്യാസത്തിന്റെ ആശയം മുന്നോട്ടു വച്ചു. തുടർന്ന് കേരളം അത് പ്രാവർത്തികമാക്കി.

നേരത്തെ സൂചിപ്പിച്ച ഒരു കാര്യം എന്തിന് ഇന്ന് ഈ വിഷയം ചർച്ച ചെയ്യുന്നു. ഇന്നത്തെ വിദ്യാഭ്യാസ പ്രക്രിയയിൽ ഇതുപോലെ അടർത്തി മാറ്റേണ്ടതായ, തെറ്റായ പല ഘടകങ്ങളും ഉണ്ട്. അവ അടർത്തി മാറ്റി പുതിയവ പ്രതിഷ്ഠിക്കുന്നത് നവ നവോത്ഥാനമാണ്. അതിനും ദർശനം ഗുരുദേവ ദർശനം തന്നെയാണ്. പണമുള്ളവനേ പഠിക്കാൻ പറ്റുള്ളൂ എന്ന് ഇപ്പോൾ കമ്പോളം പറയുന്നു. വളരെ ലളിതമാണ്. വിദ്യകൊണ്ട് പ്രബുദ്ധരാകുവിൻ എന്ന് ശ്രീനാരായണ ഗുരുദേവൻ പറഞ്ഞു, പക്ഷേ, പ്രബുദ്ധരാകണമെന്നുണ്ടെങ്കിലും പണമുണ്ടെങ്കിലേ പഠിക്കാൻ പറ്റൂ എന്നു വന്നാൽ അതെങ്ങനെയാ പ്രബുദ്ധരാകുന്നതിനുള്ള വഴിയാകുന്നത്. അപ്പോൾ ഇന്നത്തെ പ്രശ്നം എന്താ. ഇവിടെയാണ് നവോത്ഥാനം എങ്ങനെയൊക്കെ ഉപയോഗിക്കണം എന്ന് മനസ്സിലാക്കേണ്ടത്. നവോത്ഥാനം എന്ന് പറഞ്ഞിരിക്കലല്ല, നവോത്ഥാനം നവനവോത്ഥാനത്തിലേക്കെങ്ങനെ മുന്നേറും എന്ന ചിന്തയും പ്രയോഗവും ഉയർത്തിക്കൊണ്ടു വരേണ്ടതുണ്ട്. ഇന്നെന്താണ് പ്രശ്നം, എന്താണ് മാറ്റിയെടുക്കേണ്ടത്. കമ്പോളം വിദ്യാഭ്യാസത്തിലേക്ക് നല്കിയ തെറ്റായ ചില മൗലിക ആശയങ്ങളെ അടർത്തി മാറ്റണം. അടർത്തി മാറ്റിയാലേ മൂല്യാധിഷ്ഠിത വിദ്യാഭ്യാസം നവോത്ഥാനത്തിലൂടെ വന്നത് കൂടുതൽ കൂടുതൽ മൂല്യാധിഷ്ഠിതമായി മാറൂ. അല്ലെങ്കിൽ അത് കച്ചവടം ആകും. മനസ്സ് കച്ചവടം ആകും. മനസ്സ് കച്ചവടം ആകുമ്പോഴോ മനുഷ്യന്റെ മാനവികതയും മനുഷ്യത്വവും നഷ്ടപ്പെടും. നഷ്ടപ്പെടുന്നതോടെ മനുഷ്യൻ മനുഷ്യനല്ലാതായി മാറും. വിദ്യാഭ്യാസം എന്ന സങ്കല്പവും അർത്ഥശൂന്യമാകും. അതുകൊണ്ട് മനസ്സിൽ ഈ മാറ്റങ്ങൾ ഉണ്ടാക്കുവാൻ എവിടെയാണ് ഇടപെ

ടേണ്ടതെന്ന് തിരിച്ചറിയാണം. ഇതാണ് ഗുരുദേവൻ കാണിച്ചു തന്നത്, ഇതാണ് നവോത്ഥാനം. അതിനാണ് ഞാൻ രണ്ടു മൂന്ന് കാര്യങ്ങൾ പറഞ്ഞത്.

നവോത്ഥാനത്തിന്റെ തുടർച്ച സാഹിത്യ നായകന്മാർ ഏറ്റെടുത്തു. അതിനെയാണ് പുരോഗമന സാഹിത്യം എന്ന് പറയുന്നത്. അതുവരെ ഗുരുദേവൻ നവോത്ഥാനത്തിലൂടെ, അതുപോലെ തന്നെ നവോത്ഥാന നായകന്മാർ എങ്ങനെയാണ് മനസ്സിലെ മൗലിക സങ്കല്പങ്ങളെ അടർത്തി മാറ്റി പുതിയത് വിളക്കിച്ചേർത്ത് മനസ്സിനെ പുനഃപ്രതിഷ്ഠിച്ചത്. ആ പുനഃസൃഷ്ടിയുടെ തുടർച്ചയായി മനസ്സിനെ കൂടുതൽ കൂടുതൽ ഉത്തേജിപ്പിക്കത്തക്ക രീതിയിലുള്ള ആശയങ്ങൾ നല്കലാണ് സാഹിത്യകാരന്മാരുടെയും അതുപോലെ തന്നെ കലാകാരന്മാരുടെയും ചുമതല. അവരെയാണ് നമ്മൾ പുരോഗമന സാഹിത്യകാരന്മാർ എന്ന് പറയുന്നത്. ഈ തുടർച്ചയുടെ ഭാഗമായാണ് വൈലോപ്പിള്ളി 'ചോര തുടിക്കും ചെറു കൈകളേ പേറുക വന്നീ പന്തങ്ങൾ' എന്ന് എഴുതിയത്. വളരെ പണ്ട് മലയ പുലയനാം മാടത്തിൻ മുറ്റത്ത് മഴ വന്ന നാളൊരു വാഴ നട്ടു എന്ന് കവി എഴുതുന്ന ഒരു കാലമുണ്ടായിരുന്നു. ഇപ്പോൾ ആരെങ്കിലും എഴുതുമോ, എഴുതില്ല. അത് അന്നത്തെ പശ്ചാത്തലത്തിലാണ്. അപ്പോൾ തുടർന്നു വരുന്ന കവികൾ, കലാകാരന്മാർ അവരൊക്കെ ഈ നവോത്ഥാനത്തെ കൂടുതൽ കൂടുതൽ മനസ്സിനെ ഉത്തേജിപ്പിക്കുന്നതിന് വേണ്ടി ഉപയോഗിച്ചു. അതാണ് യഥാർത്ഥത്തിൽ പുരോഗമന സാഹിത്യം. അവിടെയും നമുക്ക് വിള്ളലുകൾ സംഭവിക്കുന്നുണ്ട്, വർത്തമാനകാലത്ത്. അവിടെയും കമ്പോളത്തിന്റെ സ്വാധീനങ്ങൾ കാണുന്നുണ്ട്. അവിടെയും നല്ല ആശയങ്ങൾ ഉല്പാദിപ്പിക്കുന്നതിന് കുറവുകൾ കാണുന്നുണ്ട്. അതുകൊണ്ട് കേവലമായ വിദ്യാഭ്യാസ പ്രക്രിയയിലുള്ള മൂല്യാധിഷ്ഠിത മാറ്റത്തിനു പകരം സമൂഹത്തിന്റെ സാംസ്കാരിക മേഖലയിലേക്ക് മാറ്റുന്നതിന് തുടക്കംകുറിക്കണം. അതാണ് കേരളത്തിൽ ഇപ്പോൾ നടക്കുന്നത്.

വലിയൊരു വിഷയമാണിത്. വളരെ ചുരുക്കി ചുരുക്കി ഞാൻ ഇത്രയും കാര്യങ്ങൾ സൂചിപ്പിച്ചു എന്നേ ഉള്ളൂ. കേരളത്തിലെ വിദ്യാഭ്യാസ രംഗത്ത് ഈ മാറ്റം വരികയാണ് പൊതുവിദ്യാഭ്യാസത്തിൽ. അത് സാർവ്വത്രികവും സൗജന്യവുമായ വിദ്യാഭ്യാസം. ഏത് പാവപ്പെട്ടവന്റെ മക്കൾക്കും ഏറ്റവും ആധുനിക വിദ്യാഭ്യാസം കിട്ടാൻ വഴിയുണ്ട്. ഇത് നവോത്ഥാനമാണ്. കമ്പോളത്തിന്റെ കടന്നുവരവോടു കൂടി ഇതിന് പറ്റാതായില്ലേ. ഏറ്റവും നല്ല വിദ്യാഭ്യാസം കിട്ടണമെങ്കിൽ പണം വേണം എന്നൊരു ചിന്ത കേരളത്തിൽ രണ്ടു മൂന്നു വർഷം മുമ്പ് വന്നിരുന്നില്ലേ. അത് മാറിക്കൊണ്ടിരിക്കുന്നില്ലേ? നവോത്ഥാനമാണ്. അതാണ് മൂല്യാധിഷ്ഠിതം. അതുപോലെ വിഷയത്തിലേക്ക് വരണം. അത്രയൊക്കെ പറയണമെങ്കിൽ വലിയൊരു ചർച്ച വേണം. ഞാൻ അങ്ങോട്ടു പോകുന്നില്ല. പറയേണ്ടതാണ്, പറയാൻ പറ്റുന്നതുമാണ്.

സയൻസിൽ വരുന്ന മാറ്റങ്ങൾ, എല്ലാം ഇതോട് ചേർത്ത് ചേർത്ത് പഠിക്കേണ്ട വിഷയങ്ങളാണ്. ഏതായാലും വിദ്യാഭ്യാസരംഗത്ത് മൗലി

കമായ വലിയൊരു മാറ്റം കേരളം ആഗ്രഹിക്കുന്നു. കേരളം ആഗ്രഹിക്കുന്നു എന്ന് മാത്രമല്ല, ലോകം ആഗ്രഹിക്കുന്നു. കാരണം ലോകം പ്രതീക്ഷിക്കുന്ന ഒരു ചെറിയ പ്രദേശമാണ് കേരളം. ഇവിടെയാണ് വിദ്യാഭ്യാസ രംഗത്ത് എന്തെങ്കിലും മൗലികമായ മാറ്റം ഉണ്ടാകുന്ന ലോകം പ്രതീക്ഷിക്കുന്നത്. ആ പ്രതീക്ഷ, ഗുരുദേവന്റെ ദർശനത്തെ അധിഷ്ഠിതമാക്കിയിട്ടാണ് വളർന്നത് എന്നത് ഓർക്കുമ്പോൾ അതേ ഗുരുദേവ വിശ്വദർശനം തന്നെ ഉപയോഗിച്ചുകൊണ്ട് വർത്തമാനകാലത്തിൽ മനസ്സിലെ മൗലിക സങ്കല്പങ്ങളെ മാറ്റിയെടുത്ത് കൂടുതൽ മൂല്യങ്ങളിലേക്ക് ഉയർത്തി മൂല്യവത്തായ സമൂഹത്തെ സൃഷ്ടിക്കാൻ വൈജ്ഞാനിക രംഗത്തും ധൈഷണിക രംഗത്തും ലോകത്ത് ഏത് ജനതയുടെയും മുകളിൽ നില്ക്കാവുന്ന ഒരു ജനതയായി കേരളത്തെ മാറ്റാൻ, പ്രബുദ്ധ കേരളത്തെ മാറ്റാൻ അത്തരത്തിലൊരു വിദ്യാഭ്യാസ പ്രക്രിയ വേണം. അതിനെന്നും ഒരു ശക്തി ശ്രീനാരായണ ദർശനമാണ് എന്ന കാര്യത്തിൽ ഒരു സംശയവും ആർക്കുമില്ല, എനിക്കൊട്ടുമില്ല. അതുകൊണ്ടുതന്നെ ആ ആശയം ഉൾക്കൊണ്ടുകൊണ്ട് പുതിയൊരു നവോത്ഥാനത്തിലേക്ക്, പുതിയൊരു തലത്തിലേക്ക് മൂല്യങ്ങൾ വർദ്ധിപ്പിച്ച് വർദ്ധിപ്പിച്ച് വികസിച്ച് നമ്മൾ വളർത്തിയെടുക്കും. കമ്പോളത്തിൽനിന്നും നമുക്ക് മോചനം വേണം. കമ്പോളത്തിൽ നിന്നുകൊണ്ട് ഒരു മനസ്സിലും ഒന്നും സംഭവിക്കില്ല. അതുപോലെതന്നെ പൊതു ഇടങ്ങൾ കുറഞ്ഞു വരികയാണ്. പൊതു ഇടങ്ങൾ കുറഞ്ഞുവരുമ്പോൾ, മനസ്സിന്റെ പൊതു ഇടങ്ങൾ കുറഞ്ഞു വരും. മനസ്സിന്റെ പൊതു ഇടങ്ങൾ കുറഞ്ഞുവരുമ്പോൾ ഉണ്ടാകാവുന്ന ശൂന്യതയിലേക്കാണ് ജാതി ചിന്തകളും അധമ ചിന്തകളും കടന്നു കയറുന്നത്. അത് ഇന്നൊരു വലിയ പ്രശ്നമാണ്.

ഗുരുദേവൻ എന്തിനെക്കുറിച്ചു പറഞ്ഞുവോ, എതിർത്തുവോ അതെല്ലാം തിരിച്ചുവരുന്നു. ജാതിചിന്തകൾ തിരിച്ചു വന്നു. മൗലികമായ ചിന്തകൾ മനസ്സിൽ വന്ന്, ഞാൻ പറഞ്ഞ ശൂന്യതയിലേക്ക് പൊതു ഇടങ്ങൾ ഇല്ലാതാകുന്ന ശൂന്യതയിലേക്ക് കടന്ന് വരുന്ന ഇടങ്ങളിൽ നവോത്ഥാന ആശയത്തിലൂടെ തന്നെ കാണണം. ആ ചിന്തകളെ അടർത്തി മാറ്റിക്കൊണ്ട്, പൊതു ഇടങ്ങളെ വികസിപ്പിച്ച് മനസ്സ് പൊതു ഇടങ്ങളാക്കി മാറ്റി മൗലിക ചിന്തകൾ കടന്നുവരാനുള്ള ശൂന്യതകൾ ഇല്ലാതാക്കുന്ന നവോത്ഥാനമാണ് നമുക്ക് വേണ്ടത്. അതിനും നമുക്ക് ശക്തി ഇന്നും ശ്രീനാരായണ ദർശനം തന്നെയാണ്. അതുകൊണ്ടാണ് ഞാൻ പറഞ്ഞത് ഗുരുദേവ ദർശനം വിശ്വദർശനമെന്ന്. ആ ദർശനം കൂടുതൽ കൂടുതൽ പഠിക്കേണ്ടിയിരിക്കുന്നു, ആഴത്തിൽ പഠിക്കേണ്ടിയിരിക്കുന്നു. കൂടുതൽ കൂടുതൽ അത് മനനം ചെയ്യേണ്ടിയിരിക്കുന്നു. അതിനുവേണ്ടി ഈ വിഷയം ഇവിടെ എടുത്തു എന്നത് വളരെയധികം സന്തോഷമുള്ള കാര്യമാണ്.

സൗഹൃദ സംഗമം, ഇരിങ്ങാലക്കുട

ഇന്ത്യയിൽ ജീവിക്കുന്ന എല്ലാവരും എടുക്കേണ്ട ഒരു തീരുമാനം. എടുക്കേണ്ടത് എന്ന് ഞാൻ പറയുന്നു. നമുക്ക് ചർച്ച ചെയ്യാം.

ഇന്ത്യയുടെ ഏറ്റവും വലിയ രണ്ട് ശക്തി എന്ന് പറയുന്നത്, ഒന്ന് മതനിരപേക്ഷതയും മറ്റൊന്ന് ജനാധിപത്യവുമാണ്. ചരിത്രപരമായി വികസിപ്പിച്ചെടുത്ത രണ്ട് ആശയങ്ങളാണവ. വർഷങ്ങളായി ബ്രിട്ടീഷ് സാമ്രാജ്യത്വത്തിന് അടിമകളായിരുന്ന കാലത്തും, അതിനുമുമ്പും, ഇന്ത്യ സ്വതന്ത്ര ഇന്ത്യ ആയാൽ, ഇന്ത്യ മതനിരപേക്ഷ ഇന്ത്യ ആകണം എന്നും ജനാധിപത്യ ഇന്ത്യ ആകണം എന്നും ഇന്ത്യയിലെ ജനങ്ങൾ ആഗ്രഹിച്ചിരുന്നു. അതിന്റെ പ്രതിഫലനമാണ് നമ്മുടെ ഭരണഘടനയിൽ വന്നത്. ഭരണഘടന നമുക്ക് വാഗ്ദാനം ചെയ്യുന്ന രണ്ട് സുപ്രധാന ആശയങ്ങളാണ് മതനിരപേക്ഷതയും ജനാധിപത്യവും. അങ്ങനെ സ്വാതന്ത്ര്യത്തിനുശേഷം ഈ ആശയം ഭരണഘടനയിലൂടെ നാം മുന്നോട്ടു വച്ചപ്പോൾ, ലോകം നമ്മുടെ രാജ്യത്തെ വളരെയധികം ശ്രദ്ധിച്ചു. കാരണം മറ്റൊരു രാജ്യത്തിനും ഇത്ര വലിയ ഒരു സംസ്കാരം അവകാശപ്പെടാൻ ഇല്ല. ലോകത്ത് അന്താരാഷ്ട്ര തലത്തിലുള്ള ഏത് വലിയ യോഗങ്ങളിലും ഇന്ത്യ സംസാരിക്കാൻ എഴുന്നേറ്റാൽ മറ്റ് രാജ്യങ്ങൾ ശ്രദ്ധയോടെ കേട്ട് ഇരിക്കും. ഡോ: വി കെ കൃഷ്ണമേനോൻ, സർവ്വേപ്പള്ളി രാധാകൃഷ്ണൻ, ജവാഹർ ലാൽ നെഹ്രു ഒക്കെ ഐക്യരാഷ്ട്ര സഭയുടെ നടുത്തളത്തിൽ എഴുന്നേറ്റു നിന്നാൽ ലോക രാജ്യങ്ങൾ ശ്രദ്ധയോടെ കേൾക്കും. അങ്ങനെ കേട്ടിരുന്നത് നമ്മളൊരു വലിയ സൈനിക ശക്തിയുള്ള രാജ്യമായതു കൊണ്ടല്ല. എങ്കിൽ ചിലപ്പോൾ ഭയം കൊണ്ടുപോലും ശ്രദ്ധിച്ചിരുന്നു എന്നു വന്നേക്കാം. നമ്മളൊരു സാമ്പത്തിക ശക്തി ആയിട്ടും അല്ല. അങ്ങനെയാണെങ്കിലും ചിലർ ചിലപ്പോൾ ശ്രദ്ധിച്ചു എന്നുവരാം, വലിയ സാമ്പ

ത്തികശേഷിയുള്ള രാജ്യമല്ല, വലിയ സൈനിക ശക്തിയുമല്ല, എന്നിട്ടും ലോക രാജ്യങ്ങൾ നമ്മെ ശ്രദ്ധിക്കുന്നു. ലോകത്തെ ഒരു രാജ്യത്തിനും അവകാശപ്പെടാൻ പറ്റാത്ത ഒരു ശക്തി നമുക്കുണ്ട്. അതു വേറൊന്നുമല്ല, മതനിരപേക്ഷതയാണ്. അതിനൊപ്പം മതനിരപേക്ഷത പുഷ്കലമാക്കാൻ സാദ്ധ്യതയുള്ള സാമൂഹ്യ രാഷ്ട്രീയാന്തരീക്ഷവുംകൂടി നമ്മുടെ ഭരണഘടന വിഭാവനം ചെയ്യുന്നു, അത് ജനാധിപത്യമാണ്. ഈ രണ്ട് സങ്കല്പങ്ങളും ലോക രാജ്യങ്ങൾക്ക് മാതൃകയാണ് എന്ന് അർത്ഥശങ്കയ്ക്ക് ഇടയില്ലാതെ നമുക്ക് പറയാം. അതുകൊണ്ട് ലോകം ശ്രദ്ധിക്കുന്നതും ആദരിക്കുന്നതും മതനിരപേക്ഷ ജനാധിപത്യ രാഷ്ട്രമാണ്, ലോകത്ത് ഏറ്റവും കൂടുതൽ ജനസംഖ്യയുള്ള രാഷ്ട്രങ്ങളിൽ ഒന്ന് എന്നതുകൊണ്ടാണ്. ഈ തിരഞ്ഞെടുപ്പിൽ നമ്മുടെ മുമ്പിൽ, ഇന്ത്യൻ ജനതയുടെ മുമ്പിലുള്ള ചോദ്യം ഇങ്ങനെ ലോകം ആദരിക്കുന്ന, ചരിത്രപരമായി നമ്മൾ വികസിപ്പിച്ചെടുത്ത മതനിരപേക്ഷ ജനാധിപത്യ ഇന്ത്യ എന്ന സങ്കല്പം നിലനില്ക്കണമോ വേണ്ടയോ എന്നതാണ്. ഇതാണ് ഈ തിരഞ്ഞെടുപ്പിലെ മുഖ്യ ചോദ്യം. നമ്മുടെ ഒരേ ഒരു ചോദ്യം ഇതാണ്.

ഈ ചോദ്യത്തിന് എന്തുത്തരം പറയണം? ഇടതുപക്ഷത്തിന്റെ അഭിപ്രായം ഇന്ന് ചർച്ച ചെയ്യുന്ന അഭിപ്രായം, ഒരു സംശയവുമില്ലാതെ, ഇന്ത്യൻ ജനത ഒറ്റക്കെട്ടായി ഉണർന്നുനിന്നു പറയണം മതനിരപേക്ഷ ജനാധിപത്യ ഇന്ത്യയെ നിലനിർത്തണം എന്ന്. ഇതാണ് ഇന്ത്യക്ക് വേണ്ടി ചെയ്യാവുന്ന ഏറ്റവും വലിയ കാര്യം. ഒരു രാഷ്ട്രത്തിനുവേണ്ടി ഒരു പൗരനു ചെയ്യാൻ കഴിയുന്ന ഏറ്റവും വലിയ കാര്യം രാഷ്ട്രം ചരിത്രപരമായി വികസിപ്പിച്ചെടുത്തതും ലോകം ആദരിക്കുന്നതുമായ ആശയങ്ങളെ നിലനിർത്താൻ ശ്രമിക്കുക എന്നുള്ളതാണ്. അതുകൊണ്ട് ഈ തിരഞ്ഞെടുപ്പിൽ പങ്കെടുക്കുന്ന മുഴുവൻപേരും മതനിരപേക്ഷ ജനാധിപത്യ ഇന്ത്യ നിലനില്ക്കണം എന്ന അഭിപ്രയം രേഖപ്പെടുത്തണം എന്നാണ് പറഞ്ഞതിന്റെ രത്നച്ചുരുക്കം. ശരി, അങ്ങനെ അഭിപ്രായം രേഖപ്പെടുത്തി എഴുതാനുള്ളതല്ലല്ലോ തിരഞ്ഞെടുപ്പ്, വോട്ടു ചെയ്യാനുള്ളതല്ലേ. അവിടെ അഭിപ്രായം എഴുതി വയ്ക്കാൻ പറ്റില്ലല്ലോ. സ്വാഭാവികമായ ചോദ്യമാ ഇത്. വോട്ട് ചെയ്യുന്നവരോടു മാത്രമേ ഈ അഭിപ്രായം നമുക്ക് പറയാൻ പറ്റുള്ളൂ. തിരഞ്ഞെടുപ്പ് രാഷ്ട്രീയ വിദ്യാഭ്യാസ പ്രക്രിയയാണ്. ഇവിടെ ഏറ്റവും പ്രധാനമായിട്ടുവേണ്ട ഒന്ന്, ജനാധിപത്യ രാഷ്ട്രത്തിൽ ജനാധിപത്യ മൂല്യങ്ങൾ ഉള്ള പൗരൻ ചെയ്യേണ്ട ഏറ്റവും പ്രധാനപ്പെട്ട കാര്യം വോട്ട് ചെയ്യുന്നതിലൂടെ ഒരു ഡെമോക്രാറ്റിക് കറക്ഷൻ ഉണ്ടാക്കുക എന്നുള്ളതാണ്. ജനാധിപത്യത്തിരുത്ത്. അതാണ് ജനാധിപത്യ രാജ്യത്ത് ജീവിക്കുന്ന, ജനാധിപത്യത്തിൽ വിശ്വസിക്കുന്ന പൗരന്റെ കടമ. ജനാധിപത്യത്തിൽനിന്നും മതനിരപേക്ഷതയിൽനിന്നും രാജ്യം അകന്നുപോകുന്നുണ്ടെങ്കിൽ അത് തിരുത്തുക എന്നുള്ളതിനെയാണ് ഞാൻ ഡെമോക്രാറ്റിക് കറക്ഷൻ എന്നു പറഞ്ഞത്. ഇത് ചെയ്യാൻ ജനാധിപത്യത്തിൽ വിശ്വസിക്കുന്ന, മതനിരപേക്ഷതയിൽ വിശ്വസിക്കുന്ന എല്ലാവർക്കും

കടമയും ചുമതലയുമുണ്ട്. അതുകൊണ്ട് ഡെമോക്രാറ്റിക് കറക്ഷൻ എന്ന ആശയം മനസ്സിൽവച്ചുകൊണ്ട്, രാജ്യത്ത് ജനാധിപത്യവും മതനിരപേക്ഷതയും, അത് സംഭാവന ചെയ്ത ഭരണഘടനയും നിലനില്ക്കുന്ന രീതിയിലാകണം നമ്മുടെ വോട്ട് ചെയ്യേണ്ടത് എന്ന്. ഇതുവരെ, കഴിഞ്ഞ അഞ്ച് വർഷക്കാലം നമ്മുടെ രാജ്യത്ത് ഭരണഘടന ശരിയല്ല എന്ന അഭിപ്രായം ഭരണകൂടത്തിൽനിന്ന് ഉയർന്ന് വന്നത് നമ്മളെല്ലാം കേട്ടതാണ്. ഉദാഹരിക്കാൻ ഞാൻ ശ്രമിക്കുന്നില്ല, പക്ഷേ, നിങ്ങളുടെയെല്ലാം മനസ്സിലുണ്ട്. പലപ്പോഴായി ഇന്ത്യൻ ഭരണഘടനയിലെ ന്യൂനപക്ഷങ്ങൾക്ക് നല്കിയിട്ടുള്ള അവകാശങ്ങൾ, പട്ടികജാതിപട്ടികവർഗ്ഗ ദളിത് വിഭാഗങ്ങൾക്ക് നല്കിയിരുന്ന അവകാശങ്ങൾ ഇതെല്ലാം ശരിയല്ല എന്ന അഭിപ്രായം ഭരണകൂടത്തിന്റെ ഭാഗത്തുനിന്നു വന്നത് ഭരണഘടന തന്നെ ഭീഷണി നേരിടുന്നു എന്നുള്ളതിന്റെ ലക്ഷണങ്ങളാണ്. ഭരണഘടന ഭീഷണി നേരിടുന്ന അവസ്ഥ എത്തിക്കഴിഞ്ഞാൽ മതനിരപേക്ഷ ജനാധിപത്യവും നഷ്ടമാകും. അതുകൊണ്ട് ഇന്ത്യൻ ഭരണഘടന നിലനിർത്താൻ ഇന്ത്യൻ ഭരണഘടനയെ എതിർക്കുന്ന വർഗ്ഗീയ രാഷ്ട്രീയം ഇന്ത്യയിൽ അധികാരത്തിൽ വരരുത് എന്ന് നാം തിരിച്ചറിയണം. എങ്കിലേ മതനിരപേക്ഷ ഇന്ത്യ നില്ക്കുള്ളൂ, എങ്കിലേ ജനാധിപത്യ ഇന്ത്യ നില്ക്കുള്ളൂ. വർഗ്ഗീയ രാഷ്ട്രീയ ശക്തികൾ അധികാരത്തിൽവന്ന് മതനിരപേക്ഷത നഷ്ടപ്പെടുത്തിയാൽ, ജനാധിപത്യം ഇല്ലാതാക്കിയാൽ ഈ ഭൂമിയിൽ നമുക്കൊന്നും പിന്നെ ചെയ്യാൻ കഴിയില്ല എന്നുള്ളത് ഉറപ്പാണ്. നിങ്ങൾ നിങ്ങളുടെ മക്കൾക്കും മക്കളുടെ മക്കൾക്കും അവരുടെ മക്കൾക്കും വേണ്ടി സ്വത്ത് കുന്നുകൂട്ടി വച്ചു കൊള്ളണമെന്നില്ല. വേണമെങ്കിൽ വച്ചോളൂ, അതിനെതിരല്ല ആരും. സ്വർണ്ണം ധാരാളം വാങ്ങി ലോക്കറിൽ വച്ചുകൊള്ളണമെന്നില്ല. വച്ചോളൂ, കുഴപ്പമില്ല. വീടും കാറും മേടിച്ച് മക്കൾക്ക് ഡെപ്പോസിറ്റ് ഉണ്ടാക്കണമെന്നില്ല. വച്ചോളൂ. പക്ഷേ, നിർബ്ബന്ധം അവശ്യം ഇവിടെ നടത്തേണ്ട ഒരു ഡെപ്പോസിറ്റ് ഉണ്ട്. അതാണ് സേഫ് ഡെപ്പോസിറ്റ്. നമ്മുടെ മക്കളും മക്കളുടെ മക്കളും അവരുടെ മക്കളും സന്തോഷത്തോടെ ജീവിക്കാൻ-സേഫ് ഡെപ്പോസിറ്റ് അതാണ്. അതൊന്നു ചെയ്യണം. അതാണ് അവർക്ക് വേണ്ടി ചെയ്യേണ്ടത്. വേറൊന്നും അല്ല, മതനിരപേക്ഷ സംസ്കാരം നിലനിർത്തുക എന്നതു തന്നെയാണ്. എത്രതന്നെ സ്വത്തുക്കൾ നമ്മൾ കെട്ടിവച്ചാലും, എന്തെല്ലാം മക്കൾക്ക് വേണ്ടി ചെയ്യാൻ പറ്റിയെങ്കിലും എല്ലാം ചേർത്തുവച്ചാലും മതനിരപേക്ഷത നഷ്ടപ്പെട്ട് വർഗ്ഗീയത വളർന്ന്, വർഗ്ഗീയ സംഘട്ടനങ്ങളും വർഗ്ഗീയ സംഘർഷങ്ങളും സമൂഹത്തിൽ വളർന്നു വന്നാൽ, എന്തൊക്കെ സ്വത്ത് കൈയിലുണ്ടെങ്കിലും മനഃസമാധാനത്തോടെ ജീവിക്കാൻ പറ്റില്ല എന്ന കാര്യം എല്ലാരും തിരിച്ചറിയണം എന്നതാണ് ഈ തിരഞ്ഞെടുപ്പിന്റെ സുപ്രധാനമായ നിലപാടാകേണ്ടത്. ഇത് കക്ഷി രാഷ്ട്രീയത്തിന്റെ പ്രശ്നമല്ല, എല്ലാരുടെയും പ്രശ്നമാണ്. ഈ മണ്ണിൽ ജീവിക്കുന്ന ഏത് രാഷ്ട്രീയത്തിലും വിശ്വസിക്കുന്നവർ അവശ്യം തിരിച്ചറിയേണ്ടത്

മതനിരപേക്ഷത നഷ്ടപ്പെടലല്ല, നമ്മുടെ ചുമതല ഈ സമൂഹത്തിൽ മതനിരപേക്ഷത നിലനിർത്തിപ്പോവുക എന്നതാണ്. കടമ അതാണ്. ഈ മണ്ണിൽ ജീവിച്ചിരിക്കുന്നവരുടെ കടമ അതാണ്. ലോകത്തെ ഏത് രാജ്യത്ത് നോക്കിയാലും അവിടെല്ലാമുള്ള ജാതിമതവിശ്വാസങ്ങൾ നമ്മുടെ രാജ്യത്തുണ്ട്. എല്ലാം, ഏത് രാജ്യത്ത് പോയി നോക്കൂ. അതിൽ ഒരു കഷണം ഇവിടെ കാണും. പക്ഷേ, അവരെല്ലാം സന്തോഷത്തോടെ ജീവിക്കുകയാണ്. അതിന്റെ കാരണം ഇവിടെ മതനിരപേക്ഷത ഉണ്ട് എന്നതാണ്. അതുകൊണ്ട് ഇവിടത്തെ ജീവിതത്തിന്റെ സന്തോഷത്തിന്റെ ഭൂമിക എന്നു പറയുന്നത് മതനിരപേക്ഷത ആണ് എന്ന് തിരിച്ചറിയണം. സമ്പത്തൊന്നുമല്ല, അതൊക്കെ ഇതിന്റെ തുടർ ഭാഗമായിട്ട് വരും. ന്യൂന പക്ഷ വിഭാഗങ്ങളും പട്ടികജാതി പട്ടികവർഗ്ഗ ദളിത് വിഭാഗങ്ങളും ആരൊക്കെയാണോ ഭരണഘടനയുടെ സംരക്ഷണയിലൂടെ ഇവിടെ സ്വാതന്ത്ര്യം അനുഭവിച്ചുവരുന്നത്, അവരെല്ലാം അതുപോലെ ജീവിക്കണം എന്നുണ്ടെങ്കിൽ ഇവിടെ നിലനിർത്തേണ്ടത് ഈ പശ്ചാത്തലമാണ്. വേറൊന്നുമല്ല, മതനിരപേക്ഷതയാണ്. അതുകൊണ്ട് ഈ തിരഞ്ഞെടുപ്പിൽ ഇടതുപക്ഷ പ്രസ്ഥാനത്തിന് അഭ്യർത്ഥിക്കാനുള്ളത് ഒരു രാജ്യത്തെ നിലനിർത്തുക, ജനത്തെ നിലനിർത്തുക, പോര ജനതയുടെ ചരിത്രം നിലനിർത്തുക, ജനങ്ങളുടെ ഭാവി സുരക്ഷിതമാക്കുക. അതിന് വേറൊന്നും വേണ്ട മതനിരപേക്ഷത നിലനിർത്താൻ നമ്മൾ ശ്രമിച്ചാൽ മതി. അല്ലെങ്കിൽ ഭാവി ഇരുളടഞ്ഞതാകും. ഈയൊരു പ്രധാനപ്പെട്ട ആശയം തിരഞ്ഞെടുപ്പ് കാലത്ത് മനസ്സിൽ വച്ച് ചർച്ച ചെയ്യണം എന്നുള്ള ഒരഭ്യർത്ഥനയാണ് ഞങ്ങൾക്ക് ഈ സൗഹർദ്ദ കൂട്ടായ്മയിൽ ആദ്യമായി പങ്ക് വയ്ക്കാനുള്ളത്. വർഗ്ഗീയശക്തികൾ അധികാരത്തിൽ വന്നാൽ ഏതായാലും, ഏത് വർഗ്ഗീയതയും അപകടമാണ്, ഏത് വർഗ്ഗീയതയും മതനിരപേക്ഷത തകർക്കുന്നതാണ്. നമുക്ക് വേണ്ടത് മതനിരപേക്ഷതയാണ്.

നവ നവോത്ഥാനം കാലഘട്ടത്തിന്റെ അനിവാര്യത

'തൊട്ടുകൂടാത്തവർ
തീണ്ടിക്കൂടാത്തവർ
ദൃഷ്ടിയിൽപ്പെട്ടാലും
ദോഷമുള്ളോർ'

ഒരു കാലഘട്ടത്തിന്റെ ചിത്രമാണ് 'ദുരവസ്ഥ'യിലൂടെ മഹാകവി കുമാരനാശാൻ വരച്ചു കാട്ടുന്നത്. ജാതി സമ്പ്രദായം എത്രമാത്രം ആഴത്തിലായിരുന്നുവെന്ന് 'ചണ്ഡാലഭിഷുകി' എന്ന ഖണ്ഡകാവ്യത്തിലൂടെ കുറേക്കൂടി ഗൗരവമായി കുമാരനാശാൻ അവതരിപ്പിക്കുന്നു. കൂടാതെ ജാതിയനാചാരങ്ങളുടെ അർത്ഥശൂന്യത വെളിപ്പെടുത്താനും ഇതുവഴി സാമൂഹിക പരിഷ്കരണത്തിന് നേതൃത്വം നല്കിയ ആശാൻ ശ്രമിക്കുന്നുണ്ട്.

'ദാഹിക്കുന്നു ഭഗിനി
കൃപാരസ
മോഹനം കുളിർ
തണ്ണീരിതാശു നീ'
എന്ന് ദാഹജലത്തിനായി ചോദിച്ച ബുദ്ധഭിക്ഷുവിനോട്
'അല്ലല്ലെന്തു കഥയിതു
കഷ്ടമേ!
അല്ലലാലങ്ങു ജാതി
മറന്നിതോ'
എന്നാണ് മാതംഗിയായ ചണ്ഡാല സ്ത്രീ മറുപടി പറഞ്ഞത്.
'ജാതി ചോദിക്കുന്നില്ല ഞാൻ
സോദരി
ചോദിക്കുന്നു നീർ

നാവുവരണ്ടഹോ!'

എന്ന ബുദ്ധഭിക്ഷുവിന്റെ മറുപടിയിലൂടെ അയിത്തത്തിനെതിരെ ബോധവല്ക്കരിക്കാൻ കവി ശ്രമിക്കുന്നു.

ഏതാണ്ട് ഒരു നൂറുവർഷം മുമ്പുള്ള സമൂഹത്തിന്റെ നിലപാടുകളും പ്രസ്തുത നിലപാടുകളോടുള്ള നവോത്ഥാനഘട്ടത്തിൽ വന്ന വിയോജിപ്പുകളുമാണ് കുമാരനാശാൻ സ്വന്തം സൃഷ്ടികളിലൂടെ വരച്ചു കാട്ടുന്നത്. ജീവൻ നിലനിർത്തുന്ന ദാഹജലത്തിന് ജാതിയില്ലാ എന്നും, ദാഹം മാറ്റുന്നതിന് ജലമാണ് വേണ്ടതെന്നും അത് ആര് നല്കുന്നു എന്നത് പ്രസക്തമല്ല എന്നും ഇത്തരം ദുരാചാരങ്ങൾ തിരുത്തപ്പെടേണ്ടതാണെന്നുമാണ് ബുദ്ധഭിക്ഷുവിലൂടെ കുമാരനാശാൻ മുന്നോട്ടു വയ്ക്കുന്ന ആശയം.

ഇതുപോലെ നിരവധിയായ നാട്ടുനടപ്പുകളും കീഴ്വഴക്കങ്ങളും നാട്ടിൽ നിലനിന്നിരുന്നു. കാലദേശങ്ങൾക്കനുസരിച്ച് അതിൽ വൈവിദ്ധ്യമുണ്ടായിരുന്നു എന്നുമാത്രം. സ്ത്രീകൾക്ക് മേൽവസ്ത്രം ധരിക്കാൻ നിഷിദ്ധമായ അവസ്ഥ, മുണ്ട് മുട്ടിന് കീഴെ വരത്തക്കവിധം ഉടുക്കാൻ അവകാശമില്ലാത്ത അവസ്ഥ, അവർണ്ണരായ സ്ത്രീകൾക്ക് മൂക്കുത്തി ധരിക്കാനുള്ള സ്വാതന്ത്ര്യമില്ലാത്ത അവസ്ഥ, കുലസ്ത്രീകൾക്ക് പൊതുയിടങ്ങളിൽ പോകാൻ കഴിയാതിരുന്ന അവസ്ഥ, അധഃസ്ഥിതർ പഠിച്ചുകൂടാ എന്ന നാട്ടുനടപ്പ്, അവർണ്ണർക്ക് പൊതുവഴിയിലൂടെയുള്ള സഞ്ചാര നിഷേധം, അയിത്ത ജാതിയിൽപ്പെട്ട സ്ത്രീകൾ കല്ലുമാല ധരിച്ചുകൊള്ളണം എന്ന നിർബ്ബന്ധം, വിധവാ വിവാഹം നിഷിദ്ധമായ അവസ്ഥ, അധഃസ്ഥിതർക്ക് ഇഷ്ടദൈവത്തെ തൊഴാൻ അമ്പലത്തിൽ പ്രവേശിക്കാൻ കഴിയാത്ത അവസ്ഥ, എന്തിനധികം ദാഹിച്ചു വലഞ്ഞാൽ പോലും ജലസ്രോതസ്സിൽ നിന്നും വെള്ളം കോരിക്കുടിക്കാൻ കഴിയാത്ത ഒരവസ്ഥ ഇതെല്ലാം ഒരു കാലഘട്ടത്തിന്റെ യാഥാർത്ഥ്യങ്ങളായിരുന്നു. ഒരുപക്ഷേ, ഇന്നത്തെ തലമുറയ്ക്ക് സ്വപ്നത്തിൽപോലും വിചാരിക്കാൻ കഴിയാത്തവിധം വിലക്കുകളും നാട്ടുനടപ്പുകളും ഉണ്ടായ കാലമുണ്ടായിരുന്നു. പണിയെടുക്കാൻ സാധാരണക്കാർ, ഉണ്ണാൻ ജന്മിമാർ. പണിയെടുക്കുന്നവർക്ക് പട്ടിണി, ഒന്നും ചെയ്യാത്തവർക്ക് മൃഷ്ടാന്ന ഭോജനം. ഇങ്ങനേയും പലവിധ അസമത്വങ്ങളേയും അനാചാരങ്ങളേയും ലംഘിച്ചും, നിഷേധിച്ചുമാണ് കേരളം ഇന്നത്തെ കേരളമായത്. നാം ഒട്ടേറെ കാര്യങ്ങൾ തെളിയിച്ചിട്ടുണ്ട്. അതിൽ ഏറ്റവും പ്രധാനം കാലാതീതമായ ആചാരങ്ങളില്ല എന്നും, എല്ലാം മാറ്റങ്ങൾക്ക് വിധേയമാണ് എന്നുമാണ്. മാറാൻ തയ്യാറല്ലാത്തവരോടും ദുരാചാരങ്ങളുടെ കടുംപാലകരായവരോടും പോരടിച്ചാണ് മാറ്റത്തിന്റെ ശക്തികൾ എന്നും മുന്നേറിയിട്ടുള്ളത്. ദുരാചാരങ്ങളുടെ വൈവിദ്ധ്യത്തിനനുസരിച്ച് അതിനെതിരായ പോരാട്ടങ്ങളും വൈവിദ്ധ്യമുള്ളതായിരിക്കും. അതാണ് ചട്ടമ്പി സ്വാമികളും വൈകുണ്ഠസ്വാമികളും അയ്യങ്കാളിയും ശ്രീനാരായണ ഗുരുവും മന്നത്തു പത്മനാഭനും സഹോദരനയ്യപ്പനും ചാവറ കുര്യാക്കോസ് ഏലിയാസ് അച്ചനും വക്കം മുഹമ്മദ് അബ്ദുൾഖാദർ മൗലവിയും വി ടി ഭട്ടതിരിപ്പാടും എ കെ

ഗോപാലൻ, കേളപ്പൻ, ഇ എം ശങ്കരൻ നമ്പൂതിരിപ്പാട് തുടങ്ങിയ അറിയപ്പെടുന്നവരുടെയും അതിലേറെ അറിയപ്പെടാത്തവരുടേയും നേതൃത്വത്തിൽ നടന്ന പരിവർത്തനത്തിനുള്ള വിവിധ രൂപങ്ങളിലുള്ള മുന്നേറ്റങ്ങൾ നമ്മെ പഠിപ്പിക്കുന്നത്. പോരാട്ടത്തിന്റെ രൂപത്തിൽ, ഭാവത്തിൽ, തന്ത്രങ്ങളിൽ വൈവിദ്ധ്യമുണ്ടായിട്ടുണ്ട്. എന്നാൽ ലക്ഷ്യം ഒന്നായിരുന്നു. അത് അവകാശ നിഷേധത്തിന് എതിരായിരുന്നു എന്നതും മോചനത്തിനും തുല്യതയ്ക്കും വേണ്ടിയുള്ളതുമായിരുന്നു എന്നതുമാണ്.

കേരളത്തിൽ നിലനിന്നിരുന്ന അവകാശ നിഷേധത്തിന്റേതായ കറുത്ത ചിത്രം പുതിയ തലമുറയ്ക്ക് അറിയില്ല. ഈ കറുത്ത കാലത്തെ പോരാട്ടത്തിലൂടെ മറികടന്ന സ്വച്ഛമായൊരു കാലത്തെ സന്തതികളാണ് ഇന്നത്തെ സമൂഹം. സമൂഹത്തെ പിറകോട്ട് നയിക്കാൻ ചിലശക്തികൾ ശ്രമം നടത്തുമ്പോൾ നാം ഇവിടംവരെ എങ്ങനെ എത്തി എന്ന ചരിത്രം വസ്തുനിഷ്ഠമായി അവരിലേക്ക് എത്തിക്കേണ്ടതുണ്ട്. വിവേകാനന്ദൻ ഭ്രാന്താലയമെന്ന് വിളിച്ച ഒരുനാടിനെ മതനിരപേക്ഷതയുടെ ജനാധിപത്യത്തിന്റേതായ 'ദൈവത്തിന്റെ നാട്' എന്ന് മറ്റുള്ളവർ കരുതുന്ന ഒരവസ്ഥയിലേക്ക് മാറ്റിയതിന്റെ ചരിതം മനസ്സിലാക്കിക്കേണ്ടതുണ്ട്.

മനസ്സിന്റെ നവീകരണമാണ് നവോത്ഥാനം. അത് നിരന്തരമായി നടക്കേണ്ട പ്രക്രിയയാണ്. പ്രാകൃതമായ സതി നിർത്തലാക്കിപ്പിച്ച പോരാട്ടങ്ങൾ, മുന്നേറ്റങ്ങൾ സമത്വത്തിന്റെയും സ്വാതന്ത്ര്യത്തിന്റെയും വലിയ സന്ദേശമാണ് ലോകത്തിന് നല്കിയത്. ഭർത്താവിന്റെ ചിതയിൽ സ്ത്രീ എരിഞ്ഞടങ്ങണം. അത് കൗമാരം പിന്നിടാത്ത ജീവിതം ആരംഭിച്ച സഹോദരിയാണെങ്കിൽപ്പോലും എന്ന കിരാതമായ ദുരാചാരമാണ് ഇതോടെ അവസാനിച്ചത്. ഇങ്ങനെയും ദുരാചാരങ്ങൾ ലംഘിക്കുക വഴി മാനവീകതയുടെയും സ്ത്രീപുരുഷ തുല്യതയുടെയും സ്വാത്രന്ത്ര്യത്തിന്റെയും പുത്തൻ വാതായനങ്ങൾ തുറക്കപ്പെട്ടു. പുതിയ അറിവുകളും അതിന്റെ ഭാഗമായി വളർന്ന സാങ്കേതികവിദ്യകളും മാനവ മോചനത്തിനായുള്ള ശ്രമങ്ങളുടെ വേഗത വർദ്ധിപ്പിച്ചു. നിലവിലുള്ള അറിവിന്റെയും അനുഭവങ്ങളുടെയും പരിമിതിയിൽ നിന്നുകൊണ്ട് അതിനപ്പുറം എന്താണ് എന്ന നിരന്തര ചോദ്യങ്ങളാണ് പുത്തൻ അറിവുകൾക്കും കണ്ടെത്തലുകൾക്കും നിദാനമായത്. നിലനില്ക്കുന്ന നിയമങ്ങളുടെ ലംഘനമാണ് ഓരോ കണ്ടെത്തലുകളും എന്നത് നാം കാണാതെ പോകരുത്. മാനവരാശി കണ്ടെത്തുന്ന പുത്തൻ അറിവുകളും അത് പ്രായോഗിക്കുമ്പോഴുണ്ടകുന്ന അനുഭവങ്ങളുമാണ് പുതിയ ചിന്തകൾക്ക് വഴി തുറക്കുന്നത്. ഓരോ വ്യക്തിയും സ്വാംശീകരിച്ച അറിവുകൾ, അതിന്റെ അനുഭവങ്ങൾ എന്നിവയുടെ അടിസ്ഥാനത്തിൽ വ്യതിരിക്തമായി ചിന്തിക്കുന്നതിനെയാണ് സർഗ്ഗാത്മകത എന്ന് പറയുന്നത്. ഏത് സർഗ്ഗാത്മക പ്രവർത്തനവും അതുവരെ നിലനിന്നിരുന്ന അറിവിന്റെ അടിസ്ഥാനത്തിൽ രൂപപ്പെട്ട നിയമങ്ങളുടെ നിഷേധം കൂടിയാണ്. അങ്ങനെ നിലനില്ക്കുന്ന പലതിനെയും നിഷേധിച്ച് മുന്നേറുന്ന മാനവരാശിയെ ആധുനിക സാങ്കേതിക

വിദ്യാ സാദ്ധ്യതകളെ തന്നെ പ്രയോജനപ്പെടുത്തി പിൻ നടത്തിക്കാനുള്ള ശ്രമങ്ങൾ നമ്മുടെ നാട്ടിലും നടക്കുന്നുണ്ട്. ആഗോളവല്ക്കരണത്തിന്റെ ശക്തികൾ ലാഭത്തിനായി നടത്തുന്ന ശ്രമങ്ങളിൽനിന്നും ജനങ്ങളുടെ ശ്രദ്ധ വ്യതിചലിപ്പിക്കാൻ അവരുടെ വിശ്വാസ പ്രമാണങ്ങളെയും, അവരുടെ പല കാര്യങ്ങളിലുമുള്ള അജ്ഞതയേയും നന്നായി മുതലെടുക്കുന്നുണ്ട്.

അറിവിന് അതിനിർണ്ണായകമായ സ്വാധീനമുള്ള ലോകക്രമമാണിത്. അറിവ് ആയുധമാണ്. പ്രസ്തുത ആയുധം ഉപയോഗിച്ചുകൊണ്ട് അറിവാർജ്ജിക്കാൻ വേണ്ടരീതിയിൽ അവസരം ലഭിക്കാത്ത ജനതതിയെ തെറ്റിദ്ധരിപ്പിക്കാൻ നടത്തുന്ന ശ്രമങ്ങൾക്കെതിരെ നാം ജാഗരൂകരാകേണ്ടതുണ്ട്. കച്ചവട താല്പര്യങ്ങളും വർഗ്ഗീയ താല്പര്യങ്ങളും കൂട്ടു ചേർന്ന് മനുഷ്യന്റെ യഥാർത്ഥ ജീവിതപ്രശ്നങ്ങളിൽനിന്നും വഴിതിരിച്ചു വിടാനും, ജനാധിപത്യം, സമത്വം, സ്വാതന്ത്ര്യം കൂടാതെ നമ്മുടെ ഭരണഘടന മുന്നോട്ടുവച്ച മതനിരപേക്ഷത അടക്കമുള്ള അടിസ്ഥാന കാഴ്ചപ്പാടുകളിൽനിന്നും, അതിനായുള്ള പരിശ്രമങ്ങളിൽനിന്നും വഴിമാറ്റാൻ നടത്തുന്ന ബോധപൂർവ്വമായ ശ്രമങ്ങളെ ചെറുക്കാനുള്ള ആശയ പ്രപഞ്ചം സൃഷ്ടിക്കുക എന്നത് ഇന്നിന്റെ ആവശ്യമാണ്. നമുക്ക് ഏതൊരു ദുരന്തത്തേയും മാനവീകതയുടെ പക്ഷത്തുനിന്നും നേരിടാൻ കഴിയും എന്നത് ഈയിടെ വന്ന മഹാപ്രളയം നമ്മെ പഠിപ്പിച്ചിട്ടുണ്ട്. അക്കാലത്തുണ്ടായ കൂട്ടായ്മയുടെ തുടർച്ചയുണ്ടാക്കുകയാണ് നവകേരളസൃഷ്ടിക്ക് ആവശ്യം.

ലോകം നമ്മെ ആദരിക്കുന്നത് ഇവിടത്തെ മതനിരപേക്ഷത കൊണ്ടാണ്. ലോകവേദിയിൽ നമ്മുടെ ശബ്ദം ശ്രവിക്കുന്നത് ഈ സംസ്കാരം കൊണ്ടാണ്. കേരളത്തിലെ പാഠ്യപദ്ധതി പരിഷ്കരിക്കുമ്പോൾ ഭരണഘടനയുടെ മൂല്യങ്ങളും നവോത്ഥാന ചരിത്രവും ഉൾക്കൊള്ളിക്കും. എല്ലാവരെയും ഒരേപോലെ കാണുന്ന, അവശരുടെ വിഷമങ്ങൾ മനസ്സിലാക്കുന്ന, രാഷ്ട്രത്തെ സ്നേഹിക്കുന്ന ഒരു തലമുറ ഇവിടെ വളർന്നുവരണം. ഇതിനാവശ്യമായ ജനാധിപത്യ പ്രവർത്തനങ്ങൾക്ക് രൂപം നല്കുക എന്നതാകണം കേരളത്തിന്റെ നന്മകളുടെ തുടർച്ച ആഗ്രഹിക്കുന്ന ഏവരുടെയും കടമ.

അദ്ധ്യാപകർ നല്ല വിദ്യാർത്ഥികളാകണം

ഇന്ത്യയുടെ രാഷ്ട്രപതിയും പ്രമുഖ വിദ്യാഭ്യാസ വിചക്ഷണനുമായിരുന്ന ഡോ. സർവ്വേപ്പള്ളി രാധാകൃഷ്ണന്റെ ജന്മദിനമാണ് അദ്ധ്യാപകദിനമായി ആചരിക്കുന്നത്. അദ്ധ്യാപകന്റെ കടമകളെക്കുറിച്ച് അവരെയും സമൂഹത്തെയും ഓർമ്മപ്പെടുത്തുന്ന സുദിനം കൂടിയാണ് അദ്ധ്യാപകദിനം. അദ്ധ്യാപകൻ തലമുറകളെ വാർത്തെടുക്കുന്ന വ്യക്തിയാണ്. വികസനത്തിന്റെ ഭൂമിക തന്നെ നല്ല തലമുറകളെ വാർത്തെടുക്കുന്ന പ്രക്രിയയായതിനാൽ, നൈസർഗ്ഗികമായ സാമൂഹ്യ വികാസത്തിന് നേതൃത്വം കൊടുക്കുന്ന വ്യക്തിയാണ്. മനുഷ്യനെ മനുഷ്യനാക്കി മാറ്റുക എന്ന വിദ്യാഭ്യാസത്തിന്റെ ദാർശനിക നിർവ്വചനം സാർത്ഥകമാക്കുന്നതിൽ സുപ്രധാനമായ ഘടകമാണ് അദ്ധ്യാപകൻ. അതുകൊണ്ടുതന്നെ സമൂഹം അദ്ധ്യാപകരിൽ വളരെയധികം പ്രതീക്ഷയർപ്പിക്കുന്നു.

ഇക്കാരണങ്ങൾകൊണ്ടുതന്നെ അദ്ധ്യാപകരുടെ ചുമതലയും ഉത്തരവാദിത്വവും ഏറെ വർദ്ധിക്കുകയാണ്. അദ്ധ്യാപകൻ ഏറ്റവും നല്ല ഒരു വിദ്യാർത്ഥി കൂടിയാകണം. അതിനാൽ പഠനമാണ് അദ്ധ്യാപകന്റെ മുഖ്യ കടമ. കാലത്തിനനുസരിച്ച് എല്ലാം മാറുമ്പോൾ മാറ്റത്തെ സമ്പൂർണ്ണമായി ഉൾക്കൊള്ളാനും, സ്വാംശീകരിക്കുവാനുമുള്ള പഠനവും പരമപ്രധാനമാണ്. ശാസ്ത്രസാങ്കേതിക വൈജ്ഞാനിക മേഖലകളിൽ അനുനിമിഷം ഉണ്ടാവുന്ന മാറ്റങ്ങളെ കണ്ടെത്താനും വിദ്യാർത്ഥികൾക്ക് പകർന്നുനല്കാനും അദ്ധ്യാപകർക്കു കഴിയുമ്പോൾ മാത്രമാണ് അദ്ധ്യാപനം ആസ്വാദ്യകരമായി മാറുന്നത്. കേരളത്തിലാണെങ്കിൽ പൊതുവിദ്യാഭ്യാസ സംരക്ഷണ യജ്ഞത്തിലൂടെ പൊതുവിദ്യാഭ്യാസത്തെ ശക്തിപ്പെടുത്തുന്നതിനൊപ്പം ആധുനികവല്ക്കരിക്കുകയുമാണ്. ഇതിന്റെ സന്ദേശ വാഹകർ കൂടിയായി അദ്ധ്യാപകർ മാറണം. ഈ സന്ദേശം സമൂഹത്തിൽ എല്ലാ തലങ്ങളിലും എത്തിച്ച് പൊതുവിദ്യാഭ്യാസത്തെ ശാക്തീകരിക്കേണ്ടത്

വർത്തമാനകാലത്തിന്റെ ആവശ്യമാണ്. അതുകൊണ്ട് അദ്ധ്യാപകദിനത്തിൽ ഓരോ അദ്ധ്യാപകന്റെയും മനസ്സിൽ പുതിയ ആശയങ്ങൾ ഉല്പാദിപ്പിക്കപ്പെടണം.

ശിശു കേന്ദ്രീകൃത വിദ്യാഭ്യാസത്തിൽ അദ്ധ്യാപകർക്ക് വളരെ വലിയ പങ്കാണ് ഉള്ളത്. പാഠപുസ്തകത്തിലെ അറിവുകൾ മാത്രം വിദ്യാർത്ഥികൾക്ക് പകർന്നു കൊടുക്കുന്നവരാവരുത് അദ്ധ്യാപകൻ. ഇന്ന് ലഭ്യമായിരിക്കുന്ന അറിവിന്റെ അനന്തമായ സ്രോതസ്സുകളെ വിദ്യാർത്ഥികൾക്ക് ഉപകാരപ്പെടുന്ന രീതിയിൽ വിനിയോഗിക്കാൻ അദ്ധ്യാപകന് കഴിയണം. ഏതെല്ലാം വിഭവ സ്രോതസ്സുകളിൽനിന്ന് കുട്ടിയുടെ മനസ്സിലേക്ക് അറിവ് പ്രവഹിക്കുവാൻ സാദ്ധ്യതയുണ്ടോ, അവിടേക്കെല്ലാം കുട്ടിയുടെ മനസ്സിനെ തുറന്നു കൊടുക്കാൻ കഴിയുന്ന വ്യക്തിയാണ് അദ്ധ്യാപകൻ. അതുവഴി കുട്ടിയുടെ സർഗ്ഗപരമായ കഴിവുകളുടെ സ്വതന്ത്ര വികാസത്തിന് വഴിയൊരുക്കണം.

ശാസ്ത്രാവബോധവും വിജ്ഞാനവുമുള്ള ഒരു സമൂഹത്തെ സൃഷ്ടിക്കുക എന്നത് സർക്കാരിന്റെ ഉത്തരവാദിത്വമായി ഭരണഘടന തന്നെ അനുശാസിക്കുന്നു. മാനവികത, സഹാനുഭൂതി, പരിസ്ഥിതി ബോധം, സമത്വ ബോധം തുടങ്ങിയ മൂല്യങ്ങൾ വിദ്യാഭ്യാസത്തിലൂടെ കുട്ടികളിൽ ഉളവാകണം. ശാസ്ത്രചിന്തയും യുക്തിബോധവും കുട്ടികളിൽ വളർത്തിയെടുക്കേണ്ടത് അനിവാര്യമാണ്.

അറിവിന്റെ സംവേദനത്തോടൊപ്പം മാനവികതയുടെ വികാസവും സമന്വയിക്കപ്പെടുമ്പോൾ മാത്രമാണ് വിദ്യാഭ്യാസം പൂർണ്ണമാകുന്നത്. അതുകൊണ്ട് അക്കാദമിക് വളർച്ചയോടൊപ്പം അക്കാദമികേതര മേഖലയിലെ വളർച്ചയും വിദ്യാഭ്യാസ ലക്ഷ്യമായി ഉണ്ടാകണം. അക്കാദമികേതര മേഖലകളിൽ കുട്ടിയുടെ സർഗ്ഗപരമായ കഴിവുകളുടെ വികാസത്തിലൂടെ ലക്ഷ്യമിടുന്നത് കുട്ടിയുടെ മനസ്സിന്റെ ശുദ്ധീകരണമായിരിക്കണം. അതിലൂടെ മാത്രമേ വിദ്യാഭ്യാസത്തിന്റെ യഥാർത്ഥ നിർവ്വചനമായ മനുഷ്യനെ മനുഷ്യനാക്കി മാറ്റുക എന്നത് അർത്ഥ പൂർണ്ണമാകാൻ കഴിയുകയുള്ളൂ. ഈ നിർവ്വചനത്തിന്റെ പൂർണ്ണതയിലേക്ക് തലമുറയെ വാർത്തെടുക്കുക എന്നതാണ് അദ്ധ്യാപകനിൽനിന്ന് സമൂഹം പ്രതീക്ഷിക്കുന്നത്. ആ പ്രതീക്ഷ നിറവേറ്റപ്പെടുമ്പോൾ മാത്രമെ അദ്ധ്യാപക ദിനങ്ങൾ പ്രയോഗികമായും ദാർശനികമായും വിജയിക്കുകയുള്ളൂ. ഈ നിർവ്വചന സങ്കല്പത്തിലേക്ക് കേരളത്തിന്റെ വിദ്യാഭ്യാസത്തെ ഉയർത്തുക എന്നതാണ് പൊതുവിദ്യാഭ്യാസ സംരക്ഷണ യജ്ഞത്തിലൂടെ സർക്കാർ ഉദ്ദേശിക്കുന്നത്. പുതിയ തലമുറകളുടെ വിദ്യാഭ്യാസ സ്വപ്നങ്ങളെ സാക്ഷാൽക്കരിക്കാനും വിജ്ഞാനത്തിന്റെ അനന്ത വിഹായസ്സിലേക്ക് അവരെ കൈപിടിച്ചു നടത്തുന്നതിനുമുള്ള മഹത്തായ ഈ യജ്ഞം കേവലം ഒരു ഔദ്യോഗിക പരിപാടിയല്ല. ജനങ്ങളുടെ മനസ്സു നിറഞ്ഞ പങ്കാളിത്തത്തോടെയുള്ള ജനകീയ മഹായജ്ഞമാണ്. അതിന്റെ മുന്നിൽ നിന്ന് നയിക്കേണ്ടവരാണ് അദ്ധ്യാപകർ. കേരളത്തിന്റെ അദ്ധ്യാപക സമൂഹം ഒന്നടങ്കം ഈ ഉത്തരവാദിത്വം ഏറ്റെടുക്കുമെന്ന് പ്രതീക്ഷിക്കുന്നു.

അദ്ധ്യാപകദിനാചരണം ജീവിതശൈലി ചർച്ചയോടെ

വീണ്ടും ഒരദ്ധ്യാപകദിനം കൂടി കടന്നുവരുന്നു. അദ്ധ്യാപനം എന്ന സങ്കല്പത്തിന്റെ മൂർത്തഭാവത്തെ ഓർത്തുകൊണ്ടും പ്രണമിച്ചുകൊണ്ടും അറിവു പകരുന്ന അദ്ധ്യാപകനെ ആദരിച്ചുകൊണ്ടുമാണ് അദ്ധ്യാപക ദിനം ആചരിക്കുന്നത്. പൊതുവിദ്യാഭ്യാസ സംരക്ഷണത്തിന് ജനകീയ വേദി ഒരുങ്ങുന്ന ഒരു പ്രത്യേക പശ്ചാത്തലത്തിലാണ് ഈ വർഷത്തെ അദ്ധ്യാപകദിനാചരണം എന്നത് ശ്രദ്ധേയമാണ്. അതുകൊണ്ടുതന്നെ ജന കീയ പ്രശ്നങ്ങൾ ഏറ്റെടുക്കേണ്ട ചുമതലകൂടി ഓരോ അദ്ധ്യാപകനും ഉണ്ട്. കലാലയങ്ങളിൽ നിന്നാണ് സംസ്കാരം ഉണരുന്നത്. തുടർന്നാണ് അത് സമൂഹത്തിന്റെ സംസ്കാരമായി മാറുന്നത്. കേരളം പലരംഗങ്ങ ളിലും ലോകത്തിന് മാതൃകയാണ്. ആയുർദൈർഘ്യത്തിലും മരണനിര ക്കിലും സാക്ഷരതയിലും, സ്ത്രീ സാക്ഷരതയിലും, ശിശുജനന, മരണ നിരക്കുകളിലും കേരളം ലോകത്തിന് മാതൃകയാണ്. ഈ നേട്ടം കൈവ രിക്കുവാൻ നമുക്ക് കഴിഞ്ഞത് പൊതുവിദ്യാഭ്യാസത്തെ ശക്തിപ്പെടുത്തി യതുകൊണ്ടാണ്.

സാർവ്വത്രികവും സൗജന്യവുമായ വിദ്യാഭ്യാസത്തെ തുടർന്നാണ് കേരളത്തിന്റെ പിന്നോക്കാവസ്ഥ കുറെയൊക്കെ പരിഹരിക്കപ്പെടു വാനുള്ള സാഹചര്യം ഉണ്ടായത്. പട്ടികജാതി പട്ടികവർഗ്ഗ മേഖലകളി ലെല്ലാം ഇനിയും നമുക്ക് മുന്നോട്ട് പോകേണ്ടതായിട്ടുണ്ട്. അതുകൊണ്ടു തന്നെ വിദ്യാഭ്യാസത്തെ പൊതുമേഖലയിൽ തന്നെ നിർത്തി സംരക്ഷി ക്കണം. ഈ കാഴ്ചപ്പാടിലാണ് കേരളത്തിന്റെ വിദ്യാഭ്യാസരംഗത്തെ മാറ്റി ക്കൊണ്ടിരിക്കുന്നത്.

മേല്പറഞ്ഞ മാറ്റത്തിന്റെ പ്രധാന ഭാഗം വിദ്യാലയങ്ങളുടെ ആധുനി കവല്ക്കരണമാണ്. സ്ലേറ്റും പെൻസിലും ബ്ലാക്ക് ബോർഡും ഉപയോഗിച്ച് പഠിപ്പിച്ചിരുന്ന അദ്ധ്യാപകർ ഇന്നും നമ്മുടെ ഓർമ്മയിലുണ്ട്. കാലം

മാറിയതോടുകൂടി പഠിപ്പിക്കുവാനും പഠിക്കുവാനുള്ള മാർഗ്ഗങ്ങളും ഉപകരണങ്ങളും മാറി. പക്ഷേ, ഈ മാറ്റം വിദ്യാലയങ്ങളിൽ പൂർണ്ണമായും എത്തിയിട്ടില്ല. അതുകൊണ്ടുതന്നെ വർത്തമാനകാല അദ്ധ്യാപകർക്ക് പ്രത്യേകിച്ച് പൊതുമേഖലയിലെ അദ്ധ്യാപകർക്ക്, അദ്ധ്യാപനത്തിൽ ആധുനികവല്ക്കരണം നടത്തുവാൻ ബുദ്ധിമുട്ടു വരുന്നു. ഇത് പൊതു വിദ്യാഭ്യാസത്തെ പിറകോട്ടടിപ്പിക്കുന്ന പ്രശ്നങ്ങളിൽ ഒന്നായിത്തീർന്നു. അതുകൊണ്ടാണ് വിദ്യാലയങ്ങളുടെ ആധുനികവല്ക്കരണം എന്ന ആശയത്തിന് മുൻതൂക്കം നല്കുന്നത്.

കാലത്തിനനുസരിച്ച് അദ്ധ്യാപകന് ഉയരുവാൻ സംസ്ഥാന സർക്കാർ അവസരമൊരുക്കുന്ന പശ്ചാത്തലത്തിൽ കൂടിയാണ് ഈ അദ്ധ്യാപക ദിനത്തെ കാണേണ്ടത്. ഇതിന്റെ ഭാഗമായി അടുത്ത രണ്ട് വർഷത്തിനുള്ളിൽ കേരളത്തിലെ ഒന്ന് മുതൽ പന്ത്രണ്ട് വരെയുള്ള എല്ലാ വിദ്യാലയങ്ങളും, ഒപ്പം 8, 9, 10, 11, 12 ക്ലാസുകളും ഹൈടെക്കാക്കി മാറ്റും. ഇതിനായുള്ള പ്രാഥമിക നടപടികൾ തുടങ്ങി. ഇത് പൂർണ്ണമാകുന്നതോടെ പ്രാഥമിക വിദ്യാഭ്യാസം ഡിജിറ്റലൈസ് ചെയ്യുന്ന ഇന്ത്യയിലെ ആദ്യത്തെ സംസ്ഥാനമായി കേരളം മാറും. ആധുനികവല്ക്കരണത്തിനൊപ്പം അദ്ധ്യാപകരുടെ സമഗ്ര പരിശീലനത്തിനും ഉദ്ദേശിക്കുന്നു. 1 മുതൽ 12 വരെയുള്ള എല്ലാ അദ്ധ്യാപകരേയും ഐ ടി സാങ്കേതമുപയോഗിച്ച് വിഷയങ്ങൾ പഠിപ്പിക്കുവാനുള്ള പരിശീലനം നല്കും. ഒപ്പം ഒന്നുമുതൽ ഏഴുവരെയുള്ള മുഴുവൻ അദ്ധ്യാപകർക്കും ഇംഗ്ലീഷ് ഭാഷാ പരിശീലനവും നല്കും. പഠനം മാതൃഭാഷയിലൂടെയാകുമ്പോൾ മറ്റു ഭാഷകൾ പഠിക്കേണ്ടത് ആവശ്യമാണ്. തുടർന്ന് ഹിന്ദി പഠന പരിശീലനവും നല്കും. പഴയകാലത്തെ എല്ലാ അദ്ധ്യാപകരേയും ഓർത്ത് ശക്തിയാർജ്ജിച്ച് ഇന്നത്തെ അദ്ധ്യാപകർ ആധുനിക അദ്ധ്യാപകരാകുവാൻ പ്രതിജ്ഞയെടുക്കേണ്ട ദിവസമാണ് ഈ വർഷത്തെ അദ്ധ്യാപകദിനം. നമുക്ക് അറിവുതരുന്ന ഒരു പുല്ക്കൊടി പോലും നമ്മുടെ അദ്ധ്യാപകനാണ് എന്ന ഉത്തമ സങ്കല്പം കൂടി അദ്ധ്യാപകർക്ക് മാത്രമല്ല, എല്ലാവർക്കും ഉണ്ടാകണം. പ്രകൃതിയാണ് നമ്മുടെ ഏറ്റവും വലിയ അദ്ധ്യാപകൻ, പ്രകൃതിയാണ് പാഠപുസ്തകവും. അറിവ് നല്കിക്കൊണ്ട് തലമുറകളെ വാർത്തെടുക്കുന്ന പ്രക്രിയയിൽ പങ്കെടുക്കുന്നവരെല്ലാം ഉയർന്ന അർത്ഥത്തിൽ അദ്ധ്യാപകരാണ് എന്ന് പ്രബുദ്ധ കേരളമെങ്കിലും ഓർക്കണം. ദ്വിമാനത്തിൽനിന്ന് ത്രിമാനത്തിലേക്ക് പോലും ബോധന മാധ്യമം മാറേണ്ടതുണ്ട് എന്നതിനാൽ ഭാവിയിൽ ഇ-ടെക്സ്റ്റ് ബുക്കുകളിലേക്കുകൂടി നമുക്ക് എത്തേണ്ടതായിട്ടുണ്ട്. ഈ വർഷം തന്നെ ഏതെങ്കിലും ഒരു വിഷയത്തിലെ ഒരു അദ്ധ്യായമെങ്കിലും ഇ-ടെക്സ്റ്റാക്കി മാറ്റണമെന്നുണ്ട്. ഇതു കൂടി യാഥാർത്ഥ്യമായാൽ അദ്ധ്യാപകൻ ആധുനിക കാലത്തിന്റെ മാതൃകാ അദ്ധ്യാപകനായി മാറും. ഇതാണ് നിലവിലുള്ള അദ്ധ്യാപകർക്കുള്ള ആദരവ്. ഈ രീതിയനുസരിച്ച് ഉന്നത വിദ്യാഭ്യാസ മേഖലയിലും ആധുനികവല്ക്കരണം നടപ്പിലാക്കും. ചുരുക്കത്തിൽ

ഡിജിറ്റൽ വിദ്യാഭ്യാസ മേഖലയായി കേരളത്തിന്റെ പൊതുവിദ്യാഭ്യാസ മേഖല മാറും. രാജ്യത്തിന് മാതൃകയാകും. എല്ലാ പിന്നോക്കാവസ്ഥയും പരിഹരിച്ച് സുസ്ഥിരവികസന പാതയിലൂടെ നടക്കുവാൻ കേരളത്തെ പ്രാപ്തമാക്കുന്നത് ഇങ്ങനെയാണ്.

പഠനത്തോടൊപ്പം മറ്റ് ജീവിത മേഖലകളിലും പഠനങ്ങൾ നടക്കേണ്ടതുണ്ട്. മേല്പറഞ്ഞ സാമൂഹ്യ മേഖലകളിൽ കേരളം മുന്നിലാണെങ്കിലും രോഗാതുരതയിലും ആത്മഹത്യാ പ്രവണതയിലും ലഹരി ഉപയോഗത്തിലും മറ്റും നാം വളരെ മുന്നിലാണ്. ഇത് കൂടി പരിഹരിക്കപ്പെട്ടാൽ മാത്രമേ സമസ്തമേഖലകളിലും കേരളത്തിന് മുന്നേറുവാൻ കഴിയൂ. ഈ പ്രശ്നങ്ങൾക്കെല്ലാം കാരണം ജീവിതശൈലിയിലുള്ള മാറ്റമാണ്. കമ്പോള സംസ്കാരത്തിന്റെ കടന്നുകയറ്റം ജീവിതശൈലിയെ വല്ലാതെ പ്രതികൂലമായി ബാധിച്ചു. ക്യാൻസർ തുടങ്ങിയ മാരകരോഗങ്ങളുടെ വ്യാപനം നമ്മെയെല്ലാം ഭയപ്പെടുത്തുന്നു. ജീവിതശൈലി പ്രകൃതിയിൽനിന്നും അകലും തോറും രോഗങ്ങളും അസ്വസ്ഥതകളും വർദ്ധിക്കും. അതുകൊണ്ടുതന്നെ ഈ പ്രശ്നങ്ങളിൽനിന്നും രക്ഷനേടുവാൻ നാം പ്രകൃതിയോടടുത്ത ജീവിത ശൈലി തന്നെ സ്വീകരിക്കണം. ഈ വിഷയവും കുട്ടികളെ പഠിപ്പിക്കേണ്ടതുണ്ട്. ഇത് പറഞ്ഞുകൊടുക്കുവാൻ ജീവിതാനുഭവമുള്ളവർക്കാണ് കൂടുതൽ കഴിയുക. പണ്ടുണ്ടായിരുന്ന ഭക്ഷണരീതി, വ്യായാമ രീതി, കൃഷി രീതി തുടങ്ങിയവയാണ് പരിചയപ്പെടുത്തേണ്ടത്. ഈ ആശയങ്ങൾ പുതിയ തലമുറയിലേക്ക് പകർന്നു നല്കുക എന്നത് അദ്ധ്യാപകദിനത്തിൽ ഏറെ പ്രധാനപ്പെട്ടതാണ് എന്ന ബോദ്ധ്യമുള്ളതുകൊണ്ടാണ് ഈ വർഷം എല്ലാ സ്കൂളുകളിലും അദ്ധ്യാപകദിനം ആചരിക്കണമെന്ന് പറഞ്ഞത്. ഈ ദിനത്തിൽ വിരമിച്ച അദ്ധ്യാപകരും സാമൂഹ്യ രാഷ്ട്രീയ പ്രവർത്തകരും ജീവിതശൈലി സന്ദേശങ്ങൾ നല്കും. ഇത് ഒരു തുടക്കം മാത്രമാണ്. അടുത്ത അദ്ധ്യാപകദിനംവരെ ഒരു വർഷക്കാലം ജീവിതശൈലിയെക്കുറിച്ചുള്ള ചർച്ച നീണ്ടു നില്ക്കും. തുടർന്ന് ഡോക്ടർമാരും മറ്റ് ആരോഗ്യ, സേവന പ്രവർത്തകരും, മനശ്ശാസ്ത്രജ്ഞരും കുട്ടികൾക്ക് ക്ലാസെടുക്കണം. ഇതിലൂടെ ക്യാമ്പസുകളെ ലഹരി, പുകയില, മദ്യ, പ്ലാസ്റ്റിക്, കീടനാശിനി മുക്ത ക്യാമ്പസുകളാക്കി മാറ്റണം. ഇതിന് സഹായകരമായി ഈ വർഷം തന്നെ 1000 സ്കൂളുകളിൽ ജൈവവൈവിദ്ധ്യ ഉദ്യാനങ്ങളും നിർമ്മിക്കും. മണ്ണിലുറച്ചുനിന്നും ആഴ്ന്നിറങ്ങിയും മാത്രമേ ഉയരങ്ങളിലെത്താൻ കഴിയൂ എന്ന സന്ദേശം നല്കുന്ന ജീവിതശൈലി ബോധവല്ക്കരണ പരിപാടിയിൽ എല്ലാവരും സ്വയം അദ്ധ്യാപകരായി അദ്ധ്യാപകദിനത്തെ സാർത്ഥകമാക്കുക.

പൊതുവിദ്യാഭ്യാസ സംരക്ഷണം അദ്ധ്യാപകരുടെ പങ്ക്!

കേരളത്തിലെ എല്ലാ ജില്ലകളിലും എല്ലാ പ്രധാനാദ്ധ്യാപകരെയും തുടർന്ന് എല്ലാ അദ്ധ്യാപകരെയും വിളിച്ച് ചേർത്ത് നേരിട്ട് സംസാരിക്കണമെന്നാണ് കരുതുന്നത്. അതിൽ ആദ്യത്തേതായി ഇതിനെ കാണാം. പ്രധാനപ്പെട്ട പോയിന്റ്സ് മാത്രം പറയാം. ബാക്കി തുടർന്ന് വരുന്നവർ വിവരിച്ചു പറയും. ഏറ്റവും പ്രധാനപ്പെട്ട കാര്യം, കഴിഞ്ഞ ഒരുവർഷം നമ്മളെല്ലാവരും ചേർന്ന് കേരളത്തിലെ ജനങ്ങളോട് പറഞ്ഞ ഏറ്റവും പ്രധാനപ്പെട്ട കാര്യം പൊതുവിദ്യാഭ്യാസത്തെ സംരക്ഷിക്കണം, പൊതുവിദ്യാലയങ്ങളെ സംരക്ഷിക്കണം എന്നുള്ളതാണ്. അതിനെല്ലാവരും നല്ലതുപോലെ ശ്രമിച്ചിരുന്നു. എല്ലാം മറന്ന് എല്ലാവരും അതിനുവേണ്ടി പ്രവർത്തിച്ചിരുന്നു. അത് കേരളത്തിലെ ജനങ്ങൾ ഏറ്റെടുത്തു. നമ്മുടെ എല്ലാം ആത്മാർത്ഥമായ ശ്രമം ജനങ്ങൾ മനസ്സിലാക്കി. പൊതുവിദ്യാഭ്യാസം ഉണരുവാൻ പോകുന്നു എന്ന് അവർക്ക് മനസ്സിലായി. അത് നമ്മുടെ ശ്രമത്തിന്റെ ആത്മാർത്ഥതയിലൂടെയാണ്. വരൂ, ഈ സ്കൂൾ സുരക്ഷിതമാണ് എന്ന പറഞ്ഞത് അവർ വിശ്വസിച്ചു, അവർ അത് സ്വീകരിച്ചു. ഇത് കഴിഞ്ഞ കൊല്ലത്തെ കാര്യം. അങ്ങനെ ജനം അത് ഏറ്റെടുത്തു എന്ന് നമുക്ക് മനസ്സിലായത് എപ്പോഴാ? ഈ ജൂൺ ഒന്നാം തീയതിയാണ്. നമ്മളെയെല്ലാം അത്ഭുതപ്പെടുത്തിക്കൊണ്ട് 1,45,208 കുട്ടികൾ അധികമായി പൊതുവിദ്യാലയങ്ങളിലേക്ക് വന്നു. 12,000 ത്തോളം കുട്ടികൾ ഒന്നാം ക്ലാസിലേക്കും അധികമായി വന്നു. അപ്പോഴാണ് നമ്മൾ പറഞ്ഞത് പൊതുവിദ്യാഭ്യാസ സംരക്ഷണയജ്ഞം ജനം ഏറ്റെടുത്തു എന്ന് നമുക്ക് ബോദ്ധ്യമായി എന്ന്.

പൊതുവിദ്യാലയങ്ങളിൽ ഇല്ലായ്മകളുടേതായ ചില പ്രശ്നങ്ങളും നിലനില്ക്കുന്നുണ്ട്. എങ്കിൽപ്പോലും ജനങ്ങൾ പൊതുവിദ്യാലയങ്ങളെ വിശ്വസിച്ചു, അവിടേക്ക് മക്കളെ വിട്ടു. ഈ വർഷം നമ്മുടെ ചുമതല

എന്താണ്. ചുമതല എന്ന വാക്കിനു പകരം കടമ എന്ന വാക്ക് ഞാൻ പ്രയോഗിക്കുകയാണ്. മറ്റൊന്നുമല്ല, ജനങ്ങൾ അർപ്പിച്ചിട്ടുള്ള പ്രതീക്ഷ, വലിയ പ്രതീക്ഷയോടെയാണ് പൊതുവിദ്യാലയങ്ങളിലേക്ക് കുട്ടികളെ വിട്ടിരിക്കുന്നത്. ആ പ്രതീക്ഷ നിലനിർത്തണം എന്നുള്ളതാണ്. ഞങ്ങളുടെ മക്കളെ പൊതുവിദ്യാലയങ്ങളിലേക്ക് വിട്ടത് ശരിയായി എന്ന് അനുഭവത്തിലൂടെ അവർക്ക് തോന്നണം. എങ്കിൽ അടുത്ത വർഷവും ഇതിനേക്കാൾ കൂടുതൽ കുട്ടികൾ പൊതുവിദ്യാലയങ്ങളിലേക്ക് വരും. സംശയം വേണ്ട. ഒന്നു കൂടി തോന്നണം. പണ്ടേ ഞങ്ങളെ മക്കളെ പൊതുവിദ്യാലയങ്ങളിലേക്ക് വിടേണ്ടതായിരുന്നു എന്ന്. അപ്പോൾ നമ്മുടെ കടമ ഇതാണ്. കഴിഞ്ഞ കൊല്ലം ബോധവല്ക്കരണത്തിന്റെ ഭാഗമായി ഒരാശയം ജനങ്ങളിലുണ്ടാക്കാൻ നമുക്ക് കഴിഞ്ഞു. ഈ വർഷത്തെ പ്രവർത്തനത്തിന്റെ ഫലമായി ഞാൻ പറഞ്ഞ ഒരാശയം കൂടി അവരിലുണ്ടാക്കണം. ഞങ്ങൾ വിട്ടത് ശരിയായ സ്കൂളിലേക്കാണ് ഞങ്ങളെ മക്കളെ, പണ്ടേ അവിടേ വിടേണ്ടതായിരുന്നു എന്ന തോന്നൽ അവർക്കുണ്ടാകണം.

വർഷങ്ങളായി നമ്മൾ വേദനിച്ചുകൊണ്ടിരിക്കുകയാണ്. പൊതുവിദ്യാലയത്തിൽ കുട്ടികൾ കുറയുന്നു. അതിന് പെട്ടെന്ന് ഒരു ക്വാണ്ടാം ലീപ് ഉണ്ടായിരിക്കുകയാണ് ഈ വർഷം. അത് നമ്മുടെ എല്ലാരുടെയും പ്രവർത്തനം, ഒരാളുടെയെന്നല്ല, എല്ലാവരുടെയും. ജനകീയമായി തന്നെയാണ് നമ്മൾ ചെയ്തത്. അതുകൊണ്ട് ഈ വർഷവും ഇത് നിലനിർത്തുക എന്നത് നമ്മുടെ കടമയാണ്. പ്രതീക്ഷകൾ സാർത്ഥകമാക്കുക എന്നുള്ളത് നമ്മുടെ കടമയാണ്. അതുകൊണ്ട് ആ രീതിയിൽ സ്കൂളിനെ കൊണ്ടുപോകാൻ, അതിന് നേതൃത്വം നല്കാൻ നിങ്ങൾക്ക് കഴിയണം എന്നുള്ളതാണ് ആദ്യമായിട്ട് എനിക്ക് പറയാനുള്ളത്.

അതെങ്ങനെ എന്ന് ഇവിടെനിന്ന് പറയാൻ പാടില്ല, അതാത് സ്കൂളിന്റെ സാഹചര്യം അനുസരിച്ച് ഈ ആശയം മുന്നിൽ വച്ചുകൊണ്ട് ഈ വർഷം നമ്മൾ അത് നിറവേറ്റണം. ഒരു സ്കൂളിൽ പോലും ഒരാൾക്കും ഒരു അസ്വസ്ഥതയും ഉണ്ടാക്കാത്ത രീതിയിൽ പൊതുവിദ്യാലയ രംഗത്ത് പല പ്രശ്നങ്ങളും വന്നാൽ വേണ്ടായിരുന്നു എന്ന് ചിലപ്പോൾ പലർക്കും തോന്നും. അതുകൊണ്ട് അങ്ങനെ ഒരു സ്കൂളിലും ഒരു ചെറിയ അൺറെസ്റ്റ് പോലും ഇല്ലാതെ സൂക്ഷിക്കേണ്ട ചുമതല നമ്മുടെയാണ്. ഇത് സി രവീന്ദ്രനാഥിനു വേണ്ടീട്ടോ പിണറായി വിജയനു വേണ്ടീട്ടോ അല്ല. സമൂഹത്തിനു വേണ്ടി, അവരുടെ മക്കൾക്ക് വേണ്ടിയാണ്. നമ്മുടെയെല്ലാം സമൂഹത്തിന്റെയെല്ലാം മക്കൾക്ക് വേണ്ടി, മക്കളുടെ മക്കൾക്ക് വേണ്ടിയാണ് ഇത്. പൊതുവിദ്യാഭ്യാസം ക്ഷയിച്ചു തുടങ്ങിയ അന്നുമുതൽ കേരളത്തിന്റെ സാംസ്കാരിക രംഗത്തും സാമൂഹ്യ രംഗത്തും ഉണ്ടായ മാറ്റങ്ങൾ പറയാൻ തുടങ്ങിയാൽ തീരില്ല. അത്ര വളരെയാണ്. വിദ്യാഭ്യാസം കച്ചവടമാകുമ്പോൾ ആശയവും കച്ചവടം ആകും. പതനം അതിനനുസരിച്ച് ആകും. സമൂഹത്തിന്റെ പ്രവർത്തന രീതികളും ചിന്താരീതികളുമൊക്കെ അതിനനുസരിച്ച് ആകും. ഒരു സംശയവും വേണ്ട. അതു

കൊണ്ട് ഈ സമൂഹത്തെ രക്ഷിക്കാൻ വേണ്ടിയാണ്, നമ്മുടെ മക്കളെയും മക്കളുടെ മക്കളേയും രക്ഷിക്കാൻ വേണ്ടിട്ടാണ് പൊതുവിദ്യാഭ്യാസത്തെ ശക്തമാക്കൂ, ശക്തമാക്കൂ എന്ന് പറയുന്നത്. അതിന് നേതൃത്വം നല്കാൻ നിങ്ങൾക്ക് അവസരം കിട്ടി. ഇത് ഭാഗ്യമാണ്. അതിന് ഇങ്ങനെ ഒരു നേതൃത്വം നല്കാൻ എനിക്ക് അവസരം കിട്ടി. അതിനേക്കാൾ ഭാഗ്യമാണ്. ഞാനും ഒരദ്ധ്യാപകൻ തന്നെ. അദ്ധ്യാപകർക്ക് സമൂഹത്തിൽ റോൾ എന്താണ് എന്ന് നാം അറിഞ്ഞിരിക്കണം.

സമൂഹം ഏറ്റവുമധികം പ്രതീക്ഷ അർപ്പിച്ചിരിക്കുന്നത് എന്നും അദ്ധ്യാപകരിലാണ്. കാരണം തലമുറകളെ വാർത്തെടുക്കുന്ന പ്രക്രിയയ്ക്കാണ് നമ്മൾ നേതൃത്വം കൊടുക്കുന്നത്. തലമുറകളെ വാർത്തെടുക്കുകയാണ്. അതെന്റെ മകനും എന്റെ മകളും അവന്റെ മകനും അവന്റെ മകളും, വളർന്ന് വരുന്നത് നല്ല അന്തരീക്ഷത്തിലാണ് എന്ന തോന്നൽ ഉണ്ടായാൽ മതി ഒരു കുടുംബം സന്തോഷമായിട്ട് ജീവിക്കുന്നത് കാണാം. വേറൊന്നും വേണ്ട, നമുക്കറിയാം. ഇവിടെയിരിക്കുന്ന ഓരോരുത്തരും അവനവന്റെ മക്കൾ നല്ല നിലയിൽ എത്തിയാൽ മതി വേറെ ഒന്നും, എന്തായാലും പ്രശ്നമില്ല, നമ്മുടെ ആഗ്രഹമതാണ്. അത് സമൂഹത്തിന്റെ ആഗ്രഹമാണ്. അത് സാർത്ഥകമാകാൻ അദ്ധ്യാപകലോകം തന്നെ ആദ്യം നന്നാവണം. അതിന് പ്രാപ്തരായിട്ടുള്ള അദ്ധ്യാപകരാണ് ഇന്നിവിടെ ഉള്ളത്.

കേരളത്തിലുള്ള അദ്ധ്യാപകരെന്നു പറയുന്നത് ആലങ്കാരികമായി പറയുന്നതല്ല, ഇതിനുള്ള പൊട്ടൻഷ്യൽ ഉള്ളവരാണ്. ഒരു സംശയവും വേണ്ട, ഒരു സംശയവും വേണ്ട. അത് തന്റെ പ്രവർത്തനത്തിൽ ആത്മാർത്ഥമായിട്ട് കൊണ്ടുവന്നാൽ മതി, തീർച്ചയായും കേരളം രക്ഷപ്പെടും. തലമുറകൾ രക്ഷപ്പെടും. അതുകൊണ്ട് ഈ ഒരു ആശയം മനസ്സിൽ ഉൽക്കടമായ ആഗ്രഹമായി മാറ്റി ഇന്നിവിടെനിന്ന് പോയാൽ തൃശൂർ ജില്ല രക്ഷപ്പെടും. ഇക്കാര്യം എല്ലാ ജില്ലയിലും പോയി പറയാൻ ആശിക്കുന്നു. ഇത് ഞാൻ വന്നു പറഞ്ഞു എന്നുള്ളതുകൊണ്ട് ആക്കരുത്. എന്റെ കടമയാണ് എന്ന് തോന്നി ഈ വിദ്യാലയത്തിൽ ഈ വർഷം ഒരാൾക്കും ഒരെതിരഭിപ്രായവും തോന്നാതെ, ഈ സ്കൂളിൽ തന്നെയാണ് മക്കളെ വിടേണ്ടത് എന്ന തോന്നൽ പ്രാദേശിക സമൂഹത്തിന് ഉല്പാദിപ്പിക്കുക എന്നുള്ളതാണ് നമ്മുടെ പ്രഥമ കടമ എന്ന് നിങ്ങൾ ഓർക്കണം. അല്ലെങ്കിൽ ഇതൊക്കെ തിരിച്ചു പോകും. ഇനി ഒരിക്കലൊരു തിരിച്ചു പോക്കുണ്ടായാൽ, പറയാൻ പാടില്ല എങ്കിലും, പിന്നെ നമ്മുടെ പൊതുവിദ്യാഭ്യാസം സംരക്ഷിക്കാൻ ശ്രമിക്കേണ്ട. ഒരു സംശയവും വേണ്ട. അതുകൊണ്ട് ഏറ്റവും ക്രൈസിസ് മൊമെന്റിലാണ് നിങ്ങൾ ഹെഡ്മാസ്റ്ററായി/ഹെഡ്മിസ്ട്രസായി വന്നിട്ടുള്ളത്. ഇവിടെ തന്നെയാണ് നമുക്ക് റോൾ ഉള്ളത്. ഇത്രയും കാലം ഈ സമൂഹത്തെ സേവിച്ച് കിട്ടുന്ന ശമ്പളവും വാങ്ങി നമ്മളീ വർഷങ്ങൾ ചെലവിട്ട്, ഇതാ ചില ഘട്ടത്തിൽ ചില കടമകൾ നിറവേറ്റാൻ അവസരം കിട്ടുകയാണ്. അവസരം ലഭിച്ചവരാണ്

ഇവിടെ ഇരിക്കുന്നവർ മുഴുവൻ. എല്ലാവരും ആ അർത്ഥത്തിൽ മനസ്സ് തുറന്ന് മനസ്സ് ചുട്ട് ഈ ഉണ്ടായ ഉണർവ്വ് നിലനിർത്താൻ എനിക്ക് കടമയുണ്ട് എന്ന മനസ്സിലാക്കണം. കേട്ടോ പറയുന്നത്. മനസ്സിലായോ. എനിക്കു വേണ്ടിയല്ലേ. തോറ്റാൽ രവീന്ദ്രനാഥ് തോറ്റെന്നു പറയും. സമൂഹമതാണ്.

പ്രിയമുള്ളവരെ ലോകത്ത് ഒരു ദിക്കിലും പൊതുവിദ്യാഭ്യാസ സംരക്ഷണത്തിന് ഒരു തുരുത്തുപോലും പറയാനില്ല ഉദാഹരണമായിട്ട്. എല്ലാം കച്ചവട വിദ്യാഭ്യാസമായി മാറി കഴിഞ്ഞു. ലോക വിദ്യാഭ്യാസ ചരിത്രം ഞാൻ ഒരു ദിവസം നിങ്ങൾ ഇരുന്നു തന്നാൽ പഠിപ്പിച്ചു തരാം. എത്രയോ പുസ്തകങ്ങൾ ഇറങ്ങി കഴിഞ്ഞു. നിങ്ങൾ വായിച്ചിട്ടുണ്ടാകും. ഞാൻ പഠിപ്പിക്കേണ്ട കാര്യമില്ല, എന്നേക്കാൾ കൂടുതൽ നിങ്ങൾ വായിച്ചിട്ടുണ്ടാകും. ലോക വിദ്യാഭ്യാസ ചരിത്രം മുഴുവൻ വായിച്ചിട്ടുണ്ട്. ഒരു ദിക്കിലത്തെ വിദ്യാഭ്യാസം മുന്നോട്ടു കൊണ്ടു പോകണമെങ്കിൽ അവിടത്തെ മാത്രം വായിച്ചാൽ പോര, രാജ്യത്തെ മാത്രം പഠിച്ചാൽ പോര, ലോകത്ത് വിദ്യാഭ്യാസം എങ്ങനെയാണെന്നറിഞ്ഞാലെ നമുക്കിത് മുന്നോട്ടു കൊണ്ടുപോകാൻ പറ്റു. നിങ്ങൾ പഠിച്ചിട്ടുണ്ടോ, മനസ്സിലാക്കിയിട്ടുണ്ടോ. ഉദാത്തമായ വലിയ ഒരു ലക്ഷ്യം വച്ചുകൊണ്ട് വിദ്യാഭ്യാസം മുന്നേറുന്ന അപൂർവ്വം ചില സ്ഥലങ്ങളിലൊന്നാണ് കൊച്ചുകേരളം. ഇതെല്ലാം വിജയിപ്പിച്ചു കഴിഞ്ഞാൽ നമുക്കെന്നും അഭിമാനിക്കാവുന്ന, ലോകത്തിന് മാതൃകയായ ഒരു പൊതുവിദ്യാഭ്യാസ പ്രദേശം ലോകത്തുണ്ട്, ദേ അത് കേരളമാണ്, അത് എന്റെ കൊച്ചു കേരളമാണ്. അതിൽ ഞാൻ പങ്കാളിയായി എന്ന് നിങ്ങൾക്ക് പറയാൻ പറ്റും. ഈ ആത്മാർത്ഥത എല്ലാവർക്കും ഉണ്ടാകണം. ഈ വർഷം അതുകൊണ്ട് ഒരാളും ഇനി പൊതുവിദ്യാഭ്യാസം സംരക്ഷിക്കൂ എന്ന് പറയേണ്ട, കഴിഞ്ഞ തവണ പറഞ്ഞത് അവർ ഏറ്റെടുത്തു, ഇനി നമ്മുടെ ചുമതല നിറവേറ്റണം. അവിടെയെല്ലാം മറക്കുക. ചെറിയ ചെറിയ കാര്യങ്ങളോ സാമ്പത്തിക നേട്ടങ്ങളോ അതൊക്കെ ഉണ്ടാകാം. അതിനൊക്കെ നമുക്ക് വീണ്ടു വീണ്ടും സർക്കാരിന്റെ മുന്നിൽ അവതരിപ്പിക്കാനുള്ള അവസരവും കിട്ടും ശ്രമിക്കുകയും ചെയ്യും സംതൃപ്തമായൊരു അദ്ധ്യാപക ലോകം ഉണ്ടാക്കണം, അനദ്ധ്യാപക ലോകം ഉണ്ടാക്കണം എന്നതാണ് സർക്കാരിന്റെ ആഗ്രഹവും ലക്ഷ്യവും. പക്ഷേ, അതിന് സമയം കുറച്ച് പിടിക്കും. പല പ്രശ്നങ്ങളുണ്ട്, നിയമ മാറ്റങ്ങളുണ്ടാകേണ്ടതുണ്ട്, പക്ഷേ, അത് കാത്തുനിന്ന് പൊതുവിദ്യാഭ്യാസത്തെ പിന്നെയാവാം സംരക്ഷിക്കുന്നത് എന്ന് പറയാൻ പറ്റില്ല എന്നുള്ളതുകൊണ്ടാണ് ആദ്യം ആ അജണ്ട എടുത്തത്.

നിങ്ങളുടെ മേഖലയിൽ വരുന്ന ഏത് പ്രശ്നത്തിനും പതുക്കെ പതുക്കെ ശാശ്വതമായ പരിഹാരം കാണാൻ സംസ്ഥാന സർക്കാർ ശ്രമിക്കും. ഒരു തർക്കവും വേണ്ട. പക്ഷേ, അത് കഴിഞ്ഞാലേ ഇത് നമ്മൾ ചെയ്യൂ എന്ന രീതിയിൽ ദയവു ചെയ്ത് അദ്ധ്യാപകർ അങ്ങനെ മുറവിളി കൂട്ടരുത്. കേരളമാണ് രക്ഷപ്പെടേണ്ടത്. നമ്മുടെ മക്കളാണ് രക്ഷപ്പെ

ടേണ്ടത്. അതുകൊണ്ട് എല്ലാവരും മനസ്സിൽ വച്ചുകൊണ്ടു തന്നെ സ്കൂളിനെ നയിക്കണം. ഇപ്പോൾ നമ്മുടെ ചുമതല അതൊന്നുമല്ല. ഇപ്പോൾ ചുമതല വന്നവരെ സം രക്ഷിക്കുക എന്നുള്ളതാണ്. അടുത്ത കൊല്ലവും കുറെ ആൾക്കാർകൂടി കൂടുതലായി വന്ന് പൊതുവിദ്യാഭ്യാസത്തിൽ വിശ്വാസം വന്നു എങ്കിൽ അത് അവരുടെ മനസ്സിൽ സ്ഥിര പ്രതിഷ്ഠ നേടിയെങ്കിൽ ഒരുപാട് കാര്യങ്ങൾക്ക് നിങ്ങൾക്ക് വാദിക്കാം. സംസ്ഥാന സർക്കാരിനു മുന്നിൽ നമ്മൾ ഇന്നത് ചെയ്തതാണ് എന്ന അവകാശ വാദങ്ങൾ ഉന്നയിക്കാം. സംശയമില്ല. അതൊക്കെ മനസ്സിലാക്കുന്നതാണ് സർക്കാർ. ഓരോ അദ്ധ്വാനിക്കുന്ന മനുഷ്യന്റെയും ജീവൽ പ്രശ്നങ്ങൾ പൂർണ്ണമായി മനസ്സിലാക്കുന്നതാണ് സർക്കാർ. ഒരു സംശയവും വേണ്ട. പക്ഷേ, അതിന് പല നിയമ തടസ്സങ്ങൾ നിലവിൽ ഉണ്ടാകാം, സാമ്പത്തിക തടസ്സം ഉണ്ടാകാം. സമയം എടുക്കും. അതുകൊണ്ട് അതിനെക്കുറിച്ചൊന്നും പറയുന്നില്ലല്ലോ, ഇതിനെക്കുറിച്ചു മാത്രമേ പറയുന്നുള്ളൂ എന്ന ധാരണ ചിലർക്കുണ്ട്. അതുകൊണ്ടാണ് ഞാൻ ഇക്കാര്യങ്ങളെല്ലാം പറഞ്ഞത്.

പൊതുവിദ്യാലയങ്ങൾ അവിശ്വസനീയമായ തിരിച്ചുവരവ്

തിരിച്ചുവരവ് ഏറക്കുറെ അചിന്തനീയമായ പശ്ചാത്തലത്തിൽ നിന്ന് അത്ഭുതകരമെന്നോ അവിശ്വസനീയമെന്നോ പറയാവുന്ന നേട്ടങ്ങളിലേക്കാണ് കഴിഞ്ഞ രണ്ടുവർഷംകൊണ്ട് പൊതുവിദ്യാലയങ്ങൾ കുതിച്ചുയർന്നത്.

പൊതുവിദ്യാലയങ്ങളായിരുന്നു യഥാർത്ഥത്തിൽ കേരളത്തിന്റെ ജീവനാഡികൾ. ജാതി-മത-സാമ്പത്തിക അതിർവരമ്പുകളറിയാത്ത സ്കൂൾ അങ്കണങ്ങളാണ് പാരസ്പര്യത്തിന്റെയും സഹവർത്തിത്വത്തിന്റെയും ആദ്യപാഠശാലകൾ. കേവലം പാഠപുസ്തകങ്ങൾക്കപ്പുറം ജീവിതം തന്നെ നാനാവിധങ്ങളിൽ തുളുമ്പി നിന്ന സർക്കാർ സ്കൂളുകൾ ഇഴയടുപ്പമുള്ള മനസ്സുകളും സമൂഹവും സൃഷ്ടിച്ചു. ഉള്ളവനും ഇല്ലാത്തവനും ഒരേ ബെഞ്ചിൽ, ഒരേ പന്തിയിൽ ഒരേ അദ്ധ്യാപകന്റെ വാക്കുകൾക്ക് കാതും ചൂരലിന് കൈയും നീട്ടിയ ഒരു കാലം. വിശാലമായ സ്കൂൾ മൈതാനങ്ങളിൽ വിയർത്തൊലിച്ച് വളർന്ന ബാല്യങ്ങൾക്ക് കണ്ടും അറിഞ്ഞും പഠിക്കാൻ കൺമുന്നിൽ പ്രകൃതി തന്നെ താളുകൾ തുറന്നിരുന്നു.

സ്വകാര്യവല്ക്കരണത്തിന്റെ ഫലമായി സ്വകാര്യവിദ്യാലയങ്ങൾക്ക് അമിത പ്രോത്സാഹനം ലഭിച്ചപ്പോൾ കഥ മാറി. നാടെമ്പാടും പൊട്ടിമുളച്ച സ്വകാര്യസ്കൂളുകൾ മുന്നിലേക്ക് കുതിച്ചപ്പോൾ പൊതുവിദ്യാലയങ്ങൾ കിതച്ചു നിന്നു. വിദ്യാഭ്യാസം എന്നാൽ സ്വകാര്യസ്കൂളെന്ന മിഥ്യാധാരണയാണ് ആദ്യം വേരുപിടിച്ചത്. പിന്നാലെ ഭൗതികസാഹചര്യങ്ങളും പിന്നാക്കം പോയി. നിറംമങ്ങി പൊട്ടിപ്പൊളിഞ്ഞ മന്ദിരങ്ങൾ ലാഭ-നഷ്ട ക്കണക്കുകൾ നോക്കി ദയാവധം കാത്തുനിന്നു. സ്വകാര്യമേഖല കുതിച്ചതോടെ കുപ്രചാരണങ്ങൾക്ക് പൊടിപ്പും തൊങ്ങലുമേറി. അദ്ധ്യാപകരെ

കുറിച്ചും അദ്ധ്യയനനിലവാരത്തെക്കുറിച്ചും പരാതികൾ ഏറി. ചോർന്നൊലിക്കുന്ന മുറികളിൽ വിരലിലെണ്ണാവുന്ന കുട്ടികളിലൊതുങ്ങി പല സർക്കാർ സ്കൂളുകളും. വിജനമായ കളിക്കളങ്ങൾ കാടുകയറി. കുട്ടികളുടെ ആരവമൊഴിഞ്ഞ് വിദ്യാലയമുത്തശ്ശിമാർ ശ്മശാന മൂകതയിലമർന്നു. ഉയർന്ന ഫീസുമൂലം പാവപ്പെട്ടവൻ പടിക്കു പുറത്തായ സ്വകാര്യമേഖലയാവട്ടെ സ്വാഭാവികമായും ജനകീയ-ജനാധിപത്യ-മതനിരപേക്ഷ വിദ്യാഭ്യാസം എന്ന മൂല്യസങ്കല്പത്തിൽനിന്ന് ദൂരവ്യാപകമായ സാമൂഹിക പ്രത്യാഘാതങ്ങളുടെ അപായമണി മുഴക്കി കച്ചവടപ്രവണതയുടെ പാതയിലേക്ക് മാറി.

പൊതുവിദ്യാലയങ്ങൾക്ക് ഒരു തിരിച്ചുവരവ് ഏറക്കുറെ അചിന്തനീയമായ ഈ പശ്ചാത്തലത്തിൽനിന്ന് കഴിഞ്ഞ രണ്ടു വർഷത്തെ മാറ്റങ്ങൾ വിലയിരുത്തിയാൽ അത്ഭുതകരമെന്നോ അവിശ്വസനീയമെന്നോ പറയേണ്ടി വരും.

കഴിഞ്ഞ അദ്ധ്യയന വർഷം 1,45,000 കുട്ടികൾ പൊതുവിദ്യാലയങ്ങളിൽ അധികമായെത്തി. ഇക്കുറി അവസാന കണക്കുകൾ പുറത്തുവന്നിട്ടില്ലെങ്കിലും അതിനെക്കാളേറെ കുട്ടികൾ എത്തിയിട്ടുണ്ടെന്ന് ഉറപ്പാണ്. സർക്കാർ സ്കൂളുകളിൽനിന്ന് ടി സി വാങ്ങാൻ രക്ഷാകർത്താക്കൾ വരിനിന്നിരുന്ന കാലം കടന്നുപോയി. പകരം സ്വകാര്യസ്കൂളുകളിൽനിന്ന് കൂട്ടത്തോടെ കുട്ടികൾ സർക്കാർ സ്കൂൾ തേടി എത്തിക്കൊണ്ടിരിക്കുന്നു. പല സർക്കാർ സ്കൂളുകളിലും കുട്ടികളുടെ എണ്ണം കൂടിയതിനാൽ പ്രവേശനം നിർത്തിവയ്ക്കേണ്ട അവസ്ഥയുണ്ടായി എന്നത് അതിശയോക്തിയല്ല.

ഇത് യാദൃച്ഛികമായി സംഭവിച്ചതോ കെട്ടിച്ചമച്ച കണക്കിലെ കളികളോ അല്ല. പൊതുവിദ്യാലയങ്ങളെ ശക്തിപ്പെടുത്താൻ സംസ്ഥാന സർക്കാർ കഴിഞ്ഞ രണ്ടു വർഷം കൃത്യമായി ആസൂത്രണത്തോടെ ചെയ്ത നടപടികളുടെ ഗുണഫലമാണിത്.

കാഴ്ചപ്പാടുകൾ മാറി
അസാദ്ധ്യദൂരങ്ങൾ അരികിലെത്തി

രണ്ടു വർഷത്തെ തുടർച്ചയായ പ്രവർത്തനങ്ങളിലൂടെ ജനങ്ങളുടെ കാഴ്ചപ്പാടിലുണ്ടായ മാറ്റമാണ് ഈ വിജയത്തിന്റെ കാരണമെന്ന് വിദ്യാഭ്യാസ മന്ത്രി പ്രൊഫ. സി രവീന്ദ്രനാഥ് ജനപഥത്തോട് പറഞ്ഞു.

വിദ്യാഭ്യാസം ജനകീയമാകണമെന്ന ബോധം ജനങ്ങളുടെ മനസ്സിൽ വളർത്താനാണ് വിദ്യാഭ്യാസ സംരക്ഷണ യജ്ഞത്തിലൂടെ സർക്കാർ ശ്രമിച്ചത്. എന്തിനാണ് ഇത്തരമൊരു യജ്ഞം എന്നു ചോദിച്ചവരുണ്ട്. കെട്ടിടമുണ്ടാക്കുക, കമ്പ്യൂട്ടർ സ്ഥാപിക്കുക ഇവയൊക്കെ പോരേ? എന്നാൽ അതു പോര എന്ന് സർക്കാർ തിരിച്ചറിഞ്ഞിരുന്നു. സമൂഹത്തിന്റെ മനസ്സിലാണ് ഇടപെടേണ്ടിയിരുന്നത്.

വിദ്യാഭ്യാസം പൊതുരംഗത്താണോ സ്വകാര്യരംഗത്താണോ വേണ്ട തെന്ന ആശയക്കുഴപ്പം സമൂഹത്തിലുണ്ടായിരുന്നു. സ്വകാര്യവല്ക്കരണ ത്തിന്റെ ഫലമായിരുന്നു അത്. സ്വകാര്യവല്ക്കരണം വിദ്യാഭ്യാസ രംഗത്തും സമൂഹമനസ്സിലും ഹാങ്ഓവറായി നില്ക്കുന്നു. ആ കാഴ്ച പ്പാടിന്റെ ഫലമാണ് പൊതുവിദ്യാഭ്യാസത്തന്റെ തകർച്ചയിലേക്ക് നയി ച്ചത്.

പണമില്ലാത്തതോ ഭൗതികസാഹചര്യങ്ങളുടെ അപര്യാപ്തതയോ അല്ലായിരുന്നു യഥാർത്ഥ കാരണം. ഈ കാഴ്ചപ്പാട് വേരുപിടിച്ചതോടെ ഭൗതികസാഹചര്യങ്ങളും തകർന്നു. ഈ സാഹചര്യത്തിലാണ് ജനങ്ങളെ പങ്കാളികളാക്കിക്കൊണ്ട് പൊതുവിദ്യാഭ്യാസത്തെ ശക്തിപ്പെടുത്താനും വിദ്യാഭ്യാസം ജനകീയമാക്കാനും ഒരു യജ്ഞത്തിന് സർക്കാർ തയ്യാറാ യത്. പൂർവ്വവിദ്യാർത്ഥികൾ, നാട്ടുകാർ, തുടങ്ങി എല്ലാവരെയും സംഘ ടിപ്പിച്ചുകൊണ്ട് ഈ ആശയക്കുഴപ്പത്തിൽനിന്നും ഹാങ്ഓവറിൽനിന്നും ജനമനഃസാക്ഷിയെ മോചിപ്പിക്കാനാണ് ശ്രമിച്ചത്.

ഹൈടെക് ക്ലാസ് മുറികളും കെട്ടിടങ്ങളുടെ നിർമ്മാണവും പണമു ണ്ടെങ്കിൽ ആർക്കും ചെയ്യാവുന്നതേയുള്ളൂ. എന്നാൽ ഈ കാഴ്ചപ്പാട് പൊളിച്ചെഴുതുകയായിരുന്നു യഥാർത്ഥ വെല്ലുവിളി. കഴിഞ്ഞ രണ്ടുവർ ഷത്തെ പ്രവർത്തനത്തിൽ ജനങ്ങൾ ഒന്നിച്ചതോടെ അവർക്കുതന്നെ ബോദ്ധ്യമായി തങ്ങളുടെ കുട്ടികൾ പഠിക്കേണ്ടത് പൊതുവിദ്യാലയത്തി ലാണ്. അതിന്റെ പ്രതിഫലനമാണ് ഇക്കാണുന്ന മാറ്റം.

പൊതുവിദ്യാഭ്യാസം ശക്തിപ്പെടണം. എന്റെ മകനും മകളും പൊതു വിദ്യാലയത്തിൽ പഠിക്കണം. അത്തരമൊരു തോന്നൽ ഉണ്ടാക്കാൻ സാധി ച്ചുവെന്നതാണ് യജ്ഞത്തിന്റെ വിജയം.

അക്കാദമിക് മാസ്റ്റർ പ്ലാൻ

അതോടൊപ്പം സർക്കാർ/എയ്ഡഡ് വിദ്യാലയങ്ങളുടെ ആകർഷ ണീയത വർദ്ധിപ്പിക്കാൻ ഫലപ്രദമായ നടപടികൾ കൈക്കൊണ്ടു. സർക്കാർ സ്കൂളുകളിലെ പഠനബോധനരീതികൾ ഏറ്റവും ശാസ്ത്രീ യവും ആധുനികവുമാണെന്ന് സമൂഹത്തിന് ബോദ്ധ്യം വരുന്ന തരത്തിൽ പൊളിച്ചെഴുത്ത് നടത്തി.

കഴിഞ്ഞ വർഷം അക്കാദമിക് മാസ്റ്റർ പ്ലാൻ ജനകീയമായി തന്നെ ഉണ്ടാക്കി. ഇന്ത്യൻ ചരിത്രത്തിൽ ആദ്യമാണിത്. കുട്ടികളുടെ പഠനനില വാരം ഉയർത്താൻ കാര്യക്ഷമമായ ഉപകരണം പൊതുവിദ്യാലയത്തിലു ണ്ടെന്ന് ജനങ്ങൾക്ക് ബോദ്ധ്യമായി. കഴിഞ്ഞ ഫെബ്രുവരിയിൽതന്നെ അക്കാദമിക് മാസ്റ്റർ പ്ലാൻ ജനകീയമായി സമർപ്പിച്ചു. നിയമസഭയിൽ ഇതുസംബന്ധിച്ച ഒറ്റ ചോദ്യം 20 മിനിറ്റ് ചർച്ച ചെയ്തുവെന്നത് തന്നെ സർക്കാർ ഇതിന് എത്രത്തോളം പ്രധാന്യം നല്കിയെന്നതിന്റെ തെളി വാണ്. ഈ അക്കാദമിക് ഇടപെടലാണ് മാറ്റത്തിന്റെ ഏറ്റവും പ്രധാനഘട കമായത്.

ഇതിന്റെ തുടർച്ചയാണ് ഭൗതിക സാഹചര്യത്തിലുണ്ടായ മാറ്റം. ആധുനിക വിദ്യാഭ്യാസത്തിന്റെ സാദ്ധ്യതകൾ ഹൈടെക് വിദ്യാഭ്യാസത്തിലൂടെ ക്ലാസുകളിലേക്ക് വന്നു.

അദ്ധ്യാപകലോകം സജ്ജമാണ്

അദ്ധ്യാപകരുടെ കഴിവിലും മനോഭാവത്തിലുമുണ്ടായ മാറ്റമാണ് മറ്റൊന്ന്. ശിശുകേന്ദ്രീകൃതമായ വിദ്യാഭ്യാസത്തിനനുസരിച്ച് അദ്ധ്യാപക സമൂഹം മുന്നോട്ടു വന്നു. ആധുനിക വിദ്യാഭ്യാസ സങ്കല്പത്തിനനുസരിച്ച് അവരുടെ മനസ്സിനെയും പ്രവർത്തനത്തെയും ഉയർത്താൻ സാധിച്ചു. അദ്ധ്യാപകലോകം സജ്ജമാണ്. ഇതുവരെയുണ്ടായിരുന്ന ഏറ്റവും പ്രധാന പരാതിയായിരുന്നു അദ്ധ്യാപകരെ സംബന്ധിച്ചുള്ളത്. അത് മറികടന്നു.

അദ്ധ്യാപകരുടെ ഇടയിൽ മാറ്റങ്ങൾക്ക് വൻ സ്വീകാര്യതയുണ്ടായി. അവർക്കു നല്കിയ പരിശീലനങ്ങൾ ഏറെ പ്രയോജനകരമായി. ഹൈടെക് ബോധനരീതികളെക്കുറിച്ചുണ്ടായിരുന്ന ആശങ്കകൾ നീങ്ങി. കാര്യങ്ങൾ ലളിതമാണെന്ന്അവർക്ക് മനസ്സിലായി.

പരീക്ഷയെ പേടിക്കാത്ത കുട്ടികൾ

പരീക്ഷകളെല്ലാം കേരള ചരിത്രത്തിൽ ആദ്യമായി ഇപ്പോൾ സർക്കാർ നേരിട്ട് നടത്തി. പരീക്ഷയുടെ രീതിശാസ്ത്രത്തിൽ വലിയ മാറ്റം വരുത്തി. പരീക്ഷ പണ്ട് പേടിയായിരുന്നു. കൗൺസലിങ് വേണം. അത് ഒഴിവാക്കി. പരീക്ഷ പേടിപ്പിക്കാനുള്ളതല്ല, കുട്ടിയെ അറിയാനും മനസ്സിലാക്കാനുമുള്ളതാണ്. തുടർ മൂല്യനിർണ്ണയത്തിന് പ്രാധാന്യം നല്കുകയും അന്തിമമൂല്യനിർണ്ണയം കുട്ടിയെ ഭയപ്പെടുത്താത്ത നിലയിലാക്കുകയും ചെയ്തു. ചോയ്സ് നല്കിക്കൊണ്ട് കുട്ടി പഠിച്ചതിനനുസരിച്ച് ചോദിക്കുന്ന തരത്തിൽ ചോദ്യപേപ്പറുകൾ മാറ്റി. ചോദ്യപേപ്പറിനനുസരിച്ച് കാണാതെ പഠിക്കുകയല്ല ഇപ്പോഴത്തെ രീതി.

പരീക്ഷാകേന്ദ്രീകൃതമെന്നത് മാറി വിജ്ഞാനകേന്ദ്രീകൃതമായി പരീക്ഷാരീതി മാറി. കുട്ടിയുടെ മനസ്സ് കണ്ടറിഞ്ഞുള്ള ചോദ്യപേപ്പറുകൾ ഉണ്ടായി.

ഈ വർഷം മികവിന്റെ വർഷം

അക്കാദമിക് മികവാണ് വിദ്യാലയ മികവ്. അതിനാൽ ഈ വർഷം മികവിന്റെ വർഷമായി കണക്കാക്കുകയാണ്. ഇതെല്ലാം ചെയ്തിരിക്കുന്നത് കുട്ടിയുടെ അക്കാദമിക് മികവ് അന്താരാഷ്ട്ര നിലവാരത്തിലേക്ക് ഉയർത്താനാണ്.

മികവ് എന്താണെന്നതിനെക്കുറിച്ചും തെറ്റിദ്ധാരണയുണ്ട്. ഓരോ വിഷയം പഠിക്കുന്നതിലുമുള്ള മികവ് മാത്രമല്ല, മികവ് എന്നു പറയുന്നത്.

കുട്ടിയുടെ സമഗ്രമായ വളർച്ചയാണ് അത്. പഠനരംഗത്തെ മികവ് ഉയരുന്നതോടൊപ്പംതന്നെ സർഗ്ഗാത്മകവും കായികവും സാംസ്കാരികവും എല്ലാമായ സമഗ്രമായ മികവാണ് ഉദ്ദേശിക്കുന്നത്. പരീക്ഷകളുടെ ടൈംടേബിൾ അടക്കം ഉൾപ്പെടുത്തിക്കൊണ്ട് അക്കാദമിക്-അക്കാദമിക് ഇതര ടൈംടേബിൾ പ്രസിദ്ധീകരിച്ചതും കാര്യങ്ങൾ എളുപ്പമാക്കി.

പാഠപുസ്തക വിതരണം, യൂണിഫോം, ഇൻഷുറൻസ് പദ്ധതി തുടങ്ങിയ മറ്റെല്ലാ കാര്യങ്ങളും ജനങ്ങളുടെ കാഴ്ചപ്പാടിലെ മാറ്റത്തിന് പിന്നിൽ മാത്രമേ താൻ എണ്ണുന്നുള്ളൂവെന്നും വിദ്യാഭ്യാസ മന്ത്രി ചൂണ്ടിക്കാട്ടുന്നു.

വിജയശതമാനം ഉയർത്തുകയല്ല, ഉയരുകയാണ്

എസ് എസ് എൽ സി പരീക്ഷയിൽ കേരളത്തിലെ വിജയശതമാനം ബോധപൂർവ്വം ഉയർത്തുകയാണെന്ന ആക്ഷേപത്തിന് മറുപടിയാണ് വിജയികളുടെ പ്രകടനമെന്ന് പൊതുവിദ്യാഭ്യാസ വകുപ്പ് സെക്രട്ടറി എ ഷാജഹാൻ പറഞ്ഞു. കഴിഞ്ഞ വർഷം എസ് എസ് എൽ സി പരീക്ഷ വിജയിച്ച 75 ശതമാനം വിദ്യാർഥികൾക്കും ഒരു വിഷയത്തിലെങ്കിലും എ പ്ലസ് ലഭിച്ചിരുന്നു. ഒരു വിഷയത്തിൽ 90 ശതമാനത്തിന് മേൽ മാർക്ക് നേടുക എന്നത് ചെറിയകാര്യമല്ല. എസ് എസ് എൽ സിക്ക് ഇപ്പോൾ കേരളം ആർജ്ജിച്ചിരിക്കുന്ന 98 ശതമാനം വിജയത്തെക്കുറിച്ച ആക്ഷേപങ്ങൾക്കും സംശയങ്ങൾക്കും മറുപടി കൂടിയാണ് നമ്മുടെ വിദ്യാർത്ഥികളുടെ ഈ പ്രകടനം.

35,000ത്തോളം കുട്ടികൾക്ക് ഫുൾ എ പ്ലസ് ലഭിച്ചു. മുൻവർഷത്തേതിനേക്കാൾ 12,000ത്തോളം അധികമാണിത്. ആകെ പരീക്ഷ എഴുതിയവരിൽ എട്ടു ശതമാനത്തോളം വരും ഇത്. ഇതും വിജയശതമാനം ബോധപൂർവ്വം ഉയർത്തുന്നതല്ല എന്നതിന് തെളിവാണ്.

കേരളം ഏറെ മുന്നിൽ

മറ്റു സംസ്ഥാനങ്ങൾക്ക് ചെന്നെത്താൻ സാധിക്കാത്ത ഒട്ടേറെ ഉയരങ്ങൾ ഇതിനകം കേരളം താണ്ടിക്കഴിഞ്ഞു.

സ്കൂൾ പ്രായത്തിലെ 100 ശതമാനം കുട്ടികളെയും സ്കൂളുകളിലെത്തിക്കുക എന്ന ലക്ഷ്യം കേരളം കൈവരിച്ചുകഴിഞ്ഞു.

സ്കൂളിലെത്തിയ കുട്ടികളെ 10-ാം ക്ലാസുവരെ നിലനിർത്തുന്നതിലും 100 ശതമാനം ലക്ഷ്യം നേടി.

കൊഴിഞ്ഞുപോയ കുട്ടികളെയും തിരിച്ചുകൊണ്ടുവരാൻ കഴിഞ്ഞു.

വിദ്യാഭ്യാസ അവകാശനിയമം അനുശാസിക്കുന്നവിധം വിദ്യാലയങ്ങളുടെ ലഭ്യതയിലും കേരളം 100 ശതമാനം ലക്ഷ്യം നേടി.

എല്ലാ കുട്ടികൾക്കും വീട്ടിൽനിന്നും ഒരു കി മി ചുറ്റളവിൽ എൽ പി സ്കൂളും അഞ്ചു കി മി ചുറ്റളവിൽ ഹൈസ്കൂളും കേരളത്തിലുണ്ട്.

വിദ്യാർത്ഥി-അദ്ധ്യാപക അനുപാതത്തിലും കേരളത്തിന്റെ നേട്ടം

അഭിമാനാർഹമാണ്. 20 കുട്ടികൾക്ക് ഒരു അദ്ധ്യാപകൻ എന്നതാണ് നമ്മുടെ അനുപാതം. 40/50 കുട്ടികൾ ഇരിക്കേണ്ട ക്ലാസുകളിൽ 20 കുട്ടികളാണ് ശരാശരി ഇരിക്കുന്നത്. ഓരോ കുട്ടിക്കും കൂടുതൽ ശ്രദ്ധ കിട്ടാൻ ഇത് കാരണമാവുന്നു.

ഗുണമേന്മ ഇനി പ്രധാന ലക്ഷ്യം

വിദ്യാഭ്യാസത്തിന്റെ ഗുണമേന്മയാണ് ഇനിയുള്ള പ്രധാന ശ്രദ്ധ. കുട്ടി അധിഷ്ഠിതമായ മാസ്റ്റർ പ്ലാനാണ് ഈ അദ്ധ്യയനവർഷം തയ്യാറാക്കുന്നത്. കേരളത്തിലെ മുഴുവൻ സർക്കാർ, എയ്ഡഡ് വിദ്യാലയങ്ങളിലെയും മുഴുവൻ വിദ്യാർത്ഥികളുടെയും വ്യക്തി അധിഷ്ഠിതമായ വിലയിരുത്തൽ നടത്തിക്കൊണ്ട് ഓരോരുത്തരുടെയും ഗുണമേന്മ ഉയർത്തുന്നതിനാവശ്യമായ നടപടി കൈക്കൊള്ളുക എന്നതാണ് ഇതിന്റെ ലക്ഷ്യം. ഗുണമേന്മ സംബന്ധിച്ച പ്രശ്നങ്ങൾ മനസ്സിലാക്കാൻ വിവിധ നടപടികളും കൈക്കൊണ്ടുവരുന്നു.

കഴിഞ്ഞ അഞ്ചു വർഷത്തെ കേരളത്തിലെ എസ് എസ് എൽ സി പരീക്ഷാഫലം വിശകലനം ചെയ്യുകയാണ് അതിലൊന്ന്. എ പ്ലസ് മുതൽ ഇ വരെയുള്ള ഒമ്പതു ഗ്രേഡുകളും വിശകലനം ചെയ്തുകൊണ്ട് ഏതെല്ലാം പശ്ചാത്തലങ്ങളിൽനിന്നുള്ള കുട്ടികൾക്കാണ് പഠനത്തിലെ ഗുണമേന്മ സംബന്ധിച്ച പ്രശ്നങ്ങളുള്ളതെന്ന് കണ്ടെത്താൻ സാധിക്കും. സ്കൂളുകളുടെ ഓവറോൾ പ്രകടനം വിലയിരുത്തുക, അദ്ധ്യാപകരുടെയും കുട്ടികളുടെയും പ്രകടനം വിശലകനം ചെയ്യുക തുടങ്ങിയ വിവിധ നടപടികളുടെ ഈ പ്രശ്നങ്ങൾ ഏതൊക്കെയെന്ന് കണ്ടെത്താൻ സാധിക്കുമെന്നും പൊതുവിദ്യാഭ്യാസ ഡയറക്ടർ അഭിപ്രായപ്പെട്ടു.

അക്കാദമിക് കലണ്ടർ

ജൂൺ ഒന്നു മുതൽ മാർച്ച് 31 വരെയുള്ള എല്ലാ പ്രവർത്തനങ്ങളും ക്രോഡീകരിച്ചുകൊണ്ട് പുറത്തിറക്കിയിരിക്കുന്ന അക്കാദമിക് കലണ്ടർ ഒട്ടേറെ പ്രശ്നങ്ങൾക്ക് പരിഹാരമാവുമെന്നാണ് പ്രതീക്ഷിക്കപ്പെടുന്നത്. പുതിയ കലണ്ടർ പ്രകാരം ഓണം വരെയുള്ള ആദ്യ ടേമിൽ അക്കാദമിക് പ്രവർത്തനങ്ങൾ മാത്രമായിരിക്കും ഉണ്ടായിരിക്കുക. ക്രിസ്തുമസ് വരെയുള്ള രണ്ടാം ടേമിലായിരിക്കും എല്ലാ മേളകളും നടക്കുക. അതു തന്നെ പാഠ്യപ്രവർത്തനങ്ങളെയും പാഠ്യേതര പ്രവർത്തനങ്ങളെയും സംയോജിപ്പിച്ചുകൊണ്ട് പഠനത്തിന്റെ തുടർച്ചയെന്നോണമായിരിക്കും ചിട്ടപ്പെടുത്തുക. ഇതിനനുസരിച്ച് കരിക്കുലം പുനഃക്രമീകരിക്കും. മേളയും പഠനവും രണ്ടു രണ്ടാണെന്ന ധാരണയും ശൈലിയും മാറും. സംസ്ഥാന സ്കൂൾ കലോത്സവം അടക്കമുള്ള എല്ലാ മേളകളും ഇനി ഡിസംബറോടെ സമാപിക്കും. മൂന്നാം ടേമിൽ വീണ്ടും പൂർണ്ണമായും പഠനപ്രവർത്തനങ്ങളിൽ മാത്രം ഊന്നൽ നല്കും.

മോഡൽ പരീക്ഷ ഇനി കേവലം ചടങ്ങാകില്ല. മോഡൽ പരീക്ഷയിൽ

പിന്നാക്കം പോകുന്ന കുട്ടികൾക്ക് മൂന്നാഴ്ചത്തെ പ്രത്യേക പരിശീലനം നല്കാനാണ് തീരുമാനം. ഇത് അവർക്ക് കൂടുതൽ ആത്മവിശ്വാസത്തോടെ പരീക്ഷയെ അഭിമുഖീകരിക്കാൻ ധൈര്യം നല്കും. ഇതും അക്കാദമിക് കലണ്ടറിൽ ഉൾപ്പെടുത്തിയിട്ടുണ്ട്.

പൊതുവിദ്യാലയങ്ങളുടെ മടങ്ങിവരവ് കേരളം ആഘോഷപൂർവ്വമാണ് സ്വീകരിച്ചിരിക്കുന്നത്. രക്ഷിതാക്കളുടെയും വിദ്യാർത്ഥികളുടെയും അദ്ധ്യാപകരുടെയും പ്രതികരണങ്ങൾ ആവേശകരമാണ്. നാട്ടുകാർ ഏറ്റെടുത്ത ജനകീയോത്സവങ്ങളായാണ് ഇക്കുറി പ്രവേശനോത്സവങ്ങൾ നടന്നത്. നവകേരളപ്പിറവിയുടെ വിളംബരമായി അവയെ കണക്കാക്കാം.

ജനാധിപത്യവല്ക്കരിക്കപ്പെടുന്ന പൊതുവിദ്യാഭ്യാസം

നവകേരള സൃഷ്ടിക്കായി ഇടതുപക്ഷ ജനാധിപത്യ മുന്നണി സർക്കാർ ആവിഷ്കരിച്ച സമഗ്ര വികസനത്തിനായുള്ള പരിപാടിയാണ് നവകേരളം കർമ്മപദ്ധതി. ഈ പദ്ധതിയുടെ ഭാഗമായ നാല് മിഷനുകളിൽ ഏറ്റവും പ്രധാനപ്പെട്ടതാണ് 'പൊതുവിദ്യാഭ്യാസ സംരക്ഷണ യജ്ഞം.' പൊതുവിദ്യാഭ്യാസ സംരക്ഷണ യജ്ഞം വർദ്ധിത ആവേശത്തോടെയും ഏറെ താല്പര്യത്തോടെയും കേരളീയ സമൂഹം ഏറ്റെടുത്തു എന്നത് തികച്ചും ആഹ്ലാദകരമാണ്. പൊതുവിദ്യാലയങ്ങളുടെ ആവശ്യകതയും നിലനില്പും ഗുണപരമായ മാറ്റവുമെല്ലാം പൊതു സമൂഹത്തിന്റെ സജീവ ചർച്ചയ്ക്കും പരിഗണനയ്ക്കും വിഷയീഭവിച്ചിരിക്കുന്നു. മതനിരപേക്ഷ തയുടെ മഹനീയ സങ്കല്പങ്ങളെ മനസ്സാവരിച്ച്, പൊതുഇടങ്ങളെ വികസിപ്പിക്കുന്നതിനുള്ള എല്ലാ അവസരങ്ങളേയും അർത്ഥപൂർണ്ണമായി പ്രയോജനപ്പെടുത്തുന്ന ബോധമണ്ഡലം കേരളീയ സമൂഹത്തിന്റെ ഒസ്യത്താണ്.

നവോത്ഥാന പ്രസ്ഥാനങ്ങളും അതിന്റെ തുടർച്ചയായി ഇടതുപക്ഷ രാഷ്ട്രീയവും സൃഷ്ടിച്ച ഈ പൊതുബോധത്തെ അടിത്തറയാക്കി വിദ്യാഭ്യാസത്തിന്റെ ജനകീയവല്ക്കരണവും ജനാധിപത്യവല്ക്കരണവുമാണ് പൊതുവിദ്യാഭ്യാസ സംരക്ഷണയജ്ഞത്തിലൂടെ സർക്കാർ ലക്ഷ്യമിടുന്നത്! ഈ പശ്ചാത്തലത്തിലാണ് ജനകീയ മതനിരപേക്ഷ വിദ്യാഭ്യാസം ലക്ഷ്യമിട്ടുള്ള പ്രവർത്തനങ്ങൾ പൊതുവിദ്യാഭ്യാസയജ്ഞത്തിലൂടെ എൽ ഡി എഫ് സർക്കാർ ഏറ്റെടുത്തത്. വിദ്യാഭ്യാസ ആസൂത്രണത്തിൽ പൊതുസമൂഹത്തിന്റെ പങ്കാളിത്തം ഉറപ്പാക്കുന്ന ഈ പരിപാടി വിദ്യാഭ്യാസമേഖലയിൽ സമൂല മാറ്റത്തിനിടവരുത്തുമെന്നതിൽ സംശയമില്ല.

ജനകീയവും ജനാധിപത്യപരവും മതനിരപേക്ഷവുമായ വിദ്യാഭ്യാസമെന്ന എൽ ഡി എഫ് സർക്കാരിന്റെ കാഴ്ചപ്പാട് പ്രാവർത്തികമാക്കു

ന്നതിന് ജനപങ്കാളിത്തത്തോടെയുള്ള ആസൂത്രണം അനിവാര്യമാണ്. വിദ്യാഭ്യാസ വിചക്ഷണന്മാരടക്കം സമൂഹത്തിന്റെ വിവിധ മേഖലകളിൽ പ്രവർത്തിക്കുന്നവർ ഒരുമിച്ചിരുന്ന് അവരുടെ ജീവിതാനുഭവങ്ങളും പ്രാദേശിക അറിവുകളും ഉൾച്ചേർത്ത് ശാസ്ത്രീയമായും വിദ്യാഭ്യാസ പരമായും തയ്യാറാക്കിയ അക്കാദമിക മാസ്റ്റർ പ്ലാൻ സ്കൂൾ വിദ്യാഭ്യാസ മേഖലയിൽ ആദ്യ സംരംഭമാണ്.

ഓരോ വിദ്യാലയം കേന്ദ്രീകരിച്ചും വൈവിദ്ധ്യമാർന്നതും വിപുല വുമായ പ്രവർത്തനങ്ങളാണ് ഇപ്പോൾ നടന്നു വരുന്നത്. പൊതുവിദ്യാല യങ്ങളെ പ്രാദേശിക സമൂഹത്തിന്റെ വിദ്യാഭ്യാസവും സാംസ്കാരിക വുമായ ആവശ്യങ്ങൾ നിറവേറ്റാൻ പ്രാപ്തമായ നിലയിൽ സജ്ജമാക്കു ന്നതിനുള്ള ദീർഘകാല പരിപാടികളും ഉണ്ടാകേണ്ടതുണ്ട്. എന്നാൽ മുഖ്യഘടകമാകേണ്ടത് അതത് വിദ്യാലയത്തിൽ എത്തിച്ചേരുന്ന ഓരോ കുട്ടിക്കും ലഭ്യമാകേണ്ട ഉയർന്ന നിലവാരത്തിലുള്ള പഠനബോധന അനു ഭവങ്ങളും വ്യക്തിപരമായ ശ്രദ്ധയും പരിഗണനയുമാണ്. ഇത് നിർണ്ണ യിക്കുന്നത് വിദ്യാലയങ്ങളിൽ നടക്കുന്ന അക്കാദമിക പ്രവർത്തന ങ്ങളാണ്. ആധുനിക കാലഘട്ടത്തിനനുഗുണമായ ഭൗതിക സൗകര്യ വിക സനവും നടത്തേണ്ടതുണ്ട്.

ഇതെല്ലാം ചെയ്തുകൊണ്ട് അതത് പ്രായഘട്ടത്തിൽ ആർജ്ജി ക്കാവുന്ന ഏറ്റവും ഉയർന്ന തലത്തിലുള്ള അറിവും കഴിവും നേടാനും ജനാധിപത്യ ബോധം ഉളവാക്കാനും കുട്ടികളെ സജ്ജരാക്കാൻ കഴിയണം. അങ്ങനെ അനന്യമായ കേരളീയ വിദ്യാഭ്യാസ അനുഭവങ്ങൾ വിക സിപ്പിച്ചെടുക്കുക എന്ന ലക്ഷ്യം സാർത്ഥകമാക്കാനുള്ള പ്രവർത്തനങ്ങൾ ഓരോ സ്കൂളും കേന്ദ്രീകരിച്ച് നടക്കുന്നു. അക്കാദമിക മികവിലൂടെ വിദ്യാലയ മികവ് എന്നതാണ് കാഴ്ചപ്പാട്. ഈ കാഴ്ചപ്പാട് എങ്ങനെ നടപ്പാക്കും എന്ന് വ്യക്തമാക്കുന്ന ആസൂത്രണ രേഖയാണ് അക്കാദമിക മാസ്റ്റർ പ്ലാൻ.

വിദ്യാഭ്യാസ രംഗത്തെ ഒന്നാം തലമുറ പ്രശ്നങ്ങളായ സ്കൂളുകളുടെ ലഭ്യത, സ്കൂളിൽ എത്തിച്ചേർന്ന കുട്ടിയുടെ പഠനത്തുടർച്ച എന്നിവ നാം അഭിമുഖീകരിച്ചു കഴിഞ്ഞു. രണ്ടാം തലമുറ പ്രശ്നങ്ങളായ തുല്യത, ഗുണത എന്നിവയാണ് ഇനി നാം ഉറപ്പാക്കേണ്ടത്.

ഓരോ പ്രായഘട്ടത്തിലും കുട്ടി നേടണമെന്ന് കരിക്കുലം വിഭാവനം ചെയ്യുന്ന അക്കാദമിക ലക്ഷ്യങ്ങൾ മികവാർന്ന തലത്തിൽ നേടി എന്ന് ഉറപ്പാക്കാൻ കഴിയണം. സ്കൂൾ വിദ്യാഭ്യാസത്തിലൂടെ കടന്നുവരുന്ന കുട്ടികളിൽ ജനാധിപത്യ മൂല്യങ്ങൾ, പാരിസ്ഥിതികാവബോധം, ലിംഗാവ ബോധം, വിമർശനാവബോധം എന്നിവ ഉളവായിട്ടുണ്ട് എന്നുറപ്പാക്കണം.

കുട്ടികളുടെ സർവ്വതോമുഖമായ വികാസത്തിന് വേണ്ട പഠനാന്ത രീക്ഷം ഒരുക്കുന്നതിന്റെ ഭാഗമായി ആധുനിക സാങ്കേതിക വിദ്യാ സാദ്ധ്യതകൾ പ്രയോജനപ്പെടുത്തണം. ലഹരിക്കും മറ്റും അടിമപ്പെടുന്ന സാഹചര്യത്തിൽനിന്ന് കുട്ടികളെ വിമോചിപ്പിക്കണം.

സമഗ്രമായ കാഴ്ചപ്പാടും പ്രവർത്തന പദ്ധതിയും ഇതിനായി വേണ്ടി വരും. ഈ ദിശയിലുള്ള ബഹുജന കൂട്ടായ്മയാണ് പൊതുവിദ്യാഭ്യാസ സംരക്ഷണ യജ്ഞം. ഭരണ കർത്താക്കളും ഭരണ നിർവ്വാഹകരും പൊതു സമൂഹവും ഒരുമിച്ചുചേർന്ന് ഗുണമേന്മയുള്ള വിദ്യാഭ്യാസം കുട്ടികളുടെ അവകാശമെന്ന കാഴ്ചപ്പാടിനനുഗുണമായി സ്കൂളുകളെ മികവിന്റെ കേന്ദ്രങ്ങളായി മാറ്റുന്നതിനുള്ള കൂട്ടായ അന്വേഷണം നടത്തുകയാണ്. ഇതിന്റെ ഭാഗമായാണ് ഓരോ സ്കൂളും ഗുണമേന്മാ വിദ്യാഭ്യാസം ഉറപ്പാക്കുന്നതിനായി ഒരക്കാദമിക പദ്ധതി തയ്യാറാക്കേണ്ടത്. ഈ അക്കാദമിക പദ്ധതി സാർത്ഥകമാക്കുന്നതിന് അനുകൂലമായ ഭൗതിക സൗകര്യ വികസനാസൂത്രണവും ഉണ്ടാകണം. ഇതോടൊപ്പം പ്രധാനമാണ് സമൂഹത്തിന്റെ പങ്കാളിത്തം ഉറപ്പാക്കുക എന്നത്. ഇതെല്ലാം എങ്ങനെ നടത്തും എന്നുള്ളതും മാസ്റ്റർപ്ലാനിൽ വരച്ചു കാട്ടണം.

ഈ രേഖ വിദ്യാലയത്തിന്റെ കാഴ്ചപ്പാട് പ്രതിഫലിപ്പിക്കും. വിദ്യാലയത്തിലെ മുഴുവൻ കുട്ടികളുടെയും അക്കാദമിക മികവിനുള്ള വഴികൾ മുന്നോട്ടുവയ്ക്കും. ഇങ്ങനെ മുന്നോട്ട് വയ്ക്കുന്ന കാര്യങ്ങളുടെ ലക്ഷ്യപൂർത്തീകരണത്തിനായി സ്വീകരിക്കേണ്ട വഴികൾ വ്യക്തമാക്കും. വിദ്യാലയത്തിന്റെ കാഴ്ചപ്പാട് അക്കാദമിക ലക്ഷ്യങ്ങൾ, മുൻഗണനകൾ, വിഭവ വിനിയോഗം, പ്രവർത്തന പരിപാടികൾ എന്നിവയെല്ലാം യാഥാർത്ഥ്യ ബോധത്തോടെ അക്കാദമിക മാസ്റ്റർ പ്ലാനിൽ ഉൾച്ചേർന്നിരിക്കും

ഓരോ ക്ലാസിലും ഭാഷ, ശാസ്ത്രം, ഗണിതം, സാമൂഹിക ശാസ്ത്രം എന്നിങ്ങനെ കരിക്കുലം നിർദ്ദേശിക്കുന്ന എല്ലാ വിഷയങ്ങളും എല്ലാ കുട്ടികൾക്കും ആസ്വാദ്യകരമാക്കാനും ഏറ്റവും മികച്ച നിലവാരത്തിലേക്ക് കുട്ടികളെ വളർത്തിക്കൊണ്ടുവരാനുമുള്ള കൃത്യമായതും സമയബന്ധിതവുമായ പ്രവർത്തന പദ്ധതികൾ അക്കാദമിക മാസ്റ്റർ പ്ലാനിൽ ഉണ്ടാകും.

നവലിബറൽ സാമ്പത്തികനയങ്ങൾ അനുശാസിക്കുന്നത് പൊതു ഇടങ്ങളെയെല്ലാം ദുർബ്ബലപ്പെടുത്തുക എന്നതാണ്. വിദ്യാഭ്യാസം പോലെയുള്ള സേവന മേഖലകളിൽനിന്ന് സർക്കാർ പൂർണ്ണമായും പിൻവാങ്ങി സ്വകാര്യ മേഖലയ്ക്ക് എല്ലാം കൈമാറുക എന്നതാണ് ഈ നയങ്ങളുടെ അന്തഃസത്ത. അതിനനുസൃതമായ തന്ത്രങ്ങളും നിലപാടുകളുമാണ് ഈ നയങ്ങൾ നടപ്പിലാക്കുന്ന സർക്കാരുകൾ കൈക്കൊള്ളുന്നതും കൈക്കൊണ്ടിരുന്നതും.

എന്നാൽ പൊതുവിദ്യാഭ്യാസമടക്കമുള്ള എല്ലാ പൊതു സംവിധാനങ്ങളേയും ശക്തിപ്പെടുത്തണമെന്നും, അതിന്റെ ഉത്തരവാദിത്വം സർക്കാരിനുണ്ട് എന്ന കാഴ്ചപ്പാടാണ് ഇടതുപക്ഷം ബദൽ നയത്തിലൂടെ മുന്നോട്ടു വയ്ക്കുന്നത്. ഈ നിലപാടാണ് കേരള സർക്കാരിന്റേത്. കേരളത്തിലെ പുരോഗമന സമൂഹത്തിന്റെ പ്രവർത്തന ഫലമായാണ് പന്ത്രണ്ടാം ക്ലാസുവരെ എല്ലാ കുട്ടികൾക്കും സൗജന്യവും സാർവ്വത്രികവുമായ വിദ്യാഭ്യാസം നമുക്ക് ഉറപ്പിക്കാൻ കഴിഞ്ഞത്. സ്വാതന്ത്ര്യലബ്ധിക്കു ശേഷം ഏഴ് പതിറ്റാണ്ട് കഴിഞ്ഞിട്ടും ദേശീയ തലത്തിൽ ഇതൊരു മരീചിക മാത്രമാണ്. സ്കൂൾ പ്രായത്തിലുള്ള കോടിക്കണക്കിന് കുട്ടികൾ സ്കൂളിന്

പുറത്താണ് എന്നാണ് പല പഠനങ്ങളും സൂചിപ്പിക്കുന്നത്. വിദ്യാഭ്യാസ അവകാശ നിയമം പാസാക്കിയ കേന്ദ്രസർക്കാർ ആകട്ടെ വിദ്യാഭ്യാസ മേഖലയിൽ ഓരോ വർഷം കഴിയുന്തോറും ബഡ്ജറ്റ് വിഹിതം ഗണ്യമായി വെട്ടിക്കുറയ്ക്കുന്നു.

ഇത്തരമൊരു ഘട്ടത്തിലാണ് സ്കൂളുകളുടെ ഭൗതിക സൗകര്യ വികസനത്തിനായാലും, 45000 ക്ലാസ് മുറികൾ ഹൈടെക്കാക്കുന്ന പ്രവർത്തനമടക്കം പുത്തൻ സാങ്കേതിക വിദ്യയുടെ സ്ഥാപനത്തിലായാലും, ഓട്ടിസമായാലും മറ്റു പലതരത്തിൽ പിന്തുണ അനിവാര്യമായ കുട്ടികൾക്ക് പ്രത്യേകം സൗകര്യം ഏർപ്പെടുത്തുന്ന കാര്യത്തിലായാലും കുട്ടികളുടെ സർഗ്ഗശേഷികൾ വികസിപ്പിക്കുന്ന കാര്യത്തിലായാലും കഠിനമായ സാമ്പത്തിക പരിമിതിയിലും വിദ്യാഭ്യാസമേഖലയിൽ ആവശ്യമായ തുക നീക്കിവയ്ക്കാനാണ് ഇടതുപക്ഷ സർക്കാർ സജ്ജമാകുന്നത്. സ്കൂളുകളുടെ അടിസ്ഥാന സൗകര്യ വികസനത്തിന് കലവറയില്ലാത്ത പിന്തുണയാണ് സർക്കാർ ഉറപ്പാക്കിയിട്ടുള്ളത്. ഇങ്ങനെ സർക്കാർ മുന്നോട്ടുവരുമ്പോൾ പൂർണ്ണമനസ്സോടെ ക്രിയാത്മക പങ്കാളികളാകുന്ന സമൂഹത്തിന്റെ മനോഭാവവും പങ്കാളിത്തവും എടുത്തു പറയട്ടെ.

അന്താരാഷ്ട്രതലങ്ങളിൽ തങ്ങളുടെ സമപ്രായക്കാരായ കുട്ടികൾക്ക് ലഭിക്കുന്ന മികച്ച പഠന സൗകര്യങ്ങളും വിദ്യാഭ്യാസ അനുഭവങ്ങളും കേരളത്തിലെ കുട്ടികൾക്കും പ്രാപ്യമാവുംവിധം പൊതുവിദ്യാലയങ്ങൾ മാറാൻ പോവുകയാണ്. 2018 ഫെബ്രുവരി 12 മുതൽ സംസ്ഥാനത്തെ സ്കൂളുകൾ പ്രകാശനം ചെയ്തു തുടങ്ങി കഴിഞ്ഞ അക്കാദമിക മാസ്റ്റർ പ്ലാൻ ഇതിന്റെ നാന്ദിയാണ്. ഫെബ്രുവരി 16 ഓട് കൂടി സംസ്ഥാനത്തെ മുഴുവൻ സ്കൂളുകളും അക്കാദമിക് മാസ്റ്റർപ്ലാൻ പ്രകാശനം ചെയ്തു കഴിയും.

ഓരോ കുട്ടിയുടെയും ഗുണമേന്മാ വിദ്യാഭ്യാസമെന്ന അവകാശം അരക്കിട്ടുറപ്പിക്കുന്നതിന് ഓരോ സ്ഥാപനവും പ്രഖ്യാപിക്കുന്ന കർമ്മ പദ്ധതിയാണിത്. ഓരോ വിദ്യാലയത്തിന്റെയും അതിനു ചുറ്റുമുള്ള പൊതു സമൂഹത്തിന്റെയും സാർത്ഥകമായ ഇടപെടലിലൂടെ രൂപപ്പെടുന്ന മാസ്റ്റർപ്ലാനുകൾ വിദ്യാഭ്യാസ മേഖലയുടെ ജനകീയവല്ക്കരണത്തിന്റെയും ജനാധിപത്യവല്ക്കരണത്തിന്റെയും മകുടോദാഹരണങ്ങളായി പ്രശോഭിക്കും. അവതരിപ്പിക്കപ്പെട്ട മാസ്റ്റർപ്ലാനിലെ പദ്ധതികൾ സമയബന്ധിതമായി നടപ്പിലാക്കുന്നുണ്ടെന്ന് ഉറപ്പ് വരുത്താൻ പൊതുസമൂഹത്തിന്റെ നിതാന്തജാഗ്രത അനിവാര്യമാണ്. അദ്ധ്യാപക രക്ഷാകർത്തൃ സമിതികളുടെയും ജനപ്രതിനിധികളുടെയും ഉത്തരവാദിത്വപൂർണ്ണമായ ഇടപെടലിലൂടെ മാത്രമേ ഈ ലക്ഷ്യം കൈവരിക്കാനാവൂ.

പൊതുവിദ്യാലയങ്ങളുടെ സർവ്വതോമുഖമായ വളർച്ച കൈവരിക്കുന്നതിനുവേണ്ടി സർക്കാർ ആവിഷ്കരിച്ചു നടപ്പിലാക്കുന്ന പദ്ധതികളെ നെഞ്ചോട് ചേർത്ത് ഏറ്റെടുത്ത എല്ലാവർക്കും അഭിനന്ദനങ്ങൾ. അങ്ങനെ കൂട്ടായ ശ്രമങ്ങളിലൂടെ പൊതുവിദ്യാഭ്യാസത്തിന്റെ ജനാധിപത്യവല്ക്കരണം സാർത്ഥകമാക്കാം.

ക്യാമ്പസ് ഒരു പാഠപുസ്തകം

സംസ്ഥാന സർക്കാരിന്റെയും തദ്ദേശസ്വയംഭരണ സ്ഥാപനങ്ങളുടെയും എം എൽ എമാരുടെയും മറ്റ് ജനപ്രതിനിധികളുടെയും കേരളത്തിലെ ബഹുജനങ്ങളുടെയും ഒപ്പം നിന്ന് പൊതുവിദ്യാഭ്യാസ വകുപ്പ്, വിദ്യാഭ്യാസമിഷൻ, എസ് സി ഇ ആർ ടി, കൈറ്റ്, എസ് എസ് കെ, എസ് ഐ ഇ റ്റി, സീമാറ്റ്, സാക്ഷരതാമിഷൻ തുടങ്ങിയ സ്ഥാപനങ്ങളുടെ മികച്ചതും സ്തുത്യർഹവുമായ പ്രവർത്തനത്തിലൂടെ പൊതുവിദ്യാഭ്യാസ രംഗം നമുക്ക് അഭിമാനമായി മാറിയിരിക്കുന്നു. ഇത് കേരള ജനതയുടെ നേട്ടമാണ്.

പൊതുവായ ചില കാര്യങ്ങൾ ആദ്യം സൂചിപ്പിക്കാം. അതിൽ ഏറ്റവും പ്രധാനപ്പെട്ടത്, ദേശീയ കരട് വിദ്യാഭ്യാസ നയമാണ്. ദേശീയ വിദ്യാഭ്യാസ കരട് നിയമത്തിലെ നിരവധി ജനകീയ വിരുദ്ധമായ നിർദ്ദേശങ്ങൾ നമ്മളെല്ലാവരും വായിച്ചിട്ടുണ്ട്. ഈ കരട് നിർദ്ദേശം വളരെ സശ്രദ്ധം പഠിക്കേണ്ടതുണ്ട്. അതിലെ നിർദ്ദേശങ്ങൾ തികച്ചും ജനവിരുദ്ധമായിരിക്കുമെന്ന് ഇതിനുമുമ്പ് നടന്ന പല വിദ്യാഭ്യാസ ചർച്ചകളിൽ നിന്നും വ്യക്തമായിട്ടുണ്ട്. അതുകൊണ്ടുതന്നെ വളരെ ആഴത്തിൽ ഇക്കാര്യങ്ങൾ പഠിക്കുന്നതിനും അതിശക്തമായി പ്രതികരിക്കുന്നതിനും വിവിധ തലങ്ങളിൽ ചർച്ചകൾ നടക്കുകയാണ്. വളരെ കൃത്യമായി കരട് വിദ്യാഭ്യാസനയത്തെ എന്തുകൊണ്ട് എതിർക്കണമെന്ന് കൃത്യമായ പരിപ്രേക്ഷ്യം ഇതിലൂടെ ഉണ്ടാകും. അത് ശക്തമായി പ്രതിഫലിപ്പിക്കാനും തയ്യാറാകും.

ഇത്തരത്തിൽ വിദ്യാഭ്യാസനയം വരാനുള്ള സാദ്ധ്യതയുണ്ടെന്ന് കഴിഞ്ഞ അഞ്ചുവർഷത്തെ കേന്ദ്രസർക്കാരിന്റെ വിദ്യാഭ്യാസ നയങ്ങളിലൂടെ നമുക്കെല്ലാവർക്കും മനസ്സിലായിട്ടുണ്ട്. അതുകൊണ്ട് വർഗ്ഗീയത കച്ചവടത്തോടൊപ്പം വിദ്യാഭ്യാസത്തിലും കലർത്തുമ്പോൾ വിദ്യാഭ്യാസ

രംഗത്ത് ഉണ്ടാകുന്ന മൗലികമായ പല മാറ്റങ്ങളേയും മുന്നിൽ കണ്ടു കൊണ്ട് അതിനെ ചില വാക്കുകളിലൂടെ എതിർക്കുന്നതിന് പകരം ഒരു രാഷ്ട്രീയ ഭൂമിക സൃഷ്ടിച്ചുകൊണ്ട് എതിർക്കണമെന്ന് നല്ല ബോദ്ധ്യമു ള്ളതുകൊണ്ടാണ് കേരളത്തിൽ ജനകീയ വിദ്യാഭ്യാസത്തിന് ഇടതുപക്ഷ ജനാധിപത്യ മുന്നണി സർക്കാർ തുടക്കം കുറിച്ചതെന്നു കൂടി നമ്മൾ തിരിച്ചറിയണം. ഇന്ന് ദേശീയ വിദ്യാഭ്യാസ നയത്തെ അതിശക്തമായി എതിർക്കത്തക്ക രീതിയിലുള്ള ഒരു രാഷ്ട്രീയ ഭൂമിക പൊതുവിദ്യാഭ്യാസ ത്തിന്റെ വളർച്ചയിലൂടെ വികസിപ്പിച്ചെടുക്കുന്നത് മതനിരപേക്ഷ ജനാ ധിപത്യ സങ്കല്പങ്ങളാണ്. അതുകൊണ്ട് അത്തരമൊരു സാങ്കല്പിക ഭൂമി കയിൽ നിന്നുകൊണ്ട് കരട് വിദ്യാഭ്യാസ നയത്തിന്റെ പ്രശ്നങ്ങളെ വളരെ വിശദമായി പഠിച്ച് അതിനെ അതിശക്തമായി എതിർക്കേണ്ടിടത്ത് എതിർ ക്കാനുള്ള ശ്രമം തന്നെയാണ് നടക്കുന്നത്. അതിൽ പൊതുവിദ്യാഭ്യാസ സംരക്ഷണയജ്ഞത്തിന്റെ വിജയത്തിലൂടെയുണ്ടായ രാഷ്ട്രീയ ഭൂമികയെ ക്കുറിച്ചു കൂടി തിരിച്ചറിയണം.

ഈ വർഷം ഹയർ സെക്കന്ററി അക്കാദമിക് രംഗത്ത് ഒരു ഡിജിറ്റൽ വിസ്മയം തീർക്കാനാണ് വിദ്യാഭ്യാസ വകുപ്പ് തീരുമാനിച്ചിരിക്കുന്നത്. അക്കാദമിക ആസൂത്രണത്തിനും വിനിമയത്തിനും മോണിറ്ററിങ്ങിനും വേണ്ടി സമഗ്ര പോർട്ടലുണ്ട്. സമഗ്ര I ഉം സമഗ്ര II ഉം ഇപ്പോൾ നടന്നു കൊണ്ടിരിക്കുകയാണ്. സമഗ്ര III എന്നൊരു പ്രത്യേക പോർട്ടൽ ഈ വർഷം ചെയ്യുന്നുണ്ട്. ഓരോ പാഠം പൂർത്തീകരിക്കുമ്പോഴും ആ പാഠ ത്തിന്റെ ടെക്സ്റ്റിനപ്പുറമുള്ള വിഷയത്തിന്റെ ദാർശനികവും ശാസ്ത്രീ യവുമായ വശങ്ങളും പ്ലസ് വൺ, പ്ലസ് ടു പരീക്ഷയ്ക്കുള്ള വിഭവങ്ങളും എൻട്രൻസ് പോലെയുള്ള മത്സരപ്പരീക്ഷകൾക്കുള്ള വിഭവങ്ങളും ചേർത്ത് Beyond Text Samagra III തയ്യാറാക്കുന്നത് ആദ്യമായിട്ടായിരിക്കും. ഇത് മാതാപിതാക്കൾക്ക് ഉപയോഗിക്കുന്നതിനുവേണ്ടി മൊബൈൽ ആപ്ലി ക്കേഷനും തയ്യാറാക്കും. പ്ലസ് വൺ, പ്ലസ് ടു പരീക്ഷകൾക്കും മത്സര പരീക്ഷകൾക്കും ഉന്നത വിദ്യാഭ്യാസത്തിനുംവേണ്ടി കുട്ടികളെ തയ്യാ റാക്കും. തുടർന്ന് അദ്ധ്യാപകർക്കും വിദ്യാർത്ഥികൾക്കും തുടർ ഗവേ ഷണം നടത്താനുള്ള സാദ്ധ്യതകളൊരുക്കും. തുടർ ഗവേഷണത്തിലൂടെ അവരുണ്ടാക്കുന്ന ഇന്നൊവേഷൻസ് സ്റ്റോർ ചെയ്യാൻ ഒരു പോർട്ടലു ണ്ടാക്കും. അതാണ് സമഗ്ര IV. അങ്ങനെ ഹയർ സെക്കന്ററിയിൽ വലി യൊരു ഡിജിറ്റൽ വിസ്മയം തീർക്കാനാണ് വിദ്യാഭ്യാസ വകുപ്പ് ഉദ്ദേശി ക്കുന്നത്. ഇന്ത്യയിലെ ഏറ്റവും വലിയ കൂട്ടായ്മയായ ലിറ്റിൽ കൈറ്റ്സിൽ 1.4 ലക്ഷം കുട്ടികളാണുള്ളത്. 1910 യൂണിറ്റുകളാണ് ഇപ്പോഴുള്ളത്. അത് 2060 യൂണിറ്റായി വ്യാപിപ്പിക്കുമെന്നു മാത്രമല്ല, ഈ കൂട്ടായ്മ അതിന്റെ ഏറ്റവും ആധുനിക സംവിധാനങ്ങളോടു കൂടി ഈ വർഷം ഹയർ സെക്കന്ററി തലത്തിലും നടപ്പിലാക്കും.

നിയമനാംഗീകാരം എന്നുള്ളത് വളരെ വർഷങ്ങളായി എയ്ഡഡ് സ്കൂൾ മാനേജർമാരുടെ പ്രശ്നമായിരുന്നു. നിയമനാംഗീകാരം നല്കു

ന്നതിനുവേണ്ടി സമന്വയ എന്ന പേരിൽ പ്രത്യേക സോഫ്റ്റ് വെയർ തയ്യാറാക്കി. അതിനുശേഷം കേരളത്തിലാദ്യമായി സോഫ്റ്റ് വെയറിലൂടെ ഒരു ദിവസം കൊണ്ട് നിയമനാംഗീകാരം നല്കിയത് കടുത്തുരുത്തി ഡി ഇ ഒ ആണ്. നിയമനാംഗീകാരത്തിനുള്ള അപേക്ഷകൾ ഏറെനാളായി കെട്ടിക്കിടക്കുകയാണെന്ന് എല്ലാവർക്കുമറിയാം. കൃത്യമായി മാനേജർ അപ് ലോഡ് ചെയ്തപ്പോൾ ഒറ്റദിവസം കൊണ്ട് കടുത്തുരുത്തി ഡി ഇ ഒ നിയമനാംഗീകാരം സോഫ്റ്റ് വെയറിലൂടെ കൊടുത്തു. അതിനുശേഷം എറണാകുളം ഡി ഇ ഒ, കണ്ണൂർ എ ഇ ഒ, കണ്ണൂരിലെ തന്നെ മറ്റൊരു എ ഇ ഒ, കാഞ്ഞിരപ്പള്ളി ഡി ഇ ഒ തുടങ്ങി എല്ലാവരും സോഫ്റ്റ് വെയറിന്റെ സഹായത്തോടെ നിയമനാംഗീകാരം നല്കുകയുണ്ടായി. അതുകൊണ്ട് ആ രംഗത്തും സോഫ്റ്റ് വെയർ വലിയ പ്രയോജനമുണ്ടാക്കിയിട്ടുണ്ട്.

ഹയർ സെക്കന്ററി അദ്ധ്യാപകർക്കുള്ള നൂതനമായ പരിശീലന പരിപാടിയാണ് ടീച്ചർ ട്രാൻസ്ഫർമേഷൻ കോഴ്സ്. എസ് സി ഇ ആർ ടിയും കൈറ്റും, എസ് ഐ ഇ ടിയും സമഗ്രശിക്ഷാകേരളയും ചേർന്ന് ഈ രംഗത്ത് ഗുണപരമായ വലിയ മാറ്റങ്ങൾക്ക് വേദിയൊരുക്കുകയാണ്. ഇതെല്ലാം ഓരോ വിദ്യാർത്ഥിയുടെയും സമഗ്ര സർഗ്ഗശേഷി വികസന രംഗത്ത് പുതിയൊരു പ്രഭാതം വിടർത്തുമെന്നാണ് കരുതുന്നത്.

വിദ്യാഭ്യാസരംഗത്ത് നിരവധി മാറ്റങ്ങൾ വന്നുകൊണ്ടിരിക്കുമ്പോൾ അക്കാദമികേതര രംഗങ്ങളിലും മാറ്റങ്ങളുണ്ടാകണം. കാരണം ഒരു കുട്ടിയുടെ മാറ്റം അക്കാദമിക് രംഗത്ത് മാത്രമല്ല, അക്കാദമികേതര രംഗത്തുമുണ്ട്. പ്രളയത്തിനുശേഷമുള്ള അനുഭവത്തിലൂടെ എല്ലാ മണ്ഡലങ്ങളിലും 141 സ്വിമ്മിങ് പൂളുകൾ നിർമ്മിക്കാൻ തീരുമാനിച്ചിട്ടുണ്ട്. ഇരുപതിലധികം കുട്ടികൾക്ക് ഒരേ സമയം നീന്തൽ പഠിക്കാൻ കഴിയുന്നതും മത്സരമെന്ന രീതിയിൽ നാലുപേർക്ക് നീന്താൻ കഴിയുന്നതുമായ ഒരു നീന്തൽക്കുളമാണ് വിഭാവന ചെയ്തിട്ടുള്ളത്. 140 മണ്ഡലങ്ങളിലും അത്തരത്തിലുള്ള 141 നീന്തൽക്കുളങ്ങൾ നിർമ്മിക്കാൻ സർക്കാർ തീരുമാനിച്ചിട്ടുണ്ട്. അതോടൊപ്പം തന്നെ വോളിബോൾ, ബാസ്കറ്റ് ബോൾ, ടെന്നീസ് തുടങ്ങിയ കോർട്ടുകളും ഓരോ നിയോജക മണ്ഡലത്തിലും സ്ഥാപിക്കാനുള്ള ശ്രമം നടക്കുകയാണ്. മൂവായിരത്തോളം സ്കൂളുകളിൽ സൗരോർജ്ജ വൈദ്യുതി ഉല്പാദനത്തിനുവേണ്ടിയുള്ള സാദ്ധ്യത ആലോചിക്കുകയാണ്. കാരണം വിദ്യാഭ്യാസം ഹൈടെക്കായി മാറ്റിക്കൊണ്ടിരിക്കുമ്പോൾ വൈദ്യുതി ഉപഭോഗം കൂടുമെന്നുള്ളതുകൊണ്ട് അതിനുള്ള പകരം മാർഗ്ഗം കൂടി കാണണം. അതുമാത്രമല്ല, ആൾട്ടർനേറ്റീവ് എനർജിയും കൺവെൻഷണൽ എനർജിയും എങ്ങനെ ഉപയോഗിക്കാമെന്നുള്ളതിന്റെ ഒരു പാഠം തന്നെ കുട്ടികൾക്ക് കിട്ടണം. ക്യാമ്പസ് ഒരു പാഠപുസ്തകമെന്നുള്ള ആശയം സാർത്ഥകമാക്കാൻ വേണ്ടി ഊർജ്ജോല്പാദനത്തിന്റെ സാദ്ധ്യത കൂടി സ്കൂളുകളിൽ ഉപയോഗിക്കുകയാണ്. ഏകദേശം രണ്ടു വർഷം കൊണ്ട് 10 മെഗാവാട്ട് വൈദ്യുതി കേരളത്തിലെ സ്കൂളുകളിൽനിന്നു തന്നെ ഉല്പാദിപ്പിക്കാവുന്ന സാദ്ധ്യത കൂടി പരിശോധിച്ചു

വരുന്നുണ്ട്. ഇതു സംബന്ധിച്ച് കെ എസ് ഇ ബിയുമായി ചർച്ച ചെയ്ത് ഒരു പ്രോജക്റ്റ് ഉണ്ടാക്കി വരികയാണ്. 45,000 ക്ലാസ് മുറികൾ ഹൈടെക്ക് ആക്കിയതിനുശേഷം സർക്കാർ പ്രഖ്യാപിച്ച മറ്റൊരു പ്രധാനപ്പെട്ട പദ്ധതിയാണ് എൽ പി/യു പി സ്കൂളുകൾ ഹൈടെക്ക് ആക്കുകയെന്നുള്ളത്. കേരളത്തിലെ 9,941 എൽ പി/യു പി. സ്കൂളുകളെ ഹൈടെക്ക് ആക്കുന്ന പ്രവർത്തനങ്ങൾ ഇക്കഴിഞ്ഞ ജൂലൈ 5 ന് തിരുവനന്തപുരത്ത് ബഹു: മുഖ്യമന്ത്രി ഉദ്ഘാടനംചെയ്തു. 4 മാസത്തിനുള്ളിൽ ഇത് പൂർത്തിയാക്കാനാണ് ഉദ്ദേശിക്കുന്നത്. ആ നാലുമാസം കഴിയുമ്പോഴേക്കും കേരളത്തിലെ ഒന്നു മുതൽ പന്ത്രണ്ടു വരെയുള്ള മുഴുവൻ ക്ലാസുകളും ഹൈടെക്ക് ക്ലാസുകളായി മാറും. അതിൽ സമഗ്ര പോർട്ടലുമുണ്ടാകും. അതു മാത്രമല്ല, എല്ലാ ഓഫീസുകളും ഇ-ഓഫീസുകളായി മാറ്റാനും അപ്രൂവലടക്കമുള്ള എല്ലാം സോഫ്റ്റ് വെയർ അനുസരിച്ച് ചെയ്യാനുമുള്ള നടപടികൾ ആരംഭിച്ചു. ഇങ്ങനെയെല്ലാം ആധുനികവല്ക്കരണം നടത്തിക്കൊണ്ട് 2019 ഒരു സുവർണ്ണ വർഷം എന്ന് നമുക്ക് പറയാൻ സാധിക്കും. കേരളം ഇന്ത്യയിലെ വിദ്യാഭ്യാസരംഗത്തെ ആദ്യത്തെ ഡിജിറ്റൽ സംസ്ഥാനമായി നമുക്ക് പ്രഖ്യാപിക്കാൻ കഴിയണം. ഇതെല്ലാം വിദ്യാഭ്യാസരംഗത്തുണ്ടാകുന്ന വലിയ മാറ്റങ്ങളുടെ ചില സൂചനകൾ മാത്രമാണ്.

ലഹരി മുക്ത ക്യാമ്പസ് എന്നുള്ളതാണ് ഏറ്റവും പ്രധാനപ്പെട്ട മറ്റൊരു ആശയം. ജനങ്ങൾ ഏറ്റവുമധികം ഭയത്തോടെ കാണുന്ന ഒരു മേഖലയിൽ ജനകീയമായി വിദ്യാഭ്യാസ വകുപ്പും സംസ്ഥാന സർക്കാരും ഇടപെടുകയാണ്. ഈ വർഷത്തെ പ്രധാന ഫോക്കസ് ലഹരിമുക്ത ക്യാമ്പസ് ആയിരിക്കും. വലിയൊരു ജനകീയ ക്യാമ്പയിൻതന്നെ ഇത്തരത്തിൽ സംഘടിപ്പിക്കും. ഗ്രീൻ പ്രോട്ടോകോൾ ക്യാമ്പസ്, ജൈവവൈവിദ്ധ്യ കാമ്പസ് ഇതെല്ലാം ചേരുമ്പോൾ ക്യാമ്പസ് ഒരു പാഠപുസ്തകം എന്ന ആശയം അർത്ഥവത്താക്കാനും കഴിയും.

ഭാഗം മൂന്ന്

അഭിമുഖം

മികവിന്റെ വർഷം: കരുത്താർജ്ജിച്ച പൊതുവിദ്യാലയങ്ങൾ

*? **പൊ**തുവിദ്യാഭ്യാസമേഖല തകർച്ച നേരിടുന്ന ഘട്ടത്തിലാണ് അങ്ങ് വിദ്യാഭ്യാസവകുപ്പിന്റെ സാരഥ്യം ഏറ്റെടുക്കുന്നത്. നാലു വിദ്യാലയങ്ങൾ അടച്ചുപൂട്ടാൻ തീരുമാനിച്ചിരുന്നു. അതിലൊന്നിന്റെ കെട്ടിടം മാനേജർ ജെ സി ബി വച്ച് തകർത്തിരുന്നു. പൊതുവിദ്യാലയങ്ങളെ സംബന്ധിച്ച പ്രതീക്ഷ ഏറക്കുറെ അസ്തമിച്ചിരുന്നു. ഇപ്പോൾ വലിയ മാറ്റങ്ങൾ സംഭവിച്ചിരിക്കുന്നു. പൊതുവിദ്യാലയങ്ങളിലേക്ക് കൂടുതൽ കുട്ടികൾ വന്നെത്തുന്ന കാഴ്ചയാണ് ചുറ്റും. പുത്തനുണർവ്വ് ദൃശ്യമാണ്.*

രണ്ടുവർഷംകൊണ്ട് പൊതുവിദ്യാഭ്യാസം വളരണമെന്നും വികസിക്കണമെന്നും ജനങ്ങൾ അനുഭവത്തിലൂടെ തിരിച്ചറിഞ്ഞു എന്നതാണ് എന്റെ നേരിട്ടുള്ള അനുഭവം. അതിലെ ഓരോ ഘടകമാണ് സ്കൂളുകളിൽ കണ്ട മാറ്റം. പൊതുവായി പറഞ്ഞാൽ കേരളത്തിന്റെ പുറത്തുമാത്രമല്ല രാജ്യത്തിനുപുറത്തുപോലുമുള്ള സ്വകാര്യവിദ്യാലയങ്ങളിലേക്ക് നമ്മുടെ കുട്ടികൾ വിദ്യാഭ്യാസം തേടിപ്പോയ്ക്കൊണ്ടിരുന്നു. ഇവിടെ അൺ എയ്ഡഡ് സെക്ടറാണ് മുമ്പ് വികസിച്ചുവന്നത്. ഇപ്പോൾ കേരളത്തിൽ ഈ ക്യാമ്പയിനിന്റെ ഭാഗമായി പൊതുവിദ്യാഭ്യാസത്തെയാണ് സംരക്ഷിക്കേണ്ടത് എന്നു ജനങ്ങൾ തിരിച്ചറിഞ്ഞു. വാസ്തവത്തിൽ നേട്ടം എന്നു പറയുന്നത് ജനങ്ങളുടെ മനസ്സിൽ, ചിന്തയിൽ വന്ന മാറ്റമാണ്. അത് ശാശ്വതമാണ്. കെട്ടിടങ്ങൾ ഉണ്ടായതും ഹൈടെക്ക് ആക്കിയതും മാറ്റമാണെന്നു പറയാം. പക്ഷേ, ജനങ്ങളുടെ മനസ്സിലത് പ്രതിഷ്ഠിക്കപ്പെട്ടില്ലെങ്കിൽ അത് ഗുണകരമല്ല. ഈ ആശയപരമായ മാറ്റമാണ് രണ്ടുകൊല്ലം കൊണ്ടുണ്ടായത്. അതുകൊണ്ടാണ് പൊതുമേഖലയെ ശക്തിപ്പെടുത്താൻ സർക്കാരിന് ശക്തികിട്ടുന്നത്.

? നമ്മുടെ നാലുമിഷനുകളിലൊന്നാണ് പൊതുവിദ്യാഭ്യാസസംരക്ഷണ യജ്ഞം. നവകേരളമിഷന്റെ ഭാഗം. എന്നാൽ ഈ മിഷൻ എങ്ങനെ പ്രവർത്തിക്കണം എന്ന് തീരുമാനിച്ചത് അങ്ങയുടെ നേതൃത്വത്തിലാണ്. മിഷന്റെ 'വിഷൻ' എന്താണ്? ആശയപശ്ചാത്തലം എന്താണ്.

വിദ്യാഭ്യാസം എന്നത് ഒരു സമൂഹത്തിന്റെ സംസ്കാരം രൂപപ്പെടുത്തുന്ന, പുതിയ തലമുറയെ വാർത്തെടുക്കുന്ന പ്രക്രിയയാണ്. അതാണ് വിദ്യാഭ്യാസത്തെക്കുറിച്ചുള്ള കാഴ്ചപ്പാട്. ആ അർത്ഥത്തിൽ കേരളത്തിൽ ജാതി, മത ചിന്തകളും, കമ്പോളചിന്തകളും വലിയതോതിൽ വളർന്നുവരുന്ന സാഹചര്യത്തിലാണ് നേരത്തെ പറഞ്ഞ തകർച്ച പൊതുവിദ്യാഭ്യാസരംഗത്തും ഉണ്ടായത്. ഇത്തരം ചിന്തകളെ മാറ്റി മതനിരപേക്ഷവും ജനാധിപത്യപരവുമായ സംസ്കാരം പുനഃസൃഷ്ടിക്കേണ്ടതുണ്ട്. എങ്കിലേ പൊതുവിദ്യാഭ്യാസം മെച്ചപ്പെടൂ. അതിന്റെ ഭാഗമായിട്ടേ സംസ്കാരം മെച്ചപ്പെടൂ. ഇവ പരസ്പരപൂരകങ്ങളാണ്. അങ്ങനെ വേണമെങ്കിൽ നമ്മുടെ വിദ്യാഭ്യാസം ജനകീയ വിദ്യാഭ്യാസം തന്നെയാകണം. കേവല പൊതുവിദ്യാഭ്യാസം ആയാൽ പോരാ. അതിനു സർക്കാരിന്റെ ഇടപെടൽ മാത്രം പോര. ജനകീയ ഇടപെടൽത്തന്നെ വേണം. ലോകത്തിൽ വളരെ അപൂർവ്വമേ ജനകീയ വിദ്യാഭ്യാസമുള്ളൂ. കോർപ്പറേറ്റുകൾ നയിക്കുന്ന വിദ്യാഭ്യാസം, മൂലധനം നയിക്കുന്ന വിദ്യാഭ്യാസം, കമ്പോളം നയിക്കുന്ന വിദ്യാഭ്യാസം, സാമ്രാജ്യത്വം നയിക്കുന്ന വിദ്യാഭ്യാസം ഇങ്ങനെ പലതും കാണാനാകും. പക്ഷേ, ഒരാവാസ വ്യവസ്ഥയിലെ ജനങ്ങൾ നയിക്കുന്ന വിദ്യാഭ്യാസം ഇല്ല എന്നുപറയാം. ജനങ്ങളെ വിദ്യാഭ്യാസരംഗത്തണി നിരത്തി ജനകീയ വിദ്യാഭ്യാസത്തിന് മാതൃകയുണ്ടാക്കി, മതനിരപേക്ഷ, ജനാധിപത്യ സംസ്കാരത്തെ ഉല്പാദിപ്പിച്ച് പൊതുവിദ്യാഭ്യാസം ശാശ്വതമാക്കുക എന്നതാണ് ഈ മിഷന്റെ ഫിലോസഫി.

? ഭൗതികസൗകര്യങ്ങൾ ഒരുക്കുന്നതിൽ വൻകുതിപ്പുണ്ടായിട്ടുണ്ട്. എന്താണ് സർക്കാരിന്റെ ടാർഗറ്റ്.

എല്ലാ പൊതുവിദ്യാലയങ്ങളും ആധുനികവല്ക്കരിക്കണം എന്നതാണ് പൊതുവായി പറഞ്ഞാൽ സർക്കാരിന്റെ ടാർഗറ്റ്. ഇത് അഞ്ചുവർഷംകൊണ്ട് പൂർണ്ണമായി സാദ്ധ്യമാകുമോ എന്നത് മറ്റൊരുകാര്യം. ഏകദേശം 500 വിദ്യാലയങ്ങൾ നവീകരിക്കാൻ 2000 കോടി രൂപ സർക്കാർ മുടക്കിക്കഴിഞ്ഞു. മിക്കവാറും തറക്കല്ലിടൽ മുതൽ പലഘട്ടങ്ങളിൽ പണികൾ പുരോഗമിക്കുന്നു. ഈ വർഷവും 2000 കോടിയുടെ തന്നെ ഇൻഫ്രാസ്ട്രക്ചർ വികസനത്തിന് ബഡ്ജറ്റ് പ്രൊവിഷൻ കണ്ടിട്ടുണ്ട്. ജി എസ് ഡി പിയുടെ 6% ഹൈടെക്ക് അടക്കം ഇൻഫ്രാസ്ട്രക്ചർ വികസനത്തിന് മുതൽമുടക്കണമെന്നാണ് സർക്കാർ ലക്ഷ്യം. കോത്താരി കമ്മീഷനുൾപ്പെടെ ജി ഡി പിയുടെ 6% വിദ്യാഭ്യാസത്തിനു മാറ്റിവയ്ക്കണമെന്ന് നിർദ്ദേശിച്ചപ്പോൾ ഇതുവരെ ഒരു സംസ്ഥാനവും കേന്ദ്രവും അത് ചെയ്തിട്ടില്ല. നേരത്തെ പറഞ്ഞ ആശയ പശ്ചാത്തലത്തോടൊപ്പം നല്ല കെട്ടിടങ്ങളും സൗകര്യങ്ങളുമുണ്ടാകുമ്പോൾ പൊതുവിദ്യാഭ്യാസം വീണ്ടും ശക്തിപ്പെടും.

? എയ്ഡഡ് വിദ്യാലയങ്ങൾ കേരളത്തിന്റെ യാഥാർത്ഥ്യമാണ്. സർക്കാർ ഇടപെടലിന് പരിമിതികളുണ്ട് എന്നു മനസ്സിലാക്കുന്നു. എയ്ഡഡ് സ്കൂളുകളെ എങ്ങനെയാണ് സഹായിക്കുക.

ഇവിടെ ചലഞ്ചിങ് ഫണ്ട് എന്ന പുതിയ ആശയം ഗവണ്മെന്റ് മുന്നോട്ടുവച്ചു. സാമ്പത്തികമായി സഹായം ആവശ്യമായ വിദ്യാലയങ്ങൾക്ക് അവരെടുക്കുന്ന തുകയ്ക്കു തുല്യമായ തുക സർക്കാരും നല്കും. മാനേജർ തന്നെ എടുക്കുന്ന തുകയല്ല അവിടത്തെ പൊതുസമൂഹവും ചേർന്ന് എടുക്കുന്ന തുകയ്ക്ക് തുല്യമായ തുകയാണ് നല്കുക. ഇതിന്റെ പ്രായോഗിക വഴി പറയാം. ഒരു സ്കൂൾ പുതുക്കിപ്പണിയണമെങ്കിൽ അതിന് എസ്റ്റിമേറ്റ് ഉണ്ടാക്കണം. അതിനുവേണ്ടിവരുന്ന തുകയുടെ പകുതിത്തുക അവർ ട്രഷറി സേവിങ്സ് ബാങ്കിൽ നിക്ഷേപിക്കണം. ബാക്കി തുക സർക്കാർ നല്കും. എൽ പി സ്കൂളുകൾക്കാണേറെയും മാച്ചിങ് ഫണ്ട് വേണ്ടിവരിക. പരമാവധി ഒരുകോടി എന്ന നിബന്ധനയുണ്ട്. അത് മതിയാകും എന്നാണ് കരുതുന്നത്.

? പാർശ്വവല്ക്കരിക്കപ്പെട്ട വിഭാഗങ്ങളിൽ നിന്നുള്ളവരുൾപ്പെടെ സമൂഹത്തിന്റെ എല്ലാ തലങ്ങളിൽനിന്നുമുള്ള കുട്ടികൾ വന്നെത്തുന്നത് പൊതുവിദ്യാലയങ്ങളിലാണ്. സ്വാഭാവികമായും പഠനവേഗതയുടെ കാര്യത്തിലുള്ള വ്യത്യാസത്താലും മറ്റു ബഹുവിധ കാരണങ്ങളാലും പിന്നോക്കാവസ്ഥ അനുഭവിക്കുന്ന കുട്ടികൾ പൊതുവിദ്യാലയങ്ങളിലുണ്ട്. ഈ പ്രശ്നത്തെ എങ്ങനെയാണ് അഭിമുഖീകരിക്കുന്നത്.

പാർശ്വവല്ക്കരണം തടയാനുള്ള ആദ്യവഴി പൊതുവിദ്യാഭ്യാസം ശാക്തീകരിക്കൽ തന്നെയാണ്. രണ്ടാമത്തെ കാര്യം വിദ്യാർത്ഥി കേന്ദ്രീകൃത വിദ്യാഭ്യാസത്തിലൂടെ സാദ്ധ്യമാകേണ്ടതാണ്. യഥാർത്ഥത്തിൽ സ്കൂളിന്റെ മാത്രമല്ല കുട്ടിയുടെ അക്കാദമിക മാസ്റ്റർ പ്ലാനും വേണ്ടതുണ്ട്. സ്കൂൾ അക്കാദമിക പ്ലാനിന്റെ അടുത്തഘട്ടം അതിന്റെ ആക്ഷൻ പ്ലാനാണ്. ഓരോ കുട്ടിക്കും വിദ്യാഭ്യാസ പദ്ധതിയുണ്ടെങ്കിൽ അവന്റെ അവസ്ഥ മനസ്സിലാക്കുകയും ഇടപെടാൻ കഴിയുകയും ചെയ്യും. പരിശീലനങ്ങളിൽക്കൂടി അദ്ധ്യാപകർക്ക് ഇതിനാവശ്യമായ രീതിശാസ്ത്രം സ്വാംശീകരിക്കാനാകണം. സർക്കാർ അതിനുവേണ്ടി ശ്രമിക്കുന്നു. സാവധാനത്തിലേ ഇത് സാദ്ധ്യമാകൂ. സമൂഹത്തിൽ നിലനില്ക്കുന്നത് അദ്ധ്യാപക കേന്ദ്രീകൃത വിദ്യാഭ്യാസത്തിന്റെ ഹാങ്ഓവർ ആണ്. മൂന്നു തരത്തിലാണ് ഈ പ്രശ്നത്തെ അഭിമുഖീകരിക്കേണ്ടത്. ഒന്ന് പൊതുവിദ്യാഭ്യാസം ശാക്തീകരിക്കലാണ്. രണ്ടാമത്തേത് ശിശുകേന്ദ്രീകൃതവിദ്യാഭ്യാസം യഥാർത്ഥ അർത്ഥത്തിൽ നടപ്പാക്കലാണ്. ഇതിന് ഒരു ശിശുകേന്ദ്രിത മാസ്റ്റർപ്ലാൻ വേണം. അടുത്തത് ഇത് ഉൾക്കൊണ്ട് പ്രാവർത്തികമാക്കാൻ അദ്ധ്യാപകരെ സജ്ജരാക്കലാണ്. നാം മനസ്സിലാക്കേണ്ടത് അദ്ധ്യാപകരെ മാത്രമല്ല, രക്ഷാകർത്തൃസമൂഹത്തെയും ഇക്കാര്യത്തിൽ ഒരുക്കിയെടുക്കേണ്ടതുണ്ട് എന്നാണ്.

? പ്രീസർവ്വീസ് ട്രെയിനിങ്ങിൽ ഇടപെടുക എന്നത് വിദ്യാഭ്യാസത്തെ ശാക്തീകരിക്കുന്നതിൽ മുഖ്യഘടകമാണ്. ഇവിടെ ഈ മാറ്റങ്ങൾ വേണ്ടത്ര എത്തിയോ.

ഇല്ല. സർക്കാരിന്റെ അടുത്തലക്ഷ്യം പ്രീസർവ്വീസ് മേഖലയെ നവീകരിക്കലാണ്. അവിടുത്തെ പാഠ്യപദ്ധതിയിൽ ഉൾപ്പെടെ ഇടപെടണം. നിരന്തരമായ നവീകരണപ്രക്രിയ അവിടെ നടക്കണം. ഇതിനായി എസ് സി ഇ ആർ ടിയുടെ നേതൃത്വത്തിൽ ഒരു കമ്മീഷനെ വച്ച് പരിശോധന നടത്തും. ഇത് ഈ വർഷത്തെ ഒരു മുഖ്യ ടാർഗറ്റ് ആണ്. വാസ്തവത്തിൽ പരിശീലനകേന്ദ്രങ്ങളിലാണ് ആദ്യമാറ്റം വേണ്ടിയിരുന്നത്.

? ജൈവവൈവിദ്ധ്യ പാർക്ക് എന്ന ആശയത്തിന്റെ സൈദ്ധാന്തികതലം എന്താണ്.

പരിസ്ഥിതി സന്തുലനം ഭൂമിയുടെ എല്ലാ അംശത്തിലും ഉണ്ടാകേണ്ടതുണ്ട്. കമ്പോളസംസ്കാരത്തിന്റെ ഭാഗമായി അതു നഷ്ടപ്പെട്ടിട്ടുണ്ട്. വിദ്യാലയങ്ങളിലെങ്കിലും യഥാർത്ഥ പ്രകൃതി സന്തുലനതത്ത്വം എന്താണെന്ന് കാണാനും കാണലിലൂടെ പഠിക്കാനും കഴിയണം. ക്യാമ്പസ് വൈവിദ്ധ്യത്തിന്റെ ക്യാമ്പസാകണം. പ്രകൃതിസന്തുലനത്തിന്റെ അടിസ്ഥാനം വൈവിദ്ധ്യമാണ്. മൃഗങ്ങളാകാം, പക്ഷികളാകാം, മണ്ണാകാം അങ്ങനെ എന്തുമാകാം. വൈവിദ്ധ്യമാണ് പ്രകൃതിസ്വഭാവം. ക്ലാസ്മുറിയിൽനിന്നു പുറത്തിറങ്ങിയാൽ കുട്ടികൾ ഇതു കാണാത്ത അവസ്ഥയുണ്ട്. വരണ്ട സ്കൂൾ പരിസരം പുസ്തകങ്ങളിൽ താൻ പഠിച്ച പ്രകൃതിവൈവിദ്ധ്യത്തിന് വിരുദ്ധമാണെന്ന തോന്നൽ കുട്ടികളിലുളവാക്കും. ക്യാമ്പസ് വിട്ട് പുറത്തുപോയാലും വൈവിദ്ധ്യമില്ല. ഒരേതരം കൃഷികൾ ഒരു പ്രദേശത്ത് കാണുന്നു. കച്ചവടക്കൃഷിക്കാണ് പ്രാധാന്യം. ജൈവവൈവിദ്ധ്യപാർക്ക് എന്ന സങ്കല്പത്തിന് പുറകിൽ വലിയ സയൻസുണ്ട്. അത് മനസ്സിലാക്കിയല്ല ചിലയിടത്തത് ചെയ്തിട്ടുള്ളത്. പക്ഷേ, അത്രയെങ്കിലും നടക്കുന്നല്ലോ എന്ന ആശ്വാസമുണ്ട്. കുട്ടി പഠിക്കുന്ന സയൻസിനകത്ത് പ്രകൃതിവൈവിദ്ധ്യമുണ്ട്. പ്രകൃതിയിലും വൈവിദ്ധ്യമുണ്ട്. ഇത് രണ്ടും താരതമ്യം ചെയ്യുമ്പോൾ അനുഭവമാകുന്നു. 33% ഹരിതാവരണം എന്നതാണ് ലക്ഷ്യം. വെറുതെ ചെടി വച്ചിട്ട് കാര്യമില്ല. ഹരിതാവരണം എന്നത് മരത്തിന്റെ വേരുകൾ ഉൾപ്പെടെയാണ്. വേരുകൾ മണ്ണിൽ ആഴ്ന്നിറങ്ങണം. മരത്തണലുകളിലെ ഓപ്പൺ ക്ലാസുകൾ പ്രോത്സാഹിപ്പിക്കണം. ഒരു ക്ലാസ്മുറിയിലെ നിരവധി കുട്ടികളിൽനിന്ന് പുറത്തുവരുന്ന കാർബൺ ഡൈ ഓക്സൈഡല്ല മരത്തണലിൽ യഥേഷ്ടം ലഭ്യമായ ഓക്സിജൻ സ്വീകരിച്ചുകൊണ്ടാണ് പഠനം നടക്കേണ്ടത്. വിദ്യാരംഗം ഇത്തരം കാര്യങ്ങൾ ശ്രദ്ധിക്കണം. ഇതൊരു വലിയ സങ്കല്പമാണ്. അത് ഭാവിതലമുറയ്ക്കും കൂടി വേണ്ടി നാം സജ്ജമാക്കണം.

? ടാലന്റ് ലാബ് എന്ന ഒരാശയവും മുന്നോട്ടു വച്ചിരുന്നു. എന്താണ് ഇതുകൊണ്ടുദ്ദേശിക്കുന്നത്.

ടാലന്റ് ലാബ് അദ്ധ്യാപകരുടെ മനസ്സിനകത്താണ് പ്രവർത്തിക്കുന്നത്. അത് ഒരു കെട്ടിടമല്ല. അദ്ധ്യാപകൻ ടാലന്റുള്ള കുട്ടികളെ, വ്യത്യസ്ത ടാലന്റുകളെ കണ്ടെത്തും. ഈ പ്രവർത്തനം മനസ്സിലെ ലാബിലാണ് നടക്കുക. ഇങ്ങനെ കണ്ടെത്തുന്ന കുട്ടിക്ക് ഈ ടാലന്റ് വികസിപ്പിക്കാനാവശ്യമായ സഹായങ്ങൾ നല്കുക എന്നതാണ് നടക്കേണ്ടത്. വിദ്യാരംഗം സർഗ്ഗോത്സവത്തിന്റെ ഭാഗമായി സാഹിത്യമേഖലയിൽ വ്യത്യസ്ത കഴിവുകളുള്ള കുട്ടികളെ കണ്ടെത്തി കവിതക്കൂട്ടം, കഥക്കൂട്ടം എന്നിങ്ങനെ ഗ്രൂപ്പുകളാക്കി പ്രവർത്തിക്കാൻ നിർദ്ദേശിച്ചിട്ടുണ്ടല്ലോ. ഇത് ടാലന്റ് ലാബിന്റെ നല്ല മാതൃകയാണ്.

? ഓരോ സ്കൂളും അതിന്റെ എല്ലാ സാദ്ധ്യതകളും ഉപയോഗിച്ച് വികസിക്കുക എന്ന ലക്ഷ്യം മുൻനിർത്തി അക്കാദമിക് മാസ്റ്റർ പ്ലാൻ തയ്യാറാക്കുന്ന പ്രോസസ് പൂർത്തിയായി. അക്കാദമിക മികവാണ് യഥാർത്ഥ മികവെന്ന് ഗവൺമെൻറ് പ്രഖ്യാപിച്ചിട്ടുണ്ട്. ഇതിന്റെ തുടർ പ്രവർത്തനമെങ്ങനെയാണ് ഉദ്ദേശിക്കുന്നത്.

പൊതുവിദ്യാഭ്യാസ സംരക്ഷണയജ്ഞത്തിന്റെ സത്ത അക്കാദമിക് മാസ്റ്റർ പ്ലാനും അക്കാദമിക മികവാണ് യഥാർത്ഥ മികവ് എന്ന മുദ്രാവാക്യവും ചേർന്നതാണ്. ഈ വർഷം നാം മികവിന്റെ വർഷമായിക്കൂടി ആചരിക്കുന്നു. കെട്ടിടങ്ങളാകുന്നു. കമ്പ്യൂട്ടറുകളും ഐ ടിയുടെ അനന്ത സാദ്ധ്യതകളും ക്ലാസിൽ ലഭ്യമായി. അക്കാദമിക് മാസ്റ്റർ പ്ലാനും തയ്യാറായിട്ടുണ്ട്. ഇനി ഇത് ഉപയോഗിക്കലാണ്. മികവിലാണ് ഇനി ഊന്നേണ്ടത്. അക്കാദമിക് മാസ്റ്റർ പ്ലാനിനെ മികവിന്റെ വർഷം എന്നതിലേക്ക് ബന്ധിപ്പിച്ച് ആക്ഷൻപ്ലാൻ യാഥാർത്ഥ്യമാക്കണം. ഇതിലാണ് ഇനി ശ്രദ്ധ. ഉദാഹരണത്തിന് ഇംഗ്ലീഷ് തിയേറ്റർ എന്ന ആശയം പ്ലാനിലുണ്ട്. പലയിടത്തും നിലവിലുണ്ട്. പ്ലാനിലുള്ള ഇംഗ്ലീഷ് തിയേറ്റർ എന്ന ആശയത്തിന് ഒരു ആക്ഷൻപ്ലാൻ വേണം. അതിനൊരു റൈറ്റപ്പ് വേണം. അതിനൊരു പ്രക്രിയ വേണം. ആ പ്രക്രിയ പ്രവൃത്തിപഥത്തിലെത്തുമ്പോൾ ഇംഗ്ലീഷ് അനായാസേന കൈകാര്യം ചെയ്യും. ഇതിന് അദ്ധ്യാപകന് നല്ല ശ്രമം വേണ്ടതുണ്ട്.

? തുടർമൂല്യനിർണ്ണയം ഇതോടൊപ്പം ചർച്ചചെയ്യേണ്ടതുണ്ടല്ലോ.

ഒരു തളപ്പിട്ട് എല്ലാ കുട്ടികളെയും അളക്കുന്നത് ശരിയല്ലല്ലോ. നമ്മുടെ കുട്ടികൾ പലകാരണങ്ങളാൽ വ്യത്യസ്തരാണ്. അവർക്ക് ഒരേ തരം പരീക്ഷ മതിയോ? ഓരോ കുട്ടിയും എന്താർജ്ജിച്ചു എന്നറിയേണ്ടതില്ല. ഇതിന് എഴുത്തുപരീക്ഷയൊന്നും വേണ്ട. ക്ലാസിലെ ചർച്ചകളിൽനിന്ന്, ഗ്രൂപ്പ് പ്രവർത്തനങ്ങളിൽനിന്ന് ഒക്കെ ഇത്തരം മൂല്യനിർണ്ണയം സാദ്ധ്യമാകും. കാണാപ്പാഠം പഠിക്കലല്ല. എന്ത് സ്വാംശീകരിച്ചു എന്നത് കണ്ടെത്തുന്നു. ഇത് അദ്ധ്യാപകനെ സ്വയം വളരാനും സഹായിക്കും.

? പ്രീപ്രൈമറി തലം മുതൽ ഹയർ സെക്കന്ററി തലം വരെ ഏകീകരിച്ച് ഒറ്റ സംവിധാനത്തിന്റെ കീഴിൽ ഒരു ഡയറക്ടറേറ്റ് ആക്കുന്നതിനുള്ള ഒരുക്കത്തിലാണ് സർക്കാർ. ഇതിനായി ഡോ. എം എ ഖാദർ ചെയർമാനായ കമ്മീഷൻ പ്രവർത്തനമാരംഭിച്ചിട്ടുണ്ട്. വിദ്യാഭ്യാസ രംഗത്തെ നിലവിലുള്ള പ്രശ്നങ്ങൾക്ക് ഇതെങ്ങനെ പരിഹാരമാകും.

വിദ്യാഭ്യാസം 1 മുതൽ 12 വരെ യഥാർത്ഥത്തിൽ ഒന്നിച്ചു കണ്ടാൽ മതി. 12 കഴിയുമ്പോൾ ഉന്നതവിദ്യാഭ്യാസത്തിലേക്ക് പോകണം. കേന്ദ്ര ഗവണ്മെന്റും ഇത് നിർദ്ദേശിച്ചിരിക്കുന്നു. ഇന്ന് നിലനില്ക്കുന്ന ഒട്ടേറെ പ്രശ്നങ്ങൾക്ക് ഇത് പരിഹാരമാകും എന്ന് തീർച്ചയാണ്. അദ്ധ്യാപക സമൂഹത്തിൽ ഒരുവിഭാഗത്തിനും ഇത് ഒരു തരത്തിലും പ്രതികൂലമാകില്ല എന്ന് പലതവണ പറഞ്ഞിട്ടും ബോദ്ധ്യമാകുന്നില്ല. നിലവിലുള്ള തസ്തികകളിൽ കുറവുവരികയോ പ്രമോഷൻ സാദ്ധ്യത ഇല്ലാതാകുകയോ ചെയ്യില്ല എന്ന് ഗവണ്മെന്റ് ഉറപ്പുവരുത്തും.

? സൗജന്യ പാഠപുസ്തക വിതരണം, യൂണിഫോം വിതരണം എന്നിവയിൽ വലിയ മുന്നേറ്റമുണ്ടാക്കിയിട്ടുണ്ട്. പ്രവർത്തനരീതിയെന്തായിരുന്നു.

ഇതെല്ലാം നേരത്തെ സമയത്ത് നല്കാനാകാതെയും വിവാദങ്ങളിൽപ്പെട്ടും കിടന്നതാണ്. വളരെ ശ്രദ്ധാപൂർവ്വം നേരത്തെ കൂട്ടി കാര്യങ്ങൾ ചെയ്യാൻ ശ്രമിക്കുകയും മറ്റുവകുപ്പുകളുടെ കൂടി ഏകോപനം സാദ്ധ്യമാക്കുകയും ചെയ്തു. യഥാർത്ഥത്തിൽ പാഠപുസ്തകം കഴിഞ്ഞ അക്കാദമിക വർഷത്തിൽ തന്നെ സ്കൂളുകളിലെത്തി. 2-ാം വാല്യവും 3-ാം വാല്യവും കെ ബി പി എസിൽ ഇപ്പോഴേ തയ്യാറായിട്ടുണ്ട്. സ്കൂൾ തുറക്കുന്ന ദിവസം തൊട്ടുതന്നെ ഉച്ചഭക്ഷണപദ്ധതി ആരംഭിച്ചു. യൂണിഫോം വിതരണം പലപ്പോഴും വർഷാവസാനം വരെ നീണ്ടുപോയിരുന്നതും തിരുത്താനായി.

? 45000 ഹൈടെക്ക് ക്ലാസ്മുറികൾ ദ്രുതഗതിയിൽ സജ്ജമായിക്കൊണ്ടിരിക്കുന്നു. സമഗ്ര വെബ് പോർട്ടൽ ഒരുങ്ങി. അദ്ധ്യാപക പരിശീലനത്തിൽ ഇക്കാര്യങ്ങൾക്ക് ഊന്നൽ നല്കിയിരുന്നു. വലിയ മാറ്റം ക്ലാസ് മുറികളിൽ സംഭവിക്കുമെന്ന് കരുതപ്പെടുന്നു. എന്താണ് അങ്ങയുടെ വിലയിരുത്തൽ.

അക്കാദമികരംഗത്ത് വലിയ മുന്നേറ്റമാണുണ്ടാകുക. അറിവിന്റെ മേഖല വികസിക്കുകയാണ്. ഇവ അനായാസേന കുട്ടിയുടെ മുന്നിൽ എത്തും. ക്ലാസ്മുറികൾ ഇതിനെ സ്വീകരിക്കാൻ സജ്ജമായി. അദ്ധ്യാപകരെയും സജ്ജരാക്കിയിട്ടുണ്ട്. ഇനി ഒത്തൊരുമിച്ച പ്രവർത്തനമാണ്. ഇത്രയും മഹത്തായ നവീകരണപ്രക്രിയ ചുരുങ്ങിയ സമയത്തിനകം മറ്റൊരിടത്തും നടന്നിരിക്കില്ല. മികവിന്റെ വർഷം എന്ന മുദ്രാവാക്യം പ്രാവർത്തികമാക്കാനുള്ള ഭൗതിക ആശയപശ്ചാത്തലമൊരുങ്ങി.

? എസ് എസ് എ, ആർ എം എസ് എ പ്രോജക്ടുകൾ ഡി പി ഐ, ഹയർ സെക്കന്ററി, വൊക്കേഷണൽ ഹയർ സെക്കന്ററി, എസ് സി ഇ ആർ ടി, സീമാറ്റ്, എസ് ഐ ഇ ടി തുടങ്ങിയ സ്ഥാപനങ്ങൾ ഇവരെല്ലാം വ്യത്യസ്ത തലങ്ങളിൽ പ്രവർത്തനങ്ങൾ ആസൂത്രണം ചെയ്യുന്നതിന്റെ ഭാഗമായി ചില പ്രയാസങ്ങളുണ്ടാകുന്നു. ഇപ്പോൾ എസ് എസ് എ, ആർ എം എസ് എ ഏകീകരിച്ച് സമഗ്ര ശിക്ഷാ അഭിയാൻ ആയിട്ടുണ്ട്. ഒരേ ലക്ഷ്യമുള്ള പ്രവർത്തനങ്ങൾ വിവിധ സ്ഥാപനങ്ങൾ വ്യത്യസ്ത രീതിയിൽ ഒരേ സ്കൂളിൽ നടപ്പാക്കാൻ ശ്രമിക്കുന്നു. ഈ പ്രശ്നത്തെ എങ്ങനെയാണ് അഭിമുഖീകരിക്കുക.

ചില പ്രയാസങ്ങളുണ്ടാകുന്നുണ്ട് എന്നത് ശരിയാണ്. പൊതുവിദ്യാഭ്യാസമേഖലയ്ക്കാകെ ഏകീകരിക്കപ്പെട്ട ഒരു പ്രവർത്തനപദ്ധതിയുണ്ടാകും. വ്യത്യസ്ത പ്രോജക്ടുകളുടെയും സംവിധാനങ്ങളുടെയും പരിപാടികളെ ഏകോപിപ്പിച്ച് ഒറ്റ പരിപാടിയാക്കി മാറ്റിയാണ് മേലിൽ നടപ്പാക്കുക.

? യഥാർത്ഥത്തിൽ അങ്ങ് രസതന്ത്രാദ്ധ്യാപകനാണ്. സാമ്പത്തിക മേഖലയുമായി ബന്ധപ്പെട്ട് കേരളമാകെ നൂറു കണക്കിന് ക്ലാസുകൾ അങ്ങ് എടുത്തിട്ടുണ്ട്. എം എൽ എ എന്ന നിലയ്ക്ക് വ്യത്യസ്തമായ മറ്റൊരു പ്രവർത്തനമാണ് ചെയ്തത്. ഇപ്പോൾ തികച്ചും വെല്ലുവിളി നിറഞ്ഞ മറ്റൊരു ഉത്തരവാദിത്വമാണ് ഏറ്റെടുത്തത്. വിദ്യാഭ്യാസ വകുപ്പ് കൈകാര്യം ചെയ്ത എല്ലാ മന്ത്രിമാരും വിവാദച്ചുഴികളിൽപ്പെട്ടിട്ടുമുണ്ട്. രണ്ട് വർഷമായി തികച്ചും വ്യത്യസ്തമായ അനുഭവമാണ്. ഇതെങ്ങനെയാണ് സാദ്ധ്യമാകുന്നത്.

എനിക്കു തോന്നുന്നത് അത് രസതന്ത്രം പഠിച്ചതുകൊണ്ടാണെന്നാണ്. രസതന്ത്രം ജീവിതത്തിലെ എല്ലാ മേഖലയിലുമുള്ള കോംപോസിഷനുമായി ബന്ധപ്പെട്ടതാണ്. ചുറ്റുമുള്ള എല്ലാത്തിലും കെമിസ്ട്രിയുണ്ട്. മണ്ണിൽ, ജലത്തിൽ, വായുവിൽ... സോഷ്യൽ അപ്രോച്ചിൽപ്പോലും കെമിസ്ട്രി കാണും. ജീവശാസ്ത്രത്തിലും എക്കണോമിക്സിലും കൃഷിയിലും കെമിസ്ട്രി അപ്രോച്ചുണ്ട്. അത് ചിന്തയിൽ പോലുമുണ്ട്.

കെമിസ്ട്രിയുടെ ഈ സമഗ്രതയിലാണ് ഞാൻ പ്രശ്നങ്ങളെ വിശകലനം ചെയ്യുന്നത്. എന്റെ അഭിപ്രായം എന്ന ഏകപക്ഷീയതയില്ല. സമഗ്രതയുടെ ഈ ദർശനം ഉള്ളിലുണ്ടായാൽ അദ്ധ്യാപകരെ, അവരുടെ സംഘടനകളെ, കുട്ടികളെ, രക്ഷിതാക്കളെ വ്യത്യസ്തവിഷയങ്ങളെ മനസ്സിലാക്കാനാകും. വിജയത്തിന്റെ ദർശനം അതാണ്. ഇതിനൊപ്പം കൂട്ടായ യത്നം വന്നു ചേർന്നു. എല്ലാവരും ഒരുമിച്ചു നില്ക്കുന്നു എന്നത് ഈ കാലഘട്ടത്തിലെ സവിശേഷതയാണ്.

(വിദ്യാരംഗം എഡിറ്റർ കെ സി അലി ഇക്ബാൽ നടത്തിയ അഭിമുഖം)

മികവിന് പ്രാധാന്യം നല്കി പൊതുവിദ്യാലയങ്ങൾ

ആലുവ പ്രിയദർശിനി ഓഡിറ്റോറിയത്തിൽ തിങ്ങിനിറഞ്ഞ സദസ്സ്. രണ്ടായിരത്തോളം പ്രഥമാദ്ധ്യാപകരും വിദ്യാഭ്യാസ ഓഫീസർമാരും സമ്മേളിച്ചിരിക്കുന്നു. ജനകീയവിദ്യാഭ്യാസ മുന്നേറ്റത്തിന്റെ അമരക്കാരനെ കാത്തിരിക്കുകയാണ്. നിശ്ചയിച്ച സമയത്തിനു മുമ്പുതന്നെ വിദ്യാഭ്യാസ മന്ത്രി പ്രൊഫ. സി രവീന്ദ്രനാഥ് ഹാളിനുപുറത്തെത്തി. സൗഹൃദം പുതുക്കലും പരാതികേൾക്കലുമൊക്കെയായി ഒത്തിരിനേരം പുറത്തു ചെലവഴിച്ചു. പിന്നെ കൃത്യസമയത്ത് ഹാളിനകത്തേക്ക്. കേരളം കണ്ട പ്രഗത്ഭനായ വിദ്യാഭ്യാസമന്ത്രിക്ക് മനസ്സിൽ നിന്നുയർന്ന നീണ്ട കരഘോഷം. രണ്ടരമണിക്കൂർ പ്രസംഗത്തിലൂടെ സദസ്സിനെ അദ്ദേഹം കൈയിലെടുത്തു. പ്രസംഗമായിരുന്നില്ല, ഒരു ക്ലാസ് തന്നെയായിരുന്നു. കേരളത്തിലെ വിദ്യാഭ്യാസത്തിന് കൃത്യമായ ദിശാബോധം നിർണ്ണയിച്ച സ്ഫുടമായ വാക്കുകൾ. അധികാരമേറ്റ നാൾ തൊട്ട് കേരളത്തിലെ പൊതുവിദ്യാഭ്യാസ മേഖല സംരക്ഷിക്കുന്നതിന് സർക്കാർ എടുത്ത നിലപാടുകളുടെയും നടപടികളുടെയും സ്വീകാര്യത ഒന്നുകൂടി വിളിച്ചറിയിക്കുന്നതായിരുന്നു ആ കൂട്ടുചേരൽ. ക്ലാസ് കഴിഞ്ഞിറങ്ങുമ്പോൾ അദ്ധ്യാപകർ അനുമോദന പ്രവാഹവുമായി മാഷിനെ പൊതിഞ്ഞു.. അതിനിടയിൽ തുടങ്ങിയ സൗഹൃദസംഭാഷണം പതുക്കെ ഒരഭിമുഖത്തിലേക്ക് നീളുകയായിരുന്നു. തിരക്കിനിടയിൽ പകുത്തുകിട്ടിയ മുപ്പതുമിനിറ്റിനുള്ളിൽ പൊതുവിദ്യാഭ്യാസ സംരക്ഷണയജ്ഞത്തിന്റെ ദർശനവും കർമ്മപരിപാടികളും അദ്ദേഹം പങ്കുവെച്ചു.

? പൊതു വിദ്യാലയങ്ങൾ ഇന്ന് ഒരു ഉയിർത്തെഴുന്നേല്പിന്റെ പാതയിലാണ്. ഈ വർഷം ഒന്നര ലക്ഷം വിദ്യാർത്ഥികൾ പൊതു വിദ്യാലയങ്ങളിലേക്ക് അധികമായി കടന്നുവന്നു. സർക്കാരിന് പൊതുവെയും

താങ്കൾക്ക് പ്രത്യേകിച്ചും അഭിമാനിക്കാം. പൊതുവിദ്യാഭ്യാസ സംരക്ഷണ യജ്ഞത്തിന്റെ ആദ്യഘട്ട വിജയസൂചനയായി ഇതിനെ കാണാമോ.

ആദ്യ സൂചനകൾ നേരെത്തേതന്നെ അനുഭവപ്പെട്ടു തുടങ്ങിയതാണ്. ഈ സർക്കാർ അധികാരമേറ്റപ്പോൾത്തന്നെ അദ്ധ്യാപകരും വിദ്യാർത്ഥികളും രക്ഷിതാക്കളും പൊതുസമൂഹവുമെല്ലാം വലിയ പ്രതീക്ഷ അർപ്പിക്കുകയുണ്ടായി. അനുദിനം ക്ഷയിച്ചുവന്ന പൊതുവിദ്യാഭ്യാസരംഗം ശക്തിപ്പെടുത്തി മുന്നോട്ടുകൊണ്ടുപോവുക എന്നുള്ളത് സർക്കാരിന്റെ മുഖ്യ അജണ്ടയായി ആദ്യമേ തന്നെ ഇടംപിടിച്ചതാണ്. പടിപടിയായുള്ള ശ്രമമാണ് നടത്തിയത്. എല്ലാവരുടേയും പിന്തുണയും ലഭിച്ചു വരുന്നു. അതിന്റെയെല്ലാം ഫലമായാണ് പൊതുവിദ്യാലയ പ്രവേശനം വർദ്ധിച്ചത്. മുൻകാലങ്ങളിൽ സ്കൂൾ വർഷാരംഭത്തിൽ കാണാറുള്ള വാർത്ത പൊതുവിദ്യാലയം തകരുന്നു, കുട്ടികൾ കുറയുന്നു എന്നെല്ലാമായിരുന്നു. ഇത്തവണ സ്ഥിതിമാറി. ഇളകിമറിയുകയായിരുന്നു കേരളം. യജ്ഞം സമൂഹം ഏറ്റെടുത്തതിന്റെ സൂചനയാണ് കണ്ടതെല്ലാം. രക്ഷാകർത്താക്കൾ കുട്ടികളെ പൊതുവിദ്യാലയങ്ങളിലയച്ചു. മികച്ച പഠനാനുഭവം ലഭിക്കുന്നതോടെ അവർ മറ്റുള്ളവരോടും മക്കളെ പൊതുവിദ്യാലയങ്ങളിലയക്കാൻ പറയും. പണ്ടേ തന്നെ മക്കളെ പൊതുവിദ്യാലയങ്ങളിലയക്കേണ്ടതായിരുന്നു എന്ന തോന്നലുണ്ടാക്കുന്ന അവസ്ഥയിലേക്കു സ്ഥിതിഗതികൾ മാറും.

? പൊതുവിദ്യാഭ്യാസ സംരക്ഷണയജ്ഞത്തിനും അതിന്റെ കർമ്മപരിപാടികൾക്കും പിന്നിൽ ഒരു ദർശനം കാണും.

തീർച്ചയായും. കേരളത്തിലെ പൊതുവിദ്യാഭ്യാസം നയിക്കുന്നത് കേരളത്തിന്റെ ആവാസവ്യവസ്ഥയിൽ ജീവിക്കുന്ന ജനങ്ങളാണ്. ഇതിനുമുമ്പ് വിദ്യാഭ്യാസത്തെ പലരും നയിച്ചിട്ടുണ്ട്. ഫ്യൂഡൽ വ്യവസ്ഥയിൽ താല്പര്യം വ്യത്യസ്തമായിരുന്നു. ആ ഒരു വ്യവസ്ഥിതി നിലനിർത്താനുള്ള വിദ്യാഭ്യാസമാണ് അന്ന് നല്കിയിരുന്നത്. കോർപ്പറേറ്റുകളും വിദ്യാഭ്യാസത്തെ നയിച്ചിട്ടുണ്ട്. അവരുടെ താല്പര്യ സംരക്ഷണമായിരുന്നു ലക്ഷ്യം. കേരളത്തിൽ ജനങ്ങളാണ് വിദ്യാഭ്യാസത്തെ മുന്നോട്ട് കൊണ്ടുപോകുന്നത്. സ്വാഭാവികമായും എല്ലാവിഭാഗം ജനങ്ങളുടെയും താല്പര്യമാകും ഇവിടത്തെ വിദ്യാഭ്യാസ ലക്ഷ്യം. മതനിരപേക്ഷ ജനാധിപത്യ സമൂഹ സൃഷ്ടി അതിന്റെ മുഖ്യ ഘടകമാണ്. ലോകത്തിൽ ഇന്ന് വളരെ അപൂർവ്വമായി മാത്രമേ ഇത്തരമൊരു വിദ്യാഭ്യാസ പരിപ്രേക്ഷ്യം കാണാനാകൂ. പൗലോഫ്രെയറിനെപ്പോലുള്ളവർ ചില ശ്രമങ്ങൾ നടത്തിയിരുന്നെങ്കിലും വേണ്ടത്ര മുന്നോട്ടുപോയില്ല.

? ദർശനത്തോടൊപ്പം പ്രധാനമാണ് രീതിശാസ്ത്രവും. ഈയൊരു യജ്ഞത്തിന്റെ ഭാഗമായി സ്വാഭാവികമായും രീതിയിലും നടത്തിപ്പിലും കൃത്യമായ കാഴ്ചപ്പാടുണ്ടാകും. അതേക്കുറിച്ച്.

ജനകീയമായ വിദ്യാഭ്യാസ പ്രക്രിയ രൂപപ്പെടുത്തലാണ് ദർശനമെന്നു പറഞ്ഞല്ലോ. ഒരു ജനാധിപത്യ വിദ്യാഭ്യാസക്രമം കൂടി നാം ലക്ഷ്യം വെക്കുന്നുണ്ട്. വിദ്യാലയ നടത്തിപ്പിലെ സമീപനം തന്നെ മാറേണ്ടതുണ്ട്. ഞാനും എന്റെ ക്ലാസും എന്റെ കുട്ടികളും എന്നതിൽനിന്ന് മാറ്റമുണ്ടാകണം. രക്ഷിതാക്കളും പൊതുസമൂഹവുമെല്ലാം വിദ്യാഭ്യാസ പ്രക്രിയയുടെ ഭാഗമാകണം. വിദ്യാലയം ഭരിക്കാനല്ല അവർ വരുന്നത്. തങ്ങളുടെ കുട്ടികളുടെ മികവുയർത്താനുള്ള പിന്തുണയാണ് അവരിൽനിന്നും പ്രതീക്ഷിക്കുന്നത്. പരീക്ഷയിൽ മാത്രം എ പ്ലസ് നേടിയാൽ പോര, ജീവിതത്തിൽ നേടാൻ കഴിയണം. ലോകത്ത് ഏറ്റവും ശാസ്ത്രീയമായ വിദ്യാഭ്യാസം എവിടെ കിട്ടും എന്ന ചോദ്യത്തിന് കേരളം എന്നാകണം ഉത്തരം. മികച്ച അനുഭവങ്ങൾ കുട്ടികൾക്ക് പ്രദാനം ചെയ്യുന്ന ഇടമായി വിദ്യാലയങ്ങൾ മാറണം. അദ്ധ്യാപക കേന്ദ്രീകൃതമാവാതെ പഠിതാവ് കേന്ദ്രീകൃതമായ രീതിശാസ്ത്രമാണ് പഠനതന്ത്രമായി പ്രയോജനപ്പെടുത്തേണ്ടത്. മുമ്പിലുള്ള കുട്ടികളെ മൊത്തം ഒരു യൂണിറ്റായി പരിഗണിക്കുന്നത് ശരിയല്ല. ഓരോരുത്തരും വ്യത്യസ്തരാണ്. അവരുടെ കഴിവുകളിൽ വൈവിദ്ധ്യമുണ്ട്. ലഭിച്ച അനുഭവങ്ങളിലുമുണ്ട് വ്യത്യസ്തത. അതെല്ലാം പരിഗണിക്കുന്ന തരത്തിൽ ക്ലാസ് മുറിയിൽ മാറ്റമുണ്ടാകണം. അതാണ് നാം ലക്ഷ്യമിടുന്നത്. ചുരുക്കത്തിൽ പൊതുവിദ്യാലയങ്ങളെല്ലാം എല്ലാ അർത്ഥത്തിലും മികവിന്റെ കേന്ദ്രങ്ങളായി മാറണം.

? മികവിന്റെ കേന്ദ്രങ്ങളാക്കി പൊതുവിദ്യാലയങ്ങളെ മാറ്റുന്നതിന് സാമ്പത്തിക പിന്തുണയും അക്കാദമിക പിന്തുണയും ഉറപ്പാക്കേണ്ടതുണ്ട്. ആദ്യഘട്ടത്തിൽ ലോകോത്തര നിലവാരത്തിലെത്തിക്കാൻ ലക്ഷ്യമിട്ട വിദ്യാലങ്ങൾക്ക് സാമ്പത്തിക പിന്തുണയുൾപ്പെടെയുള്ള മുന്നൊരുക്കങ്ങളിൽ ബഹുദൂരം മുന്നോട്ടുപോയി. ഇവിടങ്ങളിലൊക്കെ ഉറപ്പാക്കേണ്ട അക്കാദമിക മികവ് ഒരു വെല്ലുവിളിയായി നിലനില്ക്കുന്നുണ്ട്. ഉറപ്പാക്കാൻ ഉദ്ദേശിക്കുന്ന അക്കാദമിക മികവ് അല്പംകൂടി വിശദീകരിക്കപ്പേടേണ്ടതുണ്ട്.

പൊതുവിദ്യാഭ്യാസരംഗത്ത് പ്രവർത്തിക്കുന്ന മുഴുവൻ വിദ്യാലയങ്ങളിലുമുള്ള ഇടപെടലാണ് പൊതുവിദ്യാഭ്യാസ സംരക്ഷണ യജ്ഞത്തിന്റെ ഭാഗമായി ലക്ഷ്യമിടുന്നത്. സർക്കാർ, സ്വകാര്യ വ്യത്യാസമില്ലാതെ എല്ലായിടത്തും പഠിക്കുന്ന മുഴുവൻ വിദ്യാർത്ഥികൾക്കും ഗുണമേന്മയുള്ള വിദ്യാഭ്യാസം നല്കലാണ് ലക്ഷ്യം. എല്ലാവർക്കും തുല്യ അവസരവും അനുകൂല സാഹചര്യവും ഉറപ്പാക്കേണ്ടതുമുണ്ട്. സ്വന്തം കഴിവുകൾ പരമാവധി വികസിപ്പിക്കുവാനും അതുവഴി ലോകത്തെവിടെയുമുള്ള സമപ്രായക്കാരോട് സംവദിക്കാനുമുള്ള അറിവും കഴിവും ആത്മവിശ്വാസവും നമ്മുടെ കുട്ടികൾ ആർജ്ജിക്കണം. നിലവിലുള്ള സംവിധാനങ്ങളിൽ വലിയതോതിലുള്ള മാറ്റം ഉറപ്പാക്കിയാലേ ഇതു സാദ്ധ്യമാകൂ. ആധുനിക സാങ്കേതികവിദ്യാസാദ്ധ്യതകളെ പഠന പ്രക്രിയയുമായി ഇഴചേർക്കാൻ

കഴിയണം. ഇത്തരം സാദ്ധ്യതകൾ പ്രയോജനപ്പെടുത്താൻ അദ്ധ്യാപകരെ സജ്ജമാക്കുകയും വേണം. ഓരോ ഘട്ടത്തിലെയും പഠന ലക്ഷ്യങ്ങൾ എത്രമാത്രം സ്വാംശീകരിച്ചു എന്ന് വിലയിരുത്തണം. ഒപ്പം പോരായ്മകൾ നികത്താനുള്ള പ്രവർത്തനങ്ങളും നടക്കണം. ഇത്തരത്തിൽ 1 മുതൽ 12 വരെ ക്ലാസിലെ ഓരോ കുട്ടിയും ഉയർന്ന നിലവാരമുള്ള ധാരണകളും കഴിവുകളും നേടിയിട്ടുണ്ട് എന്ന് ഉറപ്പാക്കാനാണ് പൊതുവിദ്യാഭ്യാസ സംരക്ഷണ യജ്ഞം ലക്ഷ്യമിടുന്നത്. സ്വയം പഠനവും കൂട്ടായ പഠനവും പഠന പ്രക്രിയയുടെ ഭാഗമാക്കി മത്സാരാധിഷ്ഠിത ലോകത്തിൽ അതിജീവനത്തിനാവശ്യമായ ആത്മ വിശ്വാസവും അറിവും പ്രാപ്തിയും നേടുന്നതിനൊപ്പം രാജ്യസ്നേഹം, മതനിരപേക്ഷത, ജനാധിപത്യ ബോധം, തുല്യത, സഹവർത്തിത്വം, സഹകരണം, അനുതാപം തുടങ്ങിയ മൂല്യങ്ങൾ ഉറപ്പാക്കുന്നതിനുള്ള അനുഭവങ്ങളും പ്രദാനം ചെയ്യേണ്ടതുണ്ട്. കുട്ടികളുടെ മനസ്സിലേക്ക് അറിവിന്റെ നിർമ്മിതിക്ക് സഹായകമായവയുടെ പ്രവാഹമൊഴുക്കുന്ന ആളാണ് അദ്ധ്യാപകൻ. ആർജ്ജിക്കുന്ന അറിവിനെ വിശകലനം ചെയ്ത് ജീവിതവും സമൂഹവും പ്രകൃതിയുമായും ബന്ധപ്പെടുത്തി പ്രയോഗിക്കാനുള്ള പ്രാപ്തി കുട്ടികളിലുണ്ടാക്കാനും കഴിയണം. പതുക്കെ ചിന്തയുടെ തലത്തിൽനിന്ന് അന്വേഷണത്തിന്റെ തലത്തിലേക്ക് കുട്ടി ഉയരണം. പുതിയ അറിവുല്പാദനത്തിന് അവരെ പ്രാപ്തരാക്കുകയും വേണം.

? ക്ലാസ് റൂം പഠന പ്രക്രിയകളെക്കുറിച്ചുള്ള ആശയങ്ങൾക്കും ധാരണകൾക്കും കുറവൊന്നുമില്ല. പക്ഷേ, പ്രായോഗിക തലത്തിലെത്തുമ്പോൾ വലിയ തോതിലുള്ള ചോർച്ച സംഭവിക്കുന്നു. ഇത് പരിഹരിക്കപ്പെടേണ്ടതല്ലേ.

തീർച്ചയായും വേണം. അക്കാദമിക മികവ് ഉയർത്തുന്നതിന് ക്ലാസ് റൂം പഠന പ്രക്രിയയുടെ പങ്ക് വലുതാണ്. ഓരോ കുട്ടിയേയും കണ്ടറിഞ്ഞ് അവർക്കനുയോജ്യമായ പഠനതന്ത്രം രൂപപ്പെടുത്തി പ്രയോഗിക്കാൻ അദ്ധ്യാപികയ്ക്ക് കഴിയണം. ഇതിനു സഹായകമായ തരത്തിൽ പരിശീലനങ്ങളും കൈപ്പുസ്തകങ്ങളുമെല്ലാം ലഭ്യമാക്കുന്നുണ്ടെങ്കിലും പിന്തുണ ഇനിയും വർദ്ധിപ്പിക്കേണ്ടതുണ്ട്. പാഠപുസ്തകങ്ങൾക്കും അദ്ധ്യാപക സഹായിക്കുമൊപ്പം സ്കൂൾ പോർട്ടൽ വഴി സിലബസ് ഗ്രിഡ് ലഭ്യമാക്കും. ഓരോ മൊഡ്യൂളിലേയും പഠന ലക്ഷ്യങ്ങൾ, പഠന പ്രവർത്തനങ്ങൾ, ആശയവിനിമയ ഉപാധികൾ എന്നിവയിൽ കൃത്യത നല്കുന്ന തരത്തിലുള്ളതാവും സിലബസ് ഗ്രിഡ്. ഒരു നിശ്ചിത പഠന നേട്ടം കൈവരിക്കാൻ എന്തെന്തു പഠനാനുഭവങ്ങൾ പ്രദാനം ചെയ്യണം എന്നതു സംബന്ധിച്ച് ഒരു പൊതുധാരണ രൂപപ്പെടുന്നത് ഉചിതമായിരിക്കും. ഇത് എല്ലായിടത്തും ഒരുപോലെ പ്രയോഗിക്കണമെന്നില്ല. കുട്ടിയുടേയും വിദ്യാലയത്തിന്റെയും സാഹചര്യംകൂടി പരിഗണിച്ച് ടീച്ചർക്കിത് മെച്ചപ്പെടുത്താവുന്നതാണ്. ഇത്തരത്തിൽ രൂപപ്പെടുന്ന ഒരു സമഗ്ര പാഠാസൂത്രണം

സ്കൂൾ പോർട്ടൽ വഴി സംസ്ഥാനടിസ്ഥാനത്തിൽ ലഭ്യമാക്കാനാണ് ഉദ്ദേശിക്കുന്നത്.

പഠന ലക്ഷ്യങ്ങൾ എത്രമാത്രം നേടിയെന്ന് പരിശോധിക്കുന്ന മൂല്യനിർണ്ണയ പ്രവർത്തനങ്ങളും ഇതിന്റെ ഭാഗമായി തയ്യാറാക്കണം. ഒരു പൊതു സൂചനമാത്രം അടങ്ങിയ കരട് പാഠാസൂത്രണമാണ് സ്കൂളുകൾക്ക് ലഭ്യമാക്കുക. ഇവ സ്കൂൾതലത്തിൽ സബ്ജക്റ്റ് കൗൺസിൽ യോഗം ചേർന്ന് ചർച്ച ചെയ്ത് ക്ലാസ് മുറിയിലെ വൈവിദ്ധ്യങ്ങളും സവിശേഷതകളും പരിഗണിച്ച് മെച്ചപ്പെടുത്തിവേണം അദ്ധ്യാപകർ ഉപയോഗപ്പെടുത്താൻ. ഇങ്ങനെ ഓരോ ടീച്ചറും രൂപപ്പെടുത്തുന്ന വ്യത്യസ്തമായ പാഠാസൂത്രണവും പഠനബോധന പ്രവർത്തനങ്ങളുമെല്ലാം സംസ്ഥാന തലത്തിൽ പങ്കുവയ്ക്കേണ്ടതുണ്ട്. ഇതിനു സഹായകമായ ഒരു ലേണിങ് മാനേജ്മെന്റ് ഇൻഫർമേഷൻ സിസ്റ്റം തയ്യാറാക്കും. ഇത്തരം ഒരു പാഠാസൂത്രണം ഫലപ്രദമായി ക്ലാസ്മുറിയിൽ വിനിമയം ചെയ്യാനുള്ള അനുബന്ധ സൗകര്യങ്ങൾ ഏർപ്പെടുത്താനുള്ള ശ്രമത്തിലാണ് സർക്കാർ. കേവലം കേൾവിയുടെ അനുഭവത്തിനപ്പുറം ദൃശ്യ ശ്രവ്യ അനുഭവങ്ങൾ കൂടി നല്കുന്ന തരത്തിൽ വലിയ ഒരു പുനഃക്രമീകരണമാണ് ക്ലാസ് റൂം പഠനത്തിൽ വരുത്താൻ ഉദ്ദേശിക്കുന്നത്. ഡിജിറ്റൽ ചിത്രങ്ങൾ, വീഡിയോ ക്ലിപ്പുകൾ, ആനിമേഷനുകൾ, ഇന്ററാക്ടീവ് അപ്ലെറ്റുകൾ തുടങ്ങിയ ഡിജിറ്റൽ സംവിധാനങ്ങൾ ക്ലാസ് മുറിയിൽ അദ്ധ്യാപികയ്ക്ക് നേരിട്ട് എത്തിക്കാനാണ് ഉദ്ദേശിക്കുന്നത്.

? ക്ലാസ് റൂം പഠനപ്രവർത്തനങ്ങൾക്ക് അനുപൂരകമായി നടക്കേണ്ട മറ്റ് പഠന പ്രക്രിയകൾക്കുള്ള പങ്ക് എത്രമാത്രമുണ്ട്? ഇത് പ്രയോജനപ്പെടുത്താൻ പുതിയ പരിപ്രേക്ഷ്യം എന്തെല്ലാം പദ്ധതികളാണ് മുന്നോട്ടു വയ്ക്കുന്നത്.

പഠന ബോധന പ്രക്രിയ പൂർണ്ണമാകുന്നത് ക്ലാസ് മുറിക്ക് പുറത്തുനിന്നുള്ള അനുഭവങ്ങളും കൂടി ചേരുമ്പോഴാണ്. നേടിയ അറിവ് വ്യത്യസ്ത ജീവിത സന്ദർഭങ്ങളിൽ പ്രയോഗിക്കാൻ കഴിയണം. സ്വന്തം ജീവിത പ്രശ്നങ്ങളെക്കുറിച്ചുള്ള തിരിച്ചറിവ് കുട്ടിയിൽ ഉണ്ടാവണം. ഇതിനൊക്കെ സഹായകമായ പഠനാനുഭവങ്ങളാണ് കുട്ടിക്ക് ലഭിക്കേണ്ടത്. ഓരോ വിഷയാടിസ്ഥാനത്തിലും ലഭിക്കുന്ന അറിവിനെ സമഗ്രതയോടെ കാണാനും ഉപയോഗപ്പെടുത്താനുമുള്ള ശേഷി കുട്ടികൾക്കുണ്ടാകണം. 1 മുതൽ 4 വരെ ക്ലാസുകളിലെ ഭാഷ, ഗണിതം, പരിസര പഠനം എന്നിവയെ ഉപയോഗപ്പെടുത്തി നിത്യജീവിത സന്ദർഭങ്ങളുമായി കോർത്തിണക്കി പ്രവർത്തന പുസ്തകങ്ങൾ രൂപപ്പെടുത്തേണ്ടതുണ്ട്. മൂല്യനിർണ്ണയ ഉപാധികൂടിയായി പ്രയോജനപ്പെടുത്താവുന്ന തരത്തിലാകണം ഇതു തയ്യാറാക്കേണ്ടത്. പ്രശ്നപരിഹാര ശേഷിയും സർഗ്ഗാത്മകതയും വളർത്തുന്ന തരത്തിലുള്ള പ്രവർത്തന പദ്ധതികൾ 5 മുതൽ 8 വരെ ക്ലാസുകൾക്ക് നല്കാൻ കഴിയണം. ഒരുവർഷം നീണ്ടുനില്ക്കുന്ന

പ്രോജക്റ്റ് പ്രവർത്തനങ്ങൾ ഏറ്റെടുത്ത് സ്വതന്ത്രമായി നിർവ്വഹിക്കുന്നതിന് 9, 10 ക്ലാസുകാർക്ക് അവസരം നല്കുന്നതിനെക്കുറിച്ച് ആലോചിക്കണം. 11, 12 ക്ലാസുകാർ വ്യക്തിപരമായുള്ള പ്രോജക്റ്റ് പ്രവർത്തനങ്ങൾ ഏറ്റെടുക്കുകയും വേണം.

? ടാലന്റ് ലാബ് എന്ന ആശയം താങ്കൾ മുന്നോട്ടുവെച്ചിട്ടുണ്ട്. ഇതേക്കുറിച്ച്.

വളരെ സമഗ്രമായ ഒരു കാഴ്ചപ്പാടാണ് ഇതിനു പിന്നിലുള്ളത്. സ്കൂളിലെ സയൻസ് ലാബുപോലെയോ കമ്പ്യൂട്ടർ ലാബുപോലെയോ അല്ല ഇത് വിഭാവനം ചെയ്തത്. മനസ്സിലാണ് ടാലന്റ് ലാബ്. ഓരോ കുട്ടിയേയും പ്രത്യേകമായി മനസ്സിലാക്കലാണ് ആദ്യപടി. അവരുടെ കഴിവിനെ, അത് പാഠ്യവിഷയമായാലും കലാ കായിക മേഖലയായാലും പ്രോത്സാഹിപ്പിക്കാനും മികവുറപ്പാക്കാനുമുള്ള പദ്ധതിയാണിത്. അതിനെല്ലാറ്റിനുമുള്ള അവസരം വിദ്യാലയം പ്രദാനം ചെയ്യണം. കലാകായിക ശാസ്ത്രമേളകൾക്കെല്ലാം എല്ലാവർക്കും തുല്യ അവസരം പ്രദാനം ചെയ്യുന്ന തരത്തിലേക്ക് ടാലന്റ് ലാബ് വികസിച്ചുവരും. ഗവേഷണ പ്രവർത്തനങ്ങളും മികച്ച പഠാനാനുഭവങ്ങളുമെല്ലാം ടാലന്റ് ലാബിന്റെ പ്രവർത്തന പരിപാടിയായി മാറണം.

? കലാകായിക പോഷണ സാദ്ധ്യത ടാലന്റ് ലാബിൽ ഏറെയുണ്ട്, അതേക്കുറിച്ച്.

എല്ലാ കുട്ടികൾക്കും മിനിമം കായികക്ഷമത ഉറപ്പാക്കാനാണ് നാം ലക്ഷ്യമിടുന്നത്. എയ്റോബിക്സ് പോലുള്ള ലളിത കായിക പരിശീലന പരിപാടികൾ ഇതിനായി പ്രയോജനപ്പെടുത്തും. യോഗ, കരാട്ടെ, ആയോധനകലകൾ തുടങ്ങിയവയും സ്കൂൾ തലത്തിൽ പ്രോത്സാഹിപ്പിക്കും. പ്രാദേശിക വൈദഗ്ദ്ധ്യം കൂടി പ്രയോജനപ്പെടുത്തുന്ന തരത്തിലാകും ഇത്തരം പരിശീലന പരിപാടികൾ സംഘടിപ്പിക്കുക. വൈകാരിക മാനസിക ആരോഗ്യം കൂടി ഉറപ്പാക്കുന്ന കർമ്മ പരിപാടികൾ സ്കൂൾ തലത്തിൽ ആവിഷ്കരിക്കേണ്ടതുണ്ട്. കലാരംഗത്ത് ഏതെങ്കിലും ഒരിനത്തിനെങ്കിലും കുട്ടിയുടെ കഴിവ് കണ്ടെത്തി പ്രോത്സാഹിപ്പിക്കാൻ സ്കൂളുകളിൽ അവസരം ഒരുക്കണം. പൂർവ്വ വിദ്യാർത്ഥി സംഘടന, എസ് എസ് ജി, തദ്ദേശസ്വയംഭരണ സ്ഥാപനങ്ങൾ, തുടങ്ങിയവയുടെ സഹായത്തോടെ പ്രാദേശിക പദ്ധതികൾ ഇതിനായി രൂപപ്പെട്ടുവരണം. കുട്ടികളുടെ വ്യക്തിത്വ വികാസത്തിനും അവരുടെ അവകാശ സംരക്ഷണത്തിനും ഉതകുന്ന കർമ്മപരിപാടികളും സ്കൂളുകളിൽ ആവിഷ്കരിക്കണം. സ്കൂൾ പ്രവർത്തനങ്ങളിൽ സാദ്ധ്യമായ ഇടങ്ങളിലൊക്കെ കുട്ടികളുടെ പങ്കാളിത്തം ഉറപ്പാക്കണം. അവരെ വിശ്വാസത്തിലെടുക്കാൻ അദ്ധ്യാപകർ തയ്യാറാകണം.

? ജൈവവൈവിദ്ധ്യ ഉദ്യാനം എന്നത് സ്കൂളുകളെ സംബന്ധിച്ച് ഒരു നവീന ആശയമാണ്. പൊതുവിദ്യാലയ ശാക്തീകരണത്തിൽ വലിയ ഊന്നൽ ഇതിന് നല്കിവരുന്നു. ഒരു പ്രവർത്തന പരിപാടി എന്നതിലുപരിയായി ഒരു ദർശനം കൂടി ഇതിന്റെ പിറകിൽ കാണുന്നുണ്ടോ.

തീർച്ചയായും ഉണ്ട്. ക്ലാസ് മുറികൾ ഹൈടെക്ക് ആകുന്നു, പഠനം സാങ്കേതിക വിദ്യക്കൊപ്പമാകുന്നു; അങ്ങനെ വരുമ്പോൾ പ്രത്യേകിച്ച് ചെറുപ്രായത്തിൽ മണ്ണുമായും ജീവിതവുമായുമെല്ലാമുള്ള ബന്ധം ദുർബ്ബലമാകും. അങ്ങനെ വന്നുകൂടാ. കുട്ടി പ്രകൃതിക്കൊപ്പമാണ് വളരേണ്ടത്. ഇതിനുള്ള അവസരമാണ് ജൈവ വൈവിദ്ധ്യ ഉദ്യാനം ഒരുക്കുന്നത്. ലഭ്യമായ എല്ലായിനം ചെടികളും മരങ്ങളുമെല്ലാം സ്കൂൾ പരിസരത്തു വളർത്തണം. പക്ഷികളും, മീനുമെല്ലാമാവാം. ഇതെല്ലാം കണ്ടും പഠിച്ചും കുട്ടി വളരട്ടെ. അങ്ങനെ ക്യാമ്പസ് ഒരു പാഠപുസ്തകമാക്കി മാറ്റാൻ കഴിയണം. ഡോ.സുകുമാർ അഴീക്കോടിന്റെ വാക്കുകളാണ് ഓർമ്മ വരുന്നത്. അദ്ദേഹം പറയുകയുണ്ടായി വേര് മണ്ണിനടിയിലേക്ക് എത്ര ആഴത്തിൽ താഴുന്നുവോ അതിനനുസരിച്ച് മരവും ഉയരും. ഇതു തന്നെയാണ് ജൈവ വൈവിദ്ധ്യ ഉദ്യാനത്തിന്റെ ദർശനം.

? മുകളിൽനിന്ന് കെട്ടിയിറക്കുന്ന പദ്ധതികളോട് വിമുഖത കാണിക്കുന്ന ഒരു പ്രവണതയുണ്ട്. അത് സ്വാഭാവികവുമാണ്. ഇത് മറികടക്കാൻ എന്താണ് പോംവഴി.

ഇവിടെ ഒന്നും തന്നെ മുകളിൽനിന്ന് അടിച്ചേല്പിക്കുന്നതല്ലല്ലോ. നിലവിൽ പൊതുവിദ്യാലയങ്ങൾ പലതും പ്രതിസന്ധിയിലാണ്. അതു മുറിച്ചുകടക്കേണ്ടത് അവരുടെ കൂടെ ആവശ്യമാണ്.അതിനുള്ള ചില നിർദ്ദേശങ്ങൾ നല്കുകയാണ് ചെയ്യുന്നത്. ഒപ്പം പിന്തുണയും ഉറപ്പാക്കുന്നു. ഇന്നലെവരെ താഴോട്ട് പോയ ഗ്രാഫ് മേലോട്ട് ആക്കുന്നതിനാണ് ശ്രമിക്കുന്നത്. അതിനുള്ള പദ്ധതികൾ സ്കൂൾ തലത്തിൽ തന്നെ പ്രാദേശികമായി രൂപപ്പെട്ടു വരണം.

? സ്കൂൾ തലത്തിൽ രൂപപ്പെടുന്ന അക്കാദമിക പദ്ധതി തന്നെയാണ് പ്രധാനം.

അതെ. സ്കൂൾ മുന്നോട്ടുവെക്കുന്ന അക്കാദമിക ലക്ഷ്യം ആദ്യം അവർ തന്നെ നിർവ്വചിക്കണം. ഇത് പ്രായോഗികമാണെന്ന് ഉറപ്പുവരുത്തുകയും വേണം. ജനകീയമായ ചർച്ചകൾ കൂടി നടത്തി വേണം അക്കാദമിക പദ്ധതിക്ക് രൂപം നല്കാൻ. അക്കാദമിക വിദഗ്ദ്ധർ, ജനപ്രതിനിധികൾ എന്നിവരെല്ലാം ഈ ചർച്ചയുടെ ഭാഗമാകണം.

? പദ്ധതി നടത്തിപ്പുപോലെ പ്രധാനമാണ് മോണിട്ടറിങ്ങും. ഫലപ്രദമായ മോണിട്ടറിങ് സംവിധാനത്തെക്കുറിച്ച് ആലോചിച്ചിട്ടുണ്ടോ.

തീർച്ചയായും ഉണ്ട്. നാല് തലത്തിലുള്ള മോണിട്ടറിങ് സംവിധാനമാണ് ഉദ്ദേശിക്കുന്നത്. സ്കൂൾതലം, തദ്ദേശസ്ഥാപനതലം, ജില്ലാതലം, സംസ്ഥാനതലം. വിദ്യാലയ വികസന സമിതി ചെയർമാൻ അദ്ധ്യക്ഷനും പ്രിൻസിപ്പൽ കൺവീനറുമായാണ് സ്കൂൾതല മോണിട്ടറിങ് സമിതി പ്രവർത്തിക്കുക. വിദ്യാഭ്യാസ വകുപ്പ് ഉദ്യോഗസ്ഥരുടെ നേതൃത്വത്തിൽ മറ്റ് മോണിട്ടറിങ് സംവിധാനങ്ങളും പ്രവർത്തിക്കും.

മാഷിന് അടുത്ത പൊതു പരിപാടിക്കുള്ള സമയമായി. മുൻ നിശ്ചയമില്ലാതെ വീണുകിട്ടിയ മുപ്പതു മിനിറ്റ് അവസാനിച്ചു. സംഭാഷണം കഴിഞ്ഞ് കാറിൽ കയറുന്നതിനിടയിൽ വീണ്ടുമുയർന്നു ആത്മവിശ്വാസവും നിശ്ചയദാർഢ്യവും നിറഞ്ഞ വാക്കുകൾ

"പൊതുവിദ്യാലയങ്ങളുടെ പൂർവ്വാധികം ശക്തിയോടെയുള്ള തിരിച്ചുവരവ് യാഥാർത്ഥ്യമാവുകയാണെങ്കിൽ അത് നവകേരള സൃഷ്ടിക്ക് കരുത്താകും. നന്മകളുടെയും സൗഹൃദത്തിന്റെയും മാനവികതയുടെയും പൊതു ഇടങ്ങളാണ് പൊതുവിദ്യാലയങ്ങൾ. ഈ തിരിച്ചറിവ് പതുക്കെ കേരളസമൂഹത്തിൽ രൂപപ്പെട്ടു തുടങ്ങിയിട്ടുണ്ട്. അതിന് കരുത്തുപകരാനുള്ള ശ്രമങ്ങൾക്ക് കേരളം ഒറ്റക്കെട്ടാണെന്നതാണ് പൊതുവിദ്യാഭ്യാസ സംരക്ഷണ യജ്ഞത്തിന്റെ ആദ്യ റൗണ്ട് വിജയം നല്കുന്ന സൂചന."

(പിണവൂർകുടി ഗവ: എച്ച് എസ് ഹെഡ്മാസ്റ്റർ ശ്രീ. കെ കെ ശിവദാസൻ പൊതുവിദ്യാഭ്യാസ വകുപ്പ് മന്ത്രിയുമായി നടത്തിയ അഭിമുഖം)

കെമിസ്ട്രി പഠനം എന്നാൽ പ്രകൃതി പഠനം തന്നെയാണ്

? ആവർത്തനപ്പട്ടികയുടെ നൂറ്റി അൻപതാം വാർഷികം ലോകമെങ്ങും ആഘോഷിക്കുന്ന ഈ അവസരത്തിൽ, 1869 മുതൽ 2018 വരെയുള്ള അതിന്റെ വളർച്ചയും മാറ്റങ്ങളും അങ്ങ് എങ്ങനെ നോക്കി കാണുന്നു.

നമ്മുടെ പ്രകൃതി ഒരു വലിയ പാഠശാലയാണ്. എപ്പോഴും സന്തുലിതമായി നില്ക്കാൻ ശ്രമിക്കുന്ന ഒരു രസതന്ത്രം സ്വയം രൂപപ്പെടുത്തുന്ന ഒരു പാഠശാല. അതിൽ മൂലകങ്ങളും അവ ചേർന്നുള്ള സംയുക്തങ്ങളും വേണ്ടത്ര അനുപാതത്തിൽ വിന്യസിക്കപ്പെട്ടിരിക്കുന്നു. വൈവിദ്ധ്യമാർന്ന മൂലകങ്ങളുടെ അളവിലും സ്വഭാവത്തിലും സന്തുലനം നിലനിർത്താൻ പ്രകൃതിതന്നെ ശ്രദ്ധിച്ചിട്ടുമുണ്ട്! അങ്ങനെ നോക്കുമ്പോൾ, പ്രകൃതിയോളം തന്നെ പ്രായം ആവർത്തനപ്പട്ടികയ്ക്കും ഉണ്ട്. ചിട്ടയായ പഠന ക്രമത്തിനായി ഉണ്ടാക്കപ്പെട്ട വിന്യാസ രീതിശാസ്ത്രമാണ് ഇപ്പോൾ നാം കാണുന്നതും പഠിക്കുന്നതും. നൂറ്റി അൻപതു വർഷങ്ങൾക്കു മുൻപ്, 1869 ൽ ഉണ്ടാക്കപ്പെട്ട പട്ടിക, ആദ്യം അറ്റോമിക് ഭാരത്തിന്റെ അടിസ്ഥാനത്തിലും പിന്നീട് അറ്റോമിക് നമ്പറിന്റെ അടിസ്ഥാനത്തിലും ക്രമീകരിച്ചു. പിന്നീടുള്ള കണ്ടുപിടുത്തങ്ങളായ റേഡിയോ ആക്ടിവിറ്റി, ട്രാൻസ്മ്യൂട്ടേഷൻ തുടങ്ങിയവ പട്ടികയുടെ വിന്യാസത്തിലും മാറ്റങ്ങളുണ്ടാക്കി. ഹൈഡ്രജൻ എങ്ങനെ ഒന്നാം സ്ഥാനം അലങ്കരിക്കുന്നു ഹീലിയം എന്ത് കൊണ്ട് പതിനെട്ടാം ഗ്രൂപ്പിൽ ഉൾപ്പെട്ടു എന്നിവയെല്ലാം വളരെ ശാസ്ത്രീയമായി വിശദീകരിക്കപ്പെട്ടു. മെറ്റലുകളും നോൺ മെറ്റലുകളും ഇടതും വലതും ആക്കിയും മറ്റുള്ള മൂലകങ്ങളെ അതിനിടയിൽ വിന്യസിച്ചും ആവർത്തനപ്പട്ടിക തയ്യാറാക്കപ്പെട്ടു. അങ്ങനെ, പ്രകൃതിയുടെ സന്തുലനം വിശദീകരിക്കുന്ന തരത്തിൽ, സങ്കീർണ്ണതകൾ വലിയൊരളവുവരെ പരിഹരിക്കപ്പെട്ട ഒരു ശാസ്ത്രീയ ക്രമീകരണത്തിലേക്ക് ആവർത്തന പട്ടിക എത്തിക്കൊണ്ടിരിക്കുന്നു എന്ന് നമുക്ക് അനുമാനിക്കാം.

? സ്കൂൾ തലത്തിൽ ആവർത്തനപ്പട്ടികയുടെ അടിസ്ഥാനപരമായ പഠനത്തിന് അങ്ങ് എന്തൊക്കെയാണ് ആസൂത്രണം ചെയ്തു നടപ്പിലാക്കുന്നത്.

ഹൈടെക്ക് ക്ലാസുകളുടെ വരവോടെ സ്കൂൾ കുട്ടികളിൽ ഇത്തരം ആശയങ്ങൾ എത്തിക്കാൻ വളരെ നന്നായി കഴിയുന്നുണ്ട്. പഴയ തലമുറ കേട്ട് പഠിച്ച പാഠങ്ങൾ, പുതിയ തലമുറ കണ്ടും അനുഭവിച്ചറിഞ്ഞും പഠിക്കുന്നു! ആവർത്തനപ്പട്ടിക, ബ്ലാക്ക് ബോർഡിൽ വരച്ചും എഴുതിയും മാത്രം പഠിപ്പിച്ചിരുന്ന രീതിയിൽനിന്ന്, ഇപ്പോൾ ത്രീ ഡി ചിത്രങ്ങളിലൂടെ കുട്ടികളുടെ മനസ്സിൽ പതിയാൻ പോന്ന വിധം ആവിഷ്കരിക്കാൻ ടെക്നോളജിയുടെ സഹായത്തോടെ നമുക്ക് സാധിച്ചു. ഉദാഹരണത്തിന്, അയേൺ എന്ന മൂലകം മണ്ണിൽ എങ്ങനെ കാണപ്പെടുന്നുവെന്നും, അതേ അയേൺ മനുഷ്യ ശരീരത്തിൽ ഹീമോഗ്ലോബിൻ എന്ന ഘടകത്തിൽ ഏത് അവസ്ഥയിൽ അടങ്ങിയിരിക്കുന്നു എന്നും വളരെ ലളിതവും വസ്തുതാപരവുമായ ഇമേജുകളിലൂടെ നമുക്കിപ്പോൾ പഠിപ്പിക്കാനാവും. ഇത് അദ്ധ്യാപകന് കുട്ടികളുമായുള്ള സംവേദനക്ഷമത വർദ്ധിപ്പിക്കാനും അവരുടെ മനസ്സിൽ ഇത്തരം അറിവുകൾ ആഴത്തിൽ പതിപ്പിക്കുവാനും സഹായകമാവും.

? അടിസ്ഥാനശാസ്ത്രത്തിൽ ഉപരിപഠനവും ഗവേഷണവും നടത്താൻ കുട്ടികൾ ഏറെയൊന്നും മുമ്പോട്ട് വരുന്നില്ല. ഈ സാഹചര്യം മാറാൻ അങ്ങ് എന്ത് വഴിയാണ് നിർദ്ദേശിക്കുന്നത്.

ഏറ്റവും പ്രധാനമായി രണ്ടു കാര്യങ്ങളാണ് ഈ വിഷയത്തിൽ പറയാനുള്ളത്. ഒന്നാമതായി അടിസ്ഥാന ഗവേഷണം പ്രോത്സാഹിപ്പിക്കുന്ന തരത്തിലല്ല ആഗോള തലത്തിലുള്ള സാമ്പത്തിക നയം. പേറ്റന്റ് നിയമത്തിലെ സങ്കുചിതമായ സമീപനങ്ങൾ, അടിസ്ഥാന ശാസ്ത്ര ഗവേഷണങ്ങൾക്ക് വെല്ലുവിളി ഉയർത്തുന്നു. പ്രോഡക്റ്റ് പേറ്റന്റ് എന്ന നിലയിലേക്ക് പേറ്റന്റ് നയം സങ്കുചിതമാക്കപ്പെട്ടപ്പോൾ, ഗവേഷണം പേറ്റന്റ് എടുക്കാൻ മാത്രമായി മാറി. ഇത്, ഗവേഷണം അടിസ്ഥാന ശാസ്ത്ര വികസനത്തിനാണ് എന്ന സത്യത്തെ മറച്ചുവെക്കാൻ പ്രേരകമായി. ഇതു മറികടക്കാനായി, നമ്മുടെ സംസ്ഥാനം ഒരു ബദൽ സാമ്പത്തിക സമീപനം രൂപപ്പെടുത്തിയിരിക്കുന്നു. ഇതുവഴി അടിസ്ഥാന ഗവേഷണം വളർത്താനുള്ള തീവ്രമായ ശ്രമങ്ങൾ, കേരളത്തിലെ പൊതുവിദ്യാഭ്യാസ സംരക്ഷണ യജ്ഞത്തിന്റെ ഭാഗമായി, നടന്നു വരുന്നു. രണ്ടാമതായി, മൗലിക ഗവേഷണങ്ങളുടെ കുറവും, അവയെ യഥാർത്ഥ ശാസ്ത്ര പുരോഗതിക്കായി ഉപകരിക്കുന്ന തരത്തിലുള്ള പാഠ്യപദ്ധതിയുടെ അഭാവവുമാണ്. പൊതുവിദ്യാഭ്യാസത്തിന്റെ പരിധിക്കുള്ളിൽ നിന്നുകൊണ്ട് തന്നെ, കുട്ടികളുടെ ഭാവനാ തലങ്ങളെ ആകാശത്തോളം വികസിപ്പിക്കുന്ന തരത്തിൽ, പാഠ്യപദ്ധതി പുനരാവിഷ്കരിക്കുകയാണ് വേണ്ടത്. ടെക്നോളജിയുടെ സഹായത്തോടെ ഇത് ക്രമീകരിക്കാനാണ് പൊതു വിദ്യാഭ്യാസ വകുപ്പ് ശ്രമി

ക്കുന്നത്. പരിമിതപ്പെടുത്തിയ അറിവ് (ലിമിറ്റഡ് നോളേജ്) എന്ന ആശയത്തിൽനിന്ന് വിശാലമായ അറിവ് (വാസ്ട് നോളേജ്) എന്ന യാഥാർത്ഥ്യബോധത്തിലേക്കു കുട്ടികളെ നയിക്കുന്ന തരത്തിലാവണം പാഠ്യ പദ്ധതി. ഇതാണ് കേളത്തിന്റെ പൊതു വിദ്യാഭ്യാസ സംരക്ഷണ യജ്ഞം ലക്ഷ്യമിട്ടിരിക്കുന്നത്. കുട്ടികളിലെ ക്രിയാത്മക തലങ്ങൾ വികസിപ്പിച്ചു കൊണ്ട് മൗലിക ഗവേഷണത്തിനായി അവരെ സജ്ജരാക്കുമ്പോൾ, ഈ രംഗത്ത് വരും വർഷങ്ങളിൽ കേരളത്തിന്റെ സംഭാവനയായി ഒരുപിടി പ്രതിഭകൾ ഉണ്ടാവും എന്ന കാര്യത്തിൽ തർക്കമില്ല.

? ഒരു അദ്ധ്യാപകനായിരുന്ന അങ്ങ് ഏറ്റവും ഇഷ്ടപ്പെട്ടിരുന്ന രസതന്ത്ര മേഖല ഏതായിരുന്നു.

തെർമോ ഡയനാമിക്ൾസ് എന്ന രസതന്ത്ര ശാഖയായിരുന്നു എനിക്ക് ഏറ്റവും ഇഷ്ടം. എം എസ്സി ക്ലാസുകളിൽ ഗ്രൂപ്പ് തിയറിയും താല്പര്യത്തോടെ പഠിപ്പിച്ചിരുന്നു. ഫിസിക്സും കെമിസ്ട്രിയും കണക്കും ഒത്തുചേരുന്ന തെർമോ ഡയനാമിക്ൾസ്, എല്ലാ രാസ, ഭൗതിക പ്രവർത്തനങ്ങളെയും വിശദീകരിക്കുന്നു. ഊർജ്ജ സന്തുലനത്തിന്റെ ഉദാഹരണങ്ങളാണ് തെർമോകെമിക്കൽ പ്രവർത്തനങ്ങൾ.

മോളിക്യൂലർ സിമ്മെട്രിയുടെ പഠനമാണ് ഗ്രൂപ്പ് തിയറി എന്ന വിഷയത്തിന് ആധാരം. എല്ലാ രാസ പ്രവർത്തനങ്ങളിലും സിമെട്രി ഒരു പ്രധാന പങ്കുവഹിക്കുന്നു. തന്മാത്രകൾ അവയുടെ ഘടനയ്ക്കു യോജിച്ച വിധമാണ് പ്രവർത്തനങ്ങളിൽ ഏർപ്പെടുന്നത്. ഈ രസതന്ത്ര ശാഖ എന്നും എന്നെ അത്ഭുതപ്പെടുത്തിയിട്ടുണ്ട്.

? ശാസ്ത്ര അഭിരുചി, ശാസ്ത്ര ബോധം ഇവ രണ്ടും എങ്ങനെ താരതമ്യപ്പെടുത്തുന്നു.

ശാസ്ത്രപഠനം ഏറ്റവും ഫലപ്രദമാകുന്നത് ശാസ്ത്ര അഭിരുചിയെ ശാസ്ത്രബോധവുമായി കൂട്ടിച്ചേർക്കുമ്പോഴാണ്. ഇതൊരു നിശ്ചിത കാലയളവിനുള്ളിൽ സാധിക്കാവുന്ന ഒന്നല്ല. ശാസ്ത്രം പഠിക്കുന്നതിലൂടെ ശാസ്ത്രബോധം ഉണ്ടാവണമെന്നില്ല. ഇതു രണ്ടും രണ്ടാണ്. ചെടിയിലെ ക്ലോറോഫിൽ തന്മാത്രയുടെ ഘടനയും സ്വഭാവവും പഠിക്കുന്നത് അഭിരുചി മൂലമെങ്കിൽ, അതിന്റെ സാന്നിദ്ധ്യമാണ് ഭൂമിയിൽ ജീവന് ആധാരം എന്ന തിരിച്ചറിവ് ശാസ്ത്രബോധമാണ്. ഇവ രണ്ടും സമ്മേളിപ്പിക്കാൻ ഏറ്റവും അനുയോജ്യമായ സമയം സ്കൂൾ വിദ്യാഭ്യാസ കാലമാണ്. ശാസ്ത്രബോധവും പരിസ്ഥിതിബോധവും സാമൂഹ്യ ബോധവും ഒരുമിച്ചു ചേർന്നാൽ മാത്രമേ ഒരു യഥാർത്ഥ ശാസ്ത്രജ്ഞൻ ഉണ്ടാവുകയുള്ളൂ.

? കെമിസ്ട്രി അദ്ധ്യാപകൻ എന്ന നിലയിലെ അനുഭവ പരിചയം കേരളത്തിന്റെ വിദ്യാഭ്യാസമന്ത്രി എന്ന ഉത്തരവാദിത്വത്തിനു എത്ര മാത്രം സഹായകമായി.

പ്രകൃതിയുടെ സന്തുലനം എന്ന ഒഴിച്ചുകൂടാനാവാത്ത ആശയം ഏറ്റവും നന്നായി മനസ്സിലാക്കാനും അതിനുവേണ്ടി പ്രയത്നിക്കാനും കെമിസ്ട്രി അദ്ധ്യാപകനായിരുന്നതുകൊണ്ട് അനായാസം കഴിയുന്നു. ലെ ഷാറ്റ്ലെർ തത്ത്വം അനുസരിച്ചു നീങ്ങാനുള്ള പ്രകൃതിയുടെ സ്വാഭാവിക പ്രവണത മനസ്സിലാക്കി മാറ്റങ്ങൾ നടപ്പിലാക്കാനും, എല്ലാ ഇടങ്ങളിലും അതിന്റെ ഗുണഫലങ്ങൾ എത്തിക്കാനും അത് സഹായകരമാകുന്നു. ഏതു മേഖലയിലും രസതന്ത്രത്തിന്റെ സ്വാധീനം ഉണ്ടെന്നുള്ള തിരിച്ചറിവ്, പ്രകൃതി സൗഹൃദങ്ങളായ പ്രവർത്തനങ്ങൾ മാത്രം നടത്താൻ പ്രേരക ഘടകമാണ്. കെമിസ്ട്രി പഠനം എന്നാൽ പ്രകൃതി പഠനം തന്നെയാണ് എന്ന ബോധവും ഉണ്ടാകുന്നു. പ്രകൃതിയെ സംരക്ഷിക്കേണ്ടതിന്റെ ആവശ്യകത കൂടുതൽ തലങ്ങളിലേക്ക് സമഗ്രമായ പദ്ധതികളിലൂടെ എത്തിക്കാൻ ഇതുവഴി സാധിക്കുന്നു.

(ആവർത്തന പട്ടികയുടെ നൂറ്റി അൻപതാം വാർഷികവുമായി ബന്ധപ്പെട്ട് പൊതു വിദ്യാഭ്യാസ വകുപ്പ് മന്ത്രി ശ്രീ സി രവീന്ദ്രനാഥുമായി ധനുവച്ചപുരം വി ടി എം എൻ എസ് എസ് കോളേജിലെ കെമിസ്ട്രി ഡിപ്പാർമെന്റ് മേധാവി ഡോ. എസ് രാജലക്ഷ്മി നടത്തിയ അഭിമുഖം)

9 789389 410372

Printed by Libri Plureos GmbH in Hamburg,
Germany